ஒளியில் எழுதுதல்

ஒளியில் எழுதுதல்

செழியன்

எதிர்
வெளியீடு

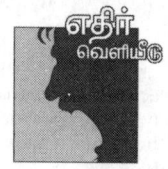

ஒளியில் எழுதுதல்
செழியன்

எதிர் முதல் பதிப்பு: ஜனவரி 2025

எதிர் வெளியீடு,
96, நியூ ஸ்கீம் ரோடு, பொள்ளாச்சி - 642 002
தொலைபேசி: 04259 226012, 99425 11302

விலை: ரூ. 250

Oliyil elututal
Chezhiyan

Copyright © Chezhiyan
Ethir First Edition: January 2025

Published by
Ethir Veliyeedu, 96, New Scheme Road, Pollachi - 2
Email: ethirveliyedu@gmail.com
www.ethirveliyeedu.com

ISBN: 978-93-48598-96-7
Cover Design: Harisankar
Printed at Jothy Enterprises, Chennai.

All rights reserved. No part of this book may be reprinted or reproduced or utilised in any form or by any electronic, mechanical or other means, now known or hereafter invented, including Photocopying and recording, or in any information storage or retrieval system, without permission in writing from the Publisher.

செழியன்

சிவகங்கையில் பிறந்தவர். இப்போது சென்னையில் வசிக்கிறார். கட்டடப் பொறியியல் படித்தவர். ஹார்மோனியம் சிறுகதைக்காக கதா விருதும் 'தமிழ்ச் சிறுகதைகளில் காட்சிப் படிமங்கள்' என்னும் தலைப்பில் செய்த ஆய்வுக்காக மத்திய அரசின் இளநிலை ஆய்வு நல்கை (Junior Fellowship 2004-2006) பெற்றவர். திரைப்பட ஒளிப்பதிவாளர், 'டுலெட்' திரைப்படத்தின் இயக்குநர்.

ஒளிப்பதிவுக்காகச் சர்வதேச விருதுகளும் (BFI London, MIFF Italy) 'டுலெட்' படத்தின் இயக்கத்திற்காகத் தேசிய விருதும் (2018) இந்தியாவின் சிறந்த படம் (KIFF 2018) விருதுகளும் பெற்றவர். The Film School என்னும் திரைப்படப் பள்ளியை நிறுவித் தமிழில் சுதந்திர சினிமாவுக்கான முன்னெடுப்புகளை வழிநடத்துகிறார்.

'பதேர் பாஞ்சாலி அகாந்தக் (சத்யஜித் ராயின் முதல், கடைசித் திரைக்கதைகளின் மொழிபெயர்ப்பு)', 'வந்த நாள் முதல் (கவிதையும் நிழற்படங்களும்)', 'உலக சினிமா', 'பேசும்படம்', 'முகங்களின் திரைப்படம்', 'டுலெட் திரைக்கதையும் உருவாக்கமும்', 'த மியூசிக் ஸ்கூல்' (மேற்கத்திய இசைக் குறிப்புகள் குறித்த பத்து நூல்கள்) ஆகிய நூல்களின் ஆசிரியர்.

chezhian6@gmail.com

எடிட்டர் *ஸ்ரீகர் பிரசாத்* அவர்களுக்கு...

பொருளடக்கம்

ஒளியே நீ இனியை	09
அப்ஸ்க்யூரா முதல் அலெக்ஸா வரை	13
ஒளியில் எழுதுதல்	37
ஒளிப்பதிவில் அழகியல்	86
படச்சுருளின் மறுபக்கம்	106
அதிகாலையின் பொன்னிற ஒளி	143
வாசிப்பும் ஒளிப்பதிவும்	165
கட்டங்களின் மாயம்	186

ஒளியே நீ இனியை

'ஒளியில் எழுதுதல்' என்கிற வார்த்தைச் சேர்க்கை முதன்முதலில் மனதில் தோன்றிய தருணம் ஒரு தரிசனம்போல இருந்தது. *Photo* என்றால் லத்தீன் மொழியில் ஒளி. *Graphy* என்றால் எழுதுதல் என்று தெரிந்திருந்தாலும் 'ஒளியில் எழுதுதல்' என்று தமிழில் எழுதிப் பார்க்கும்போது இனித்தது.

இளவெயிலின் நிறமும் தேனின் நிறமும் ஒன்றுதான். நிறத்தில் மட்டுமல்ல தன்மையிலும் ஒளியைத் தேனாக உருவகிக்க முடிந்த கணத்தில் இருந்துதான் ஒளியின் மாயம் துவங்குகிறது. 'வைகறைப் பொழுது தேன்' என்கிறார் பாரதி. வைகறையைப் படைப்பின் பொழுது என்கிற பொருளில் 'பிரம்ம முகூர்த்தம்' என்கிறது ஒரு சொல்லாடல். சந்தியா காலத்தின் ஒளி நிகழும் பொழுதினை *Magic Hours* என்கிறது ஆங்கிலம்.

இதைப்போல *colour temperature* என்கிற சொற்சேர்க்கையும் முதலில் கேட்டபோது ஆச்சரியமாக இருந்தது. ஒளி என்பது வெப்பம்தான். வெப்பத்தின் தன்மை வண்ணம். ஒளிதான் உருவம். ஒளிதான் உலகம். ஒளிதான் எல்லாம். சிறுவயதில் டூரிங் டாக்கீஸில் நடிகர்கள் திரைக்குப் பின்னால் வந்து நடிக்கிறார்களா என்று அப்பாவிடம் கேட்டேன். அவர் தலைக்குப் பின்னால் ப்ரொஜக்டரில் இருந்து வருகிற ஒளியைத்தான் காட்டினார். சிறிய திறப்பில் இருந்து பீறிட்டு வரும் ஒளி எப்படி நடிகர்களாக மாறுகிறது?

ஒளியின் தன்மையை அதன் அட்சரங்களை, அதன் ஸ்வரங்களைப் புரிந்து ஒளியில் எழுதத் துவங்கும்போது புதிர்கள் அவிழ்கின்றன. ஓவியத்தைப் பயிற்சி

செய்யும்போது நீ வரைவது உருவங்களை அல்ல, ஒளியைத்தான் என்றார் ஆசிரியர். நிழற் படங்களை எடுக்கத் துவங்கும்போது நீ எடுப்பது உருவங்களை அல்ல, ஒளியைத்தான் என்றார் மற்றொரு ஆசிரியர்.

பூஜ்யத்துக்கும் ஒன்றுக்குமான பைனரி விளையாட்டில் கணினி இயங்குவதுபோல ஒளிக்கும் இருளுக்குமான விளையாட்டுத்தான் சகலமும். ஒளியைத் தொடர்ந்து செல். உருவங்களை மற. ஒளியை நினை. உன் போட்டோகிராபி முழுமையடைய வேண்டும் என்றால் இசையைக் கற்றுக் கொள். இசைக்கும் ஒளிக்கும் என்ன தொடர்பு?

வைகறை தேன் என்றால் வைகறையைத் தீர்மானிப்பது எது? ஒளி. பொழுதுகளுக்கும் ராகங்களுக்கும் தொடர்பு இருக்கிறது. பொழுது என்பது ஒளியின் குணங்கள்தான் என்று கண்டுகொள். கண்டு கொண்டேன்.

சூக்குமமான இந்தத் தன்மையைப் பின் தொடர்ந்து செல்லும் காலங்களில் அரூப ஓவியங்களைக் கூர்ந்து கவனிக்கத் துவங்கினேன். வண்ணங்கள் குழைந்து ஒன்றுடன் ஒன்று கலந்து, விலகி, ஓர் உணர்வைத் தருகின்றன. நிற மாலையில் ஒளியின் சாயைகள்தான் வண்ணம் என்று புரியத் துவங்கியதும் உருவங்களைப் படம் எடுப்பதை நிறுத்தினேன். அரூபங்களைக் கவனித்தேன். சன்னல் வழியே வந்து வீட்டுச்சுவரில் நடித்துக் கொண்டிருந்தது ஒளி. பறவை பாடுகிறது.

ஓர் ஓவியன் தன்னிடம் இருக்கும் தூரிகையின் தன்மையைப் புரிந்துகொண்டு வரைவதுபோல ஒளியை எழுத வேண்டும். ஒளியினால் எழுத வேண்டும். சுவாரஸ்யமான இந்தப் பயிற்சியில் தத்துவார்த்தமான புரிதல்களும் நிகழ்ந்தன. ஒளி என்பது நம்பிக்கை. ஒளி என்பது தெளிவு. தீர்க்கம். காத்திரம்.

பார்ப்பதையெல்லாம் படம் எடுப்பதை நிறுத்து. கவனி. ஒளி என்பது மொழி. உளறாதே. பரிவர்த்தனை செய். அதன் கவிதையை எழுது. அதனுடன் உரையாடு. ரகசியங்களைக் கேள். எனக்கு மகன் பிறந்ததும், அவனைத் தினமும் சிறிது நேரம் காலை வெயிலில் காட்டுங்கள் என்றார் மருத்துவர். அறிவியல் காரணங்கள் இருந்தாலும் கவிதை மனம் கேள்விகள் கேட்கிறது. இருளில் இருந்து வந்தவன் மீது வெயிலின் சந்தனம்தானே பூச வேண்டும்.

ஒரு பாடலில் புல்லாங்குழல் கேள்வி கேட்டால் வயலின் பதில் சொல்லும் என்றார் இசை ஆசிரியர். ஏன் என்றால் ஒன்று ஆண், மற்றொன்று பெண் என்றார். ஒருவரோடு ஒருவர் பேச வேண்டும். சண்டை போட வேண்டும். காதலிக்க வேண்டும். கலக்க வேண்டும். பிரிய வேண்டும். பிரிந்தவரைத் தேட வேண்டும். அதுதானே இசை.

ஒளிப்பதிவில் Contrast என்றால் என்ன என்று என்னுடைய ஆசிரியரிடம் கேட்டேன். இசை ஆசிரியர் சொன்ன பதில்தான் வேறு வார்த்தைகளில் வந்தது. திரைக்கதை என்றால் என்ன? இதே பதில்தான். படத்தொகுப்பில் ரிதம் என்றால் என்ன? இதே பதில்தான், வார்த்தைகள்தான் வேறு. நல்ல பதில் இன்னொரு கேள்வியைத் தருகிறது. கேள்வியே இல்லையெனில் வெளிச்சம்தான்.

கேள்வி இருள். பதில் வெளிச்சம். இருள் என்பது குறைந்த ஒளி. இதை எழுதும்போது மின்சாரம் திடீரென அணைகிறது. எல்லாம் ஒளியின் விளையாட்டுத்தான். ஒளியின் சூக்கும உலகமும் அது குறித்த தேடல்களும் அற்புதமாக இருக்கிறது. தேடலின் சில பக்கங்கள்தான் இந்த நூல்.

இதற்கான அட்டைப் படத்தை யாரை வடிவமைக்கச் சொல்லலாம் என்று யோசித்துக் கொண்டிருக்கும்போது வீட்டிலேயே இருக்கிற இரண்டு குட்டி ஓவியர்களின் நினைவு வர நூலின் பெயர் சொல்லி அதற்கு வரைய முடியுமா என்று கேட்டேன். "ஒளியில் எழுதுறதுன்னா என்ன?" என்று மகள் கேட்டாள். "ஒளியை வச்சு எழுதுறதா? இல்ல ஒளியிலேயே எழுதுறதா?" என மகன் கேட்டான். அவர்களுக்குப் புரிவது மாதிரி சொன்னதும் அன்று இரவு என் மேசையில் இந்த நூலின் அட்டைப்படம் இருந்தது. அழகிய அட்டைப்படம் தந்த சிபிக்கும் அதிதாவுக்கும், மெய்ப்புப் பார்த்துத் தந்த பிரேமாவுக்கும் நன்றி.

காட்சிப்பிழை இதழுக்காக திரு.சொர்ணவேல் என்னை நேர்காணல்களைச் செய்தார். அதில் இரண்டு நேர்காணல்கள் இந்த நூலில் இருக்கின்றன. ஒளிப்பதிவு சார்ந்து வேறொரு கோணத்தைக் கண்டடைவதற்குத் தீர்க்கமான அவருடைய கேள்விகள் எனக்கு உதவியாக இருந்தன. அவருக்கும் என் நன்றி. நூலை வடிவமைத்த பைன்லைன் பஷீருக்கும், 'உயிர் எழுத்து

பதிப்பகத்'தின் மூலம் இந்த நூலை வெளியிடும் நண்பன் சுதீர் செந்திலுக்கும் என் அன்பும் நன்றியும்.

மன இருளில் சில சுடர்களை ஏற்றி வைத்த ஆசிரியர்களை எப்போதும் நன்றியுடன் நினைத்துக்கொள்கிறேன். 'டூலெட்' படத்துக்கான பணிகளின்போது நான் சந்திக்க நேர்ந்த அற்புதமான ஆளுமை திரு. ஸ்ரீகர் பிரசாத் அவர்கள். படத்தொகுப்பாளராக விருதுகளும் வெற்றிகளும் நிறைந்திருந்தாலும் தன் பணியை ஒரு ஞானியைப் போலச் செய்கிற அவரை நானி என்று எல்லோரும் அழைக்கிறார்கள். இயக்குநராக என் பயணத்தில் அவர் ஒரு சுடர். அவருக்கு இந்த நூலைச் சமர்ப்பிக்கிறேன்.

ஒளியின் தன்மையைப் பரிட்சித்துப் பார்க்க 'சலனம்' என்றொரு ஒளிப்பதிவகம் வைத்திருந்தேன். வெக்கையில் உடல் முழுக்க வியர்வை வழிந்து ஓடும் அந்த dark room நாட்களை இப்போதும் நினைத்துக்கொள்கிறேன். சிவப்பு ஒளியில் படச்சுருளில் இருந்து உருவங்கள் தோன்றக் காத்திருக்கும் பொழுதை இப்போது நினைக்கும்போது பாரதி வருகிறார்.

ஒளியே நீ யார்?

உனதியல்பு யாது? நீ இனியை.

உன்னை வணங்குகிறேன்.

அன்புடன்
செழியன்
மார்கழி 2022

அப்ஸ்க்யூரா முதல் அலெக்ஸா வரை

ஒரு திரைப்படம் பார்க்க பக்கத்து நகரத்துக்கு சைக்கிளில் பயணம் செய்தவராகவோ அல்லது வெளியாகும் முதல்நாளே நுழைவுச்சீட்டு வாங்க கால்கடுக்க வரிசையில் நின்றவராகவோ இருந்தால் நீங்கள் பாக்கியம் செய்தவர். ஏனெனில் திரைப்படம் என்பது 1990கள் வரை வாழ்வோடு இணைந்த பெருங்கனாவாக இருந்தது.

பக்கத்து நகரத்துக்குப் படத்துக்குப்போய் ஒரு நள்ளிரவில் நிலவொளியில் இரண்டுபேர் சேர்ந்து சைக்கிள் மிதித்து ஊர் திரும்புகிற அனுபவம் இனி வரும் தலைமுறைக்குக் கிடைப்பதற்கான வாய்ப்பே இல்லை.

ஏனெனில் திரைப்படம் பெரிய திரைகளில் மட்டுமே பார்க்க முடியும் என்கிற நிலைமை கலைந்து ஒரு திரைப்படத்தை செல்போனில் பார்க்கவும் இணையத்தில் இருந்து தரவிறக்கம் செய்யவும், வெளியான நாளிலேயே திருட்டுக் குறுந்தகடுகளில் பார்ப்பதுமாகத் திரைப்படம் நூறு ஆண்டுகளில் தனது மாயையை இழந்துவிட்டது. ஏனெனில் இன்றைய தலைமுறையின் முதல் பொழுதுபோக்கு இணையம். இரண்டாவது தொலைக்காட்சி, மூன்றாவதுதான் திரைப்படம் என்கிற நிலை வந்துவிட்டது.

ஒவ்வொரு அறிவியல் கண்டுபிடிப்பின் போதும் நாம் அடைகிற வசதிகள் அதிகம் என்றாலும் அதன்வழியே ரகசியமாக நாம் இழந்துவிடுகிற திரும்ப வாய்க்காத அனுபவங்களும் இருக்கின்றன. படம் பார்த்துவிட்டு வந்து மின்சாரம் இல்லாத இரவுகளில் படத்தின் கதையைச் சொல்கிற கேட்கிற அனுபவம், எழுத்துப் போடுவதிலிருந்து பார்க்க வேண்டும் என்று டூரிங்டாக்கீஸில் கடைசிப் பாட்டுப் போட்டதும் படம் போடப்போகிறார்கள் என்று ஓடுகிற அனுபவமும் இனி வாய்க்காது. ஏனெனில் தொலைக்காட்சியில், கணினியில் எந்தப் படமும் உங்கள் வீட்டிலேயே கிடைக்கிறது.

திரைப்பட பார்வையாளனாக நாம் இழந்த அனுபவங்கள் இவை என்றாலும் விஞ்ஞானம் நமக்குத் தந்திருக்கிற நுட்ப வசதிகள் அசாத்தியமானவை.

துவக்கத்தில் திரைப்பட ஒளிப்பதிவாளர் தான் படம் பிடிக்கிற படப்பிடிப்புக் கருவியின் காட்சித்திறவு (*view finder*) வழியாக ஒரு காட்சியை தான் விரும்பிய கோணத்தில் பார்க்கும் வசதிகூட இல்லை. உதாரணத்துக்கு *Arriflex 2C* ஒளிப்பதிவுக் கருவியில் ஒரு தாழ்கோணக் காட்சியை (*Low Angle*) எடுக்க வேண்டும் என்றால் ஒளிப்பதிவாளர் பெரிய பள்ளம் தோண்டி அதற்குள் நிற்க வேண்டும் அல்லது தரையில் முழுமையாகப் படுத்துத்தான் அந்தக் காட்சியை எடுக்க முடியும்.

ஆனால் இப்போது அலை வழிக் கடத்தியின் (*Wi Fi*) உதவியுடன் எடுக்கிற காட்சியைப் படப்பிடிப்புத் தளத்தில் இருக்கிற யார் வேண்டுமானாலும் தன்னுடைய *IPad*இல் பார்க்க முடியும். பார்க்க முடிவது மட்டுமல்ல அறையிலிருந்து ஒளிப்பதிவுக் கருவியை இயக்கவும் முடியும். ஒரு கிலோமீட்டர் தொலைவுக்கு உங்கள் *Wi Fi* அலைவரிசை நீளும் என்றால் ஏவிஎம் அரங்கத்தில் படம் எடுப்பதை சாலிகிராமத்தில் உங்கள் வீட்டில் இருந்தே பார்க்கமுடியும். ஓர் இயக்குநரும் ஒளிப்பதிவாளரும் படப்பிடிப்புத்தளத்தில் இருக்க வேண்டிய அவசியம் இப்போது இல்லை.

ஒவ்வொருநாளும் புதிய கண்டுபிடிப்புகள் வருகிற இக்காலத்தில் திரைப்படத் துறையில் இருக்கிற அனைவரும் தம்மை புதிப்பித்துக்கொண்டே வரவேண்டிய நிர்பந்தமும் வந்துவிட்டது. உதாரணத்துக்கு ஒலிச் சேர்க்கையை எடுத்துக்கொண்டால் ஒலி

திரைப்படத்துக்கு வந்த புதிதில் நடிகர்கள் பாடி நடித்தார்கள். நூற்றுக்கணக்கான இசைக் கலைஞர்கள் வாசிக்க பின்னணி பாடுவது பிறகு வந்தது. இப்போது ஒரு பாடல் ஒலிப்பதிவில் இசையமைப்பாளரும், பொறியாளரும் மட்டுமே இருக்கிறார்கள். லண்டனில் இருக்கிற பாடகரின் குரலைச் சென்னையிலிருந்தே பயன்படுத்திக்கொள்ள முடியும்.

முதலில் கணினி வந்ததும் திரைத் துறையின் அனைத்துத் துறைகளிலும் மறுமலர்ச்சி வந்தது. இப்போது இலக்கத் தொழில்நுட்பம் என்கிற *Digital Technology* வந்துவிட்டது. அரங்க அமைப்புக்காகக் கலை இயக்குநர்கள் பல நாட்களுக்குப் பாடுபட்டு உருவாக்கிய விஷயங்களை அறையிலிருந்தே உருவாக்கும் *virtual sets* வந்துவிட்டன.

இத்தனை காலமும் திரைப்படத்தின் கச்சாப்பொருளாக நாம் பயன்படுத்திய படச்சுருளே அவசியப்படாமல் படம் எடுக்க முடிகிற நுட்பம் வந்துவிட்டது. குறிப்பாக இன்று அனைவரின் கையிலும் ஒளிப்பதிவுக் கருவி இருக்கிறது. உங்கள் கைபேசியில் இருக்கிற வசதியைக்கொண்டு படமெடுத்து அதை இணையத்தில் வெளியிடுகிற வசதியும் வந்துவிட்டது.

ஒவ்வொருநாளும் மாறிவருகிற இந்த அறிவியல் வளர்ச்சியை உள்வாங்கிக்கொண்டு இன்று ஒரு நூற்றாண்டு வயதுடைய கலையாக இருக்கிற திரைப்படத்தின் வரலாற்றையும் அது வளர்ந்துவந்த விதத்தையும் படித்துப் பார்க்கும்போது எத்தனை விஞ்ஞானிகள், கலைஞர்கள் தங்கள் வாழ்க்கையை அர்ப்பணித்துத் திரைக்கலையை வளர்த்திருக்கிறார்கள் என்பது பிரமிப்பைத் தருகிறது.

மேஜிக் லேண்டர்ன் (*Magic lantern*), ஈடல்ஸ்கோப் (*Eidlescope*), கினிமடோகிராப் (*Kinematographe*), மட்டோஸ்கோப் (*Mutoscope*), சினிமாட்டோகிராப், (*Cinematographe*), பயாஸ்கோப் (*Bioscope*), வெரிஸ்கோப் (*Veriscope*), விடாஸ்கோப் (*Vitascope*), கைனடாஸ்க் கோப் (*Kinetascope*), பையோகிராப் (*Biograph*) என்று பல பெயர்களில் பல நாடுகளில் இருந்த விஞ்ஞானிகள் பலவிதமான வடிவங்களில் பரிசோதித்துப் பார்த்த ஒரு சாதனம் இன்று முப்பது ருபாய்க்கு பர்மா பஜாரில் திருட்டுவிசிடியாகக் கிடைக்கிறது. டோரண்ட் (*Torrent*) தளத்தில் இலவசமாகக் கிடைக்கிறது.

உலகில் முதன்முதல் லே வின்செண்ட் என்கிற பிரெஞ்ச் புகைப்படக்கலைஞர் ஒரு காகிதச்சுருளில் ரசாயனம் தடவி அதைச் சலனப் படமாகப் பதிவு செய்து அதற்கு ஓர் எறிவி (Projector) தயார் செய்து காகிதத்தில் எடுத்த படத்தை எப்படிக்கிழியாமல் ஓட்டுவது என்று ஆய்வு செய்துகொண்டிருந்தார். அதற்கான எறிவியை எப்படித் தூக்கிச்செல்வது என்று யோசித்துக்கொண்டிருந்தார். ஆனால் இப்போது விரலளவே உள்ள தகவல் சேமிப்பு சாதனத்தில் (Pen drive) நூறு படங்களைச் சட்டைப்பையில் போட்டு எடுத்துச்செல்ல முடியும்.

எனவே திரைப்படத்தின் இந்த எளிமைப்படுத்தலுக்குப் பின்னால் இருக்கும் ஆய்வுகளும் உண்மைகளும் ஆச்சரியமானவை.

சினிமா வரலாறு என்பது நாம் நினைப்பதுபோல தனிப்பட்ட ஒருவரைச்சார்ந்தது அல்ல. ஒவ்வொரு கண்டுபிடிப்பாளரும் தன் பங்குக்கு என ஒவ்வொரு கண்டுபிடிப்பைச் செய்து அதன் தொடர்ச்சியான ஆய்வில் திரைப்படம் உருவானது.

மனிதன் இருளையும் ஒளியையும் வைத்துக் கதையைச் சொல்வது அல்லது தான் நினைத்த விஷயத்தை வெளிப்படுத்துவது என்பது ஆதிகாலம் தொட்டே இருந்துவந்துள்ளது. குகை ஓவியங்களில் இருந்து கூத்து, தோல்பாவை என ஒவ்வொரு தேசத்திலும் அவரவர் கலாச்சாரத்துக்கேற்ப ஒளியைப் பற்றிய புரிதலும் வெளிப்பாடும் இருந்து வந்திருக்கிறது.

சூரிய ஒளி ஒரு சிறிய துளை வழியே வரும்போது அது இருண்ட அறையில் தலைகீழான பிம்பத்தை உருவாக்குகிறது என்று அரிஸ்டாட்டில் தனது குறிப்புகளில் எழுதிவைத்திருக்கிறார். இதுதான் முதன்முதலாக உருவான உருப்பெருக்கும் கருவியான கேமரா அப்ஸ்க்யூரா (Camera Obscura)வுக்கான முதல் விதை என்று சொல்லலாம்.

பதினாறாம் நூற்றாண்டில் உருவங்களைப் பெரிதாக வரைவதற்கு உதவும் வகையில் சிறிய உருவங்களைப் பெரிதாக்கிக் காட்டும் ஆடிகளைப்(lens) பயன்படுத்தி இருக்கிறார்கள். பிறகு இவ்வாறு கண்ணாடி வழியே தலைகீழாக வரும் பிம்பத்தைப் பதிவுசெய்ய முடியுமா என்று முயன்றிருக்கிறார்கள். நிழற்படக்கலை இவ்வாறுதான் தோன்றியது. நிழற்படத்தைப் பதிவுசெய்து முடித்ததும் நிஜத்தைப் போல நிழற்படம் அசையுமா என்று

பரிசோதனை செய்திருக்கிறார்கள். இந்த ஆய்விலிருந்துதான் திரைப்படம் தோன்றுகிறது.

1545இல் ஜெம்மா ப்ரிசியஸ் என்கிற ஜெர்மானியர் வெளியிட்ட நூலில் கேமரா அப்ஸ்க்யூராவின் வரைபடம் இருக்கிறது. கேமரா அப்க்ஸ்யூரா என்பது குவி ஆடியைக் கொண்ட ஒரு கருவி. இது சூரிய ஒளியின் மூலம் பிம்பத்தைப் பெரிதாக உருப்பெருக்க உதவியதே தவிர நிரந்தரமான நிழற்படத்தை எடுக்க உதவவில்லை.

16ஆம் நூற்றாண்டில் மேஜிக் லேண்டர்ன் இருந்தது. மேஜிக் லேண்டர்ன் என்பது மண்ணெண்ணெய் விளக்கின் முன்னால் கண்ணாடியில் வரைந்த உருவங்களை வைத்தால் அது பெரிதாகி தரையிலோ அல்லது சுவரிலோ விழும். 1790இல் ஐரோப்பாவில் மேஜிக் லேண்டனின் வரைந்த படங்களை (Slide) வரிசையாக ஒரு படம் போல ஓட்டிப்பார்க்கிற வழக்கம் இருந்தது. இது 19ஆம் நூற்றாண்டின் மத்தியில்தான் அமெரிக்காவிற்கு வந்தது. திரைப்படத்தைப் பார்ப்பதற்கு முன் திரைப்படம் வருவதற்குமுன் பீப் ஷோ (Peep Show) எனப்படும் அசையும் படங்களைப் பார்க்கிற வழக்கம் மக்களிடம் பரவலாக இருந்தது.

1832இல் மேஜிக் லேண்டர்ன் கண்டுபிடிக்கப்பட்டு இரண்டு நூற்றாண்டு கழித்து வியன்னாவில் இருந்த சிமன் ரிட்டெர் என்பவர் ஸ்டோரோப்போஸ்கோப் (Stroboscope) என்பதைக் கண்டுபிடித்தார். வட்டமான அட்டையின் ஓரத்தில் படங்களை ஒட்டினார். அதன் மேல் மற்றொரு வட்டமான அட்டையை ஒட்டினார். மேலே இருக்கும் அட்டையின் ஓரத்தில் சிறிய துளை ஒன்றை ஏற்படுத்தினார். கீழே படங்கள் இருக்கும் அட்டையைச் சுற்றினால் மேலே இருக்கும் அட்டையின் துளையில் படங்கள் ஓடுவதுபோல் தெரியும். நிழற்படங்களை குறிப்பிட்ட வேகத்தில் இயக்கும்போது அது அசையும் தன்மை அடைகிறது என்ற உண்மை இதனால் அறியப்பட்டது.

இதே காலத்தில் நிழற்படத்துறையில் பல முன்னேற்றங்கள் நிகழ்ந்துகொண்டே இருந்தன. 1816இல் நைஸ்போர் நீப்ஸ் என்கிற பிரெஞ்சு நாட்டைச் சேர்ந்த விஞ்ஞானி உலோகத் தகடுகளில் ரசாயனத்தைப் பூசி உருவங்களைப் பதிவு செய்தார். இந்த நீப்ஸ் என்பவர் ழாக் மண்டே தாகுரே (Daguerre) என்பவருடன் சேர்ந்து வெள்ளியும் தாமிரமும் கலந்த தகடுகளில் துல்லியமான

உருவங்களைப் பதிவு செய்யும் முறையைக் கண்டுபிடிக்க முயற்சி செய்துகொண்டிருந்தார்.

1830களில் வில்லியம் ஹென்றி பாக்ஸ் தால்போட் என்கிற ஆங்கிலேயர் ஓர் எதிர்பிரதியை (Negative) உருவாக்கி அதிலிருந்து நேர்பிரதியாக (Positive) அச்சிடுகிற முறையைக் கண்டுபிடித்தார். இந்த ஆய்வின் வெற்றியைத் தொடர்ந்து ரிச்சர்ட் லீச் மாடாக்ஸ் என்கிற ஆங்கிலேயர் சில்வர் ஹாலைட் என்கிற ரசாயனம் ஒளியை உணர்கிற திறனை அதிகமாகப் பெற்றிருக்கிறது என்பதைக் கண்டறிந்தார். இந்தக் கண்டுபிடிப்புதான் இன்றைய நவீன திரைப்படச் சுருளுக்கான முன்னோடி என்று சொல்லலாம்.

அதில் மிக முக்கியமான ஆய்வு 1837இல் நடந்தது. இந்த வருடத்தில்தான் லூயி டாகுரே (Luis Daguerre) நிழற்படத்தை அச்சிடமுடியும் என்பதை நிரூபித்தார். இது தாகுரேயின் ஸ்டுடியோவில் 1837இல் நிகழ்ந்தது.

இப்போது நிழற்படத் துறையில் இரண்டு அதிசயத்தக்க முன்னேற்றங்கள். ஒன்று அச்சிடமுடியும் என்பது. இன்னொன்று அசையாத படங்களை வேகமாகச் சுற்றினால் அவை ஓடுவதுபோல் தோற்றமளிக்கின்றன என்பது ஸ்ட்ரோபோஸ்கோப் மூலம் நிரூபிக்கப் பட்டிருந்தது.

1853இல் ஃபிரான்ஸ் வோன் என்பவர் இந்த இரண்டு ஆய்வுகளையும் சேர்த்துப் புதிதாக ஒன்றைக் கண்டுபிடித்தார். ஸ்ட்ரோபோஸ்கோப்பில் இருந்த உருவங்களைச் சுவரில் பெரிதாக உருப் பெருக்கிக் காட்டினார். இதற்கு பெனாகிஸ்டிகோப் (Phenakisticope) என்று பெயர் வைத்தார்.

அதன் பிறகு அமெரிக்க இயந்திரவியலாளரான கோல்மேன் செல்லர்ஸ் என்பவர் 1861இல் நிழற்படங்களைக் கீழே வைத்து அதன்மேல் படகுத் துடுப்புபோல் இருந்த ஒரு தகட்டினைச் சுற்ற கீழே இருந்த படங்கள் ஓடுவதாகத் தெரிந்தன. இப்போது நவீன ஒளிப்பதிவுக் கருவிகள் அனைத்திலும் இருக்கிற அடைப்பு (shutter) என்கிற சாதனத்தின் மூலம் இந்தப் படகுத்துடுப்பு போன்ற தகடுகள்தான். கோல்மேன் இந்தச் சாதனத்துக்கு (Kinematoscope) கினிமாடோஸ்கோப் என்று பெயர் வைத்தார்.

19ஆம் நூற்றாண்டு முழுமையும் நிழற்படங்களை வேகமாகப் ஓட்டுவதன் மூலம் அசைவை ஏற்படுத்த முடியுமா என்பதை நோக்கியே அனைத்துக் கண்டுபிடிப்புகளும் இருந்தன. 1888இல் லூயி எய்ம் லே ப்ரின்ஸ் (Luis Aime Le Prince) என்கிற பிரான்சு நாட்டின் நிழற்படக் கலைஞர். இவர் டாகுரேயின் கீழ் பணிபுரிந்தவர். பிரின்ஸுக்கும் நிழற் படங்களை ஓடவைக்க முடிந்தால் எப்படி இருக்கும் என்ற யோசனை வர அதுகுறித்து தீவிரமாக இயங்கினார். காகிதச் சுருளில் படம் எடுத்து அதை ரசாயனத்தில் கழுவிப் படமாக ஆக்கினார். இதுதான் முதன்முதல் காகிதத்தில் எடுக்கப்பட்ட திரைப்படமாகும்.

இந்தக் காகிதப் படச்சுருளைத் திரையிடுவதில் பல சிக்கல்கல் இருந்தன. இதனால் கிழியாத பொருளில் படம் எடுக்க முடிந்தால் நன்றாக இருக்கும் என்று யோசித்த பிரின்ஸ் செல்லுலாயிட் என்கிற ஞெகிழி போன்ற பொருளில் படம் எடுப்பதற்கான ரசாயனத்தைப் பூசிச் சலனப்படத்தை (Movie) எடுப்பது குறித்து ஆய்வு செய்துகொண்டிருந்தார். இந்த ஆய்வை மேலும் தொடர்ந்து செய்வதற்கு அவரிடம் போதிய பணம் இல்லாமல் இருந்ததால் தான் கண்டுபிடித்த விஷயங்களை நியூயார்க்கில் சென்று காட்டலாம் என்று கிளம்பினார். 1890 செப்டம்பர் 16ஆம் நாள் இவர் தான் கண்டுபிடிக்க விரும்பிய செல்லுலாயிட் பற்றிய ஆய்வுகள், காகிதப் படச்சுருள், எறிவி (Projector) மற்றும் உபகரணங்களுடன் நியூயார்க் கிளம்பினார்.

அமெரிக்கா சென்ற பிறகு இவர் என்ன ஆனார்? இவர் கண்டுபிடிப்புகள் என்ன ஆயின? இவர் எடிசனைச் சந்தித்தாரா? என்பது போன்ற கேள்விகளுக்கு விடையில்லை. இவர் எப்படி மாயமானார் என்பது இன்றைக்கும் புதிராகவே இருக்கிறது. எடிசன் திரைப்படம் குறித்த கண்டுபிடிப்புகளைச் செய்வதற்கு ஒரு வருடத்திற்கு முன்பே பிரின்ஸ் காகிதச்சுருளில் படத்தைப் பதிவு செய்து செல்லுலாயிட் குறித்த ஆராய்ச்சி செய்திருந்த போதும் எடிசனுக்கு இருந்த பிரபலத்தன்மை காரணமாக அவரே முதல்முதல் திரைப்படத்தைக் கண்டுபிடித்தவராக இன்றும் அறியப்படுகிறார்.

இதே காலத்தில் நியூஜெர்சியில் தாமஸ் ஆல்வா எடிசன் மெழுகைப் பயன்படுத்தி ஒலியைப் பதிவு செய்து பதிவு செய்த ஒலியைத் திரும்பவும் கேட்கமுடிகிற சாதனத்தைக் கண்டு பிடித்திருந்தார். இந்தக் கருவி வீடுகளின் உபயோகப்

பொருளாகப் பிரபலமடையும் காலத்தில், இதுபோல அசையும் நிழற்படங்களை உருவாக்கி அதனைத் தான் பதிவு செய்கிற இசையுடன் சேர்க்க முடிந்தால் எப்படி இருக்கும் என்று யோசித்தார்.

அப்போது டிக்சன் என்பவர் எடிசனுடன் ஓர் ஒப்பந்தம் செய்தார். அதாவது எடிசன் கண்டுபிடித்த இசைத்தட்டுகளின் ஓரத்தில் அசைகிற படங்களை அச்சிட்டுத் தரவேண்டும் என்பதுதான் அந்த வணிக ஒப்பந்தம். எப்படி ஆய்வு செய்து இந்த ஒப்பந்தத்தை வெற்றிகரமாக நிறைவேற்றுவது என்று எடிசன் யோசித்துக்கொண்டிருந்தார்.

இந்தக் காலத்தில்தான் வங்கிப் பணியாளராக இருந்த ஜார்ஜ் ஈஸ்ட்மேன் நிழற்படத்துறையில் புதிய கண்டுபிடிப்புகளை நிகழ்த்தினார். 1880இல் ஒளி உணர்திறன் உடைய மெல்லிய உலோகத் தகடுகளை ஈஸ்ட்மேன் உருவாக்கினார். 1887இல் ஹனிபால் குட்வின் என்கிற ஆங்கிலேயர் முன்பு லே பிரின்ஸ் ஆய்வை மேலெடுத்துச் செய்து செலுலோஸ் நைட்ரேட் என்கிற ஒளி உணர்திறன் உடைய ரசாயனத்தை ஞெகிழி *(Plastic)* போன்ற மெல்லிய தாளில் பூசிப் படம் எடுக்க முடியும் என்பதை நிரூபித்து அதைத் தனது பெயரில் காப்புரிமையாக வைத்திருந்தார். ஈஸ்ட்மேன் அந்தக் காப்புரிமையை வாங்கி 1888இல் *Kodak Brownie Snap shot camera* உருவாக்கினார்.

இந்த கேமராவை கோடாக் நிறுவனம் விற்பனை செய்தது. இந்த கேமராவில் 100 படங்கள் வரை எடுக்கலாம். எடுத்து முடித்ததும் கேமராவை பெட்டியில் வைத்துக்கட்டி அஞ்சலில் கோடாக் நிறுவனத்துக்கு அனுப்ப வேண்டும். அவ்வாறு அனுப்பினால் கோடாக் நிறுவனத்தினர் கேமராவின் உள்ளிருக்கும் படச்சுருளை எடுத்துக் கழுவி அச்சிட்டு அதோடு புதிய 100 படங்களுக்கான படச்சுருளை கேமராவில் மாட்டி அனுப்புவார்கள். இந்த கேமரா அப்போது மிகவும் பிரபலமடைந்தது. 'பொத்தானை மட்டும் அழுத்துங்கள் மற்றதை நாங்கள் பார்த்துக் கொள்கிறோம்' என்கிற கோடாக்கின் விளம்பர வாசகம் அப்போது எல்லோரையும் ஈர்த்தது.

கோடாக்கின் கேமரா பிரபலமடைந்துவரும் இந்தக் காலத்தில் எடிசனிடம் அசையும் படங்களை அச்சிட முடியுமா என்று கேட்ட டிக்சன் ஒருநாள் ஈஸ்ட்மேனின் ப்ரௌனி கேமராவைப்

பார்க்கிறார். அவருக்கு ஆச்சரியம் தாங்கமுடியவில்லை. உடனே ஒரு கேமராவை விலைக்கு வாங்கி அதை எடுத்துக்கொண்டு எடிசனைச் சந்திக்கச் செல்கிறார். எடிசனுக்கும் ஆச்சரியம் தாங்கவில்லை. உள்ளே இருக்கிற படச்சுருளை மட்டும் தனியாக ஈஸ்ட்மேனிடம் இருந்து வாங்க முடிந்தால் அசைகிற சலனப்படத்தைத் தன்னால் உருவாக்கி விடமுடியும் என்று எடிசன் சொல்கிறார். பரிசோதனை துவங்குகிறது.

1894இல் சிகாகோவில் ஓர் உலக வணிகத்திருவிழா நடக்கிறது. அந்த வணிகச்சந்தையில் ஓடுகிற படத்தைத் திரையிட்டுக் காட்டியே தீரவேண்டும் என்கிற கெடுவை வைத்துக்கொண்டு எடிசன் கடுமையாகப் பரிசோதனை செய்கிறார்.

இப்போதுதான் கைனடோகிராப் (Kinatograph), கைனடோகிராப் புரஜெக்டர் இரண்டும் தயாராகிறது. இந்த கைனடோகிராப் கண்டுபிடிப்பதற்குப் பின்னால் இருந்த சம்பவங்கள் சுவாரஸ்யமானவை.

ஆங்கிலேயரான எட்வார்ட் மைபிரிட்ஜ் (Eadweard Muybridge) நிழற்படம் எடுப்பதில் வல்லவர். அதிலும் குறிப்பாக வேகமான செயல்களைப் படப்பிடிப்பதில் ஆர்வம் உள்ளவர். உதாரணத்துக்கு வேகமாக ஓடுகிற சைக்கிளை அசைவில்லாமல் படம் எடுப்பது, வேகமாக ஓடுகிற குதிரையை அசைவில்லாமல் படம் எடுப்பது போன்ற வேகமான அசைவுகளைப் படம் எடுப்பதில் மைபிரிட்ஜ் ஆர்வம் உள்ளவர். ஏனெனில் அந்த நாட்களில் அசையும் பொருட்களை அசையாமல் படம் எடுப்பது கடினம். பல இடங்களுக்கு அலைந்து திரிந்து படம் எடுப்பதைப் பொழுதுபோக்காகக் கொண்ட மைபிரிட்ஜ் இங்கிலாந்தில் இருந்து கலிபோர்னியாவுக்கு குடிபெயர்கிறார்.

அப்போது கலிபோர்னியாவின் கவர்னரை மைபிரிட்ஜ் சந்திக்கிறார். மைபிரிட்ஜ் எடுத்த படங்களைப் பார்த்து ஆச்சரியம் அடைந்த கவர்னர் 'வேகமாக ஓடுகிற குதிரையின் நான்கு கால்களும் தரையில் படாமல் அந்தரத்தில் இருப்பதுபோல ஒரு படத்தை உங்களால் எடுக்க முடியுமா?' என்று சவால் விடுகிறார். விளையாட்டாகக் கேட்ட இந்த விஷயம் மைபிரிட்ஜின் மனதுக்குள் கனலாகப் பற்றிக்கொள்கிறது. கவர்னரின் சவாலை ஏற்றுக்கொண்ட மைபிரிட்ஜ் ஐந்து வருடங்கள் ஆய்வு பரிசோதனை செய்துகொண்டே இருக்கிறார். ஐந்து

வருடத்துக்குப் பிறகு கவர்னர் கேட்டமாதிரி ஒரு படத்தை எடுத்துக் காட்டினார்.

அதற்காக அவர் செய்துபார்த்த பரிசோதனைதான் இன்றைக்கு நாம் பார்க்கிற திரைப்படத்துக்கு மூலகாரணம் என்று சொன்னால் அது மிகையில்லை.

மைபிரிட்ஜ் அப்படி என்ன பரிசோதனை செய்தார்? குதிரையின் நான்கு கால்களும் தரையில் படாமல் எப்படிப் படம் எடுத்தார்? குதிரை ஓடும் தளத்தில் படம் எடுத்துப் பார்த்துப் பலமுறை தோல்வி அடைந்த மைபிரிட்ஜ் ஒரு முடிவு செய்தார். வேகமாக ஓடுகிற குதிரையின் நான்கு கால்களும் ஒரு தருணத்தில் அந்தரத்தில் இருப்பது உண்மை. பிறகு ஏன் அதை நம்மால் படமாக எடுக்க முடியவில்லை? அப்போது மைபிரிட்ஜுக்கு ஓர் உண்மை பளிச்சென்று விளங்கியது. நாம் நிமிடத்துக்கு ஒரு படம் எடுப்பதால் அதில் குதிரையின் எதாவது ஓர் அசைவுதான் பதிவாகிறது. அதே ஒரு நிமிடத்தில் பல படங்கள் எடுத்தால் அதில் எப்படியாவது ஒரு படத்தில் குதிரையின் கால்கள் அந்தரத்தில் இருந்துதானே ஆக வேண்டும்?

எனவே தொடர்ந்து பரிசோதனை செய்த மைபிரிட்ஜுக்கு ஓர் எண்ணம் உதித்தது. உடனே 24 கேமராக்கள் வாங்கினார். இந்த இருபத்து நான்கு கேமராக்களையும் குதிரை ஓடும் பாதையின் பக்கவாட்டில் வரிசையாக அடுக்கினார். ஒரு கேமராவை இயக்கினால் 24 கேமராக்களும் இயங்குவது மாதிரி அனைத்து கேமராக்களையும் ஓர் இயந்திரத்துடன் இணைத்தார். இப்போது ஒரு கம்பியைக் குதிரை ஓடும் பாதையின் குறுக்காகக் கட்டினார். குதிரை வேகமாக ஓடும்போது குறுக்கே கட்டியிருந்த மெல்லிய கம்பியைத் தடுக்கித் தாவி ஓடியது. குதிரை கம்பியைத் தடுக்கிய ஒரு நொடியில் 24 கேமராக்களும் ஒரே நேரத்தில் இயங்கி ஓடும் குதிரையின் வேகத்தைப் பதிவு செய்தன. இந்த 24 கேமராக்களும் ஒரு நொடியில் 24 படங்களை எடுத்திருந்தன.

பிறகு இந்தப் படங்களை அச்சிட்டு ஒரு வட்டத்தில் ஒட்டிவைத்துச் சுற்றிப் பார்த்தபோது 24 நிழற்படங்களாக இருந்த குதிரை நிஜக்குதிரைபோல ஓடியது. மைபிரிட்ஜுக்கு ஆச்சரியம் தாங்க முடியவில்லை. இதற்கு முன்பு ஸ்டோரோபோஸ்கோப்பில் நிழற்படங்களை ஒரு வேகத்தில் சுற்றினால் அது சலனப்படம்போல தோற்றமளிக்கும் என்ற உண்மை கண்டுபிடிக்கப் பட்டிருந்தது

என்றாலும் மைபிரிட்ஜ் செய்ததுபோல அவை ஒரு நொடியில் எடுக்கப்பட்ட 24 படங்கள் அல்ல. எனவே தான் எடுத்த 24 படங்கள் நிஜக்குதிரைபோல ஓடியதை மைபிரிட்ஜ் திரும்பத் திரும்பப்பார்த்து அதிசயித்தார். இப்போது நமது திரைப்படம் ஒரு நொடிக்கு 24 சட்டகம் (Frame) என்பது யாரிடம் இருந்து வந்தது என்பது புரிந்திருக்கும் மேட்ரிக்ஸ் என்ற ஹாலிவுட் படத்தில் உலகில் முதன்முதல் பயன்படுத்தப்பட்ட Time slice என்ற தொழில் நுட்பமும் மைபிரிட்ஜ் தந்த கொடைதான்.

கவர்னரின் சவாலில் வென்றாலும் மைபிரிட்ஜ் தனது பரிசோதனையை வேறொரு திசையில் தொடர்ந்து நடத்தினார். 1880 அவர் பாரிஸ் நகரத்துக்குப்போய் அங்கிருக்கிற விஞ்ஞானிகள் மற்றும் நிழற்படக் கலைஞர்களிடம் பல கேமராக்களை வைத்து ஒரே நேரத்தில் படம் எடுக்கிற தனது கண்டுபிடிப்பை விளக்கிப்பேசினார். அந்தக் கூட்டத்தில் இருந்த ஜூல் மேரே என்பவர் எழுந்து 24 படங்களை எடுக்க எதற்கு 24 கேமரா? என்னால் ஒரு கேமராவால் அதைச்செய்யமுடியும் என்று சொல்ல எல்லோருக்கும் ஆச்சரியம். ஜூல் மேரே தான் சொன்னதைச்செய்தும் காட்டினார்.

ஜூல் நீண்ட ஆய்வுக்குப்பிறகு தனது கேமராவால் ஒரு நொடியில் 12 படங்களை எடுத்துக் காட்டினார். நீண்ட உருளையில் ஓர் ஆடியைப் பொருத்தி உள்ளே வட்டவடிவமான ரசாயனம் தடவிய கண்ணாடியை வைத்தார். படத்தை எடுக்கும்போது உள்ளிருக்கும் கண்னாடி வேகமாகச் சுழல்வது மாதிரி செய்தார். ஒரு நொடியில் கேமராவுக்குள் ஒளிபுகும்போது கண்ணாடித்தகடு சுற்றி நிற்கும். இதில் நொடிக்கு 12 படங்கள் பதிவாயின. ஜூல் தனது கேமராவில் பதிவு செய்கிற சாதனமான ரசாயனம் தடவிய கண்னாடியைச் சுற்ற வைத்ததுதான் புதுமை. இப்போது இருக்கிற நவீன கேமராவிலும் படச்சுருள் சுற்றுகிறது. எனவே 24 கேமராவில் மைபிரிட்ஜ் தனித்தனியாக எடுத்ததை ஒரே கேமராவில் 12 படங்களாக எடுக்க முடிந்ததுதான் புதிய சாதனை. ஜூல் ஒரு நொடியில் 12 படங்கள் எடுக்கமுடிகிற இந்தக் கருவிக்கு வரிசையான நிழற்படங்கள் என்னும் பொருளில் chronaphotography என்ற பெயரையும் வைத்தார்.

ஒரு நொடியில் ஒரே கேமராவில் ஒரு சலனப்படக்காட்சியை எடுக்க வேண்டும் என்பதுதான் ஜூலின் நோக்கம். ஏனெனில் ஒரு படத்தை நிழற்படமாகப் பதிவு செய்து பார்த்தாகி

விட்டது. இவ்வாறு பதிவுசெய்த நிழற்படம் அசைய வேண்டும், இயங்கவேண்டும் என்பதில்தான் விஞ்ஞானிகளின் கவனம் முழுக்க இருந்தது.

இப்போது திரும்பவும் மைபிரிட்ஜின் சோதனைகளுக்கு வருவோம். ஜூல் ஒரு பக்கம் ஆய்வுகள் செய்துகொண்டிருக்க மைபிரிட்ஜ் தான் கண்டுபிடித்த ஓடும் குதிரைகளின் படத்தை ஓட்டிப்பார்க்கும் கருவிக்கு ஜூப்ராப்ஸிஸ்கோப் (zoopraxiscope) அல்லது வாழ்க்கைச் சக்கரம் எனும் பொருள்தரும் wheel of life என்று பெயர் வைத்தார். இந்தக் கருவியினால் மைபிரிட்ஜ் அமெரிக்காவில் நிழற்படங்களை சலனப்படமாகத் தொடர்ச்சியாக ஓடவைத்துக் காட்டினார். இன்றிலிருந்து ஏறத்தாழ 145 வருடங்களுக்கு முன்பாக 1867இல் முதன்முதல் மைபிரிட்ஜ் வழியாகச் சினிமாவுக்கான முதல் முயற்சி ஜூப்ராப்ஸிஸ்கோப்பில் செய்துபார்க்கப்பட்டது. இப்போதைய ஒளிப்பதிவுக் கருவிக்கான தொழில்நுட்பம் எதுவும் ஜூப்ராப்ஸிஸ்கோப்பில் இல்லையென்றாலும் இதுவே முதல் கண்டுபிடிப்பாகக் கருதப்படுகிறது. எனவே மைபிரிட்ஜ் திரைப்படத்தின் தந்தை என்று போற்றப்படுகிறார்.

1888இல் மைபிரிட்ஜ் தனது கண்டுபிடிப்பான zoopraxiscopeஐ எடுத்துக்கொண்டு தாமஸ் ஆல்வா எடிசனைப் பார்க்க வருகிறார். இந்தச் சந்திப்பில்தான் குறிப்பிடத் தகுந்த ஒரு விஷயம் நடக்கிறது. எடிசன் அப்போது ஒலியைப் பதிவு செய்கிற போனோகிராப் (Phonograph) என்ற கருவியைக் கண்டுபிடித்திருந்தார். இந்த போனோகிராப் அமெரிக்காவில் பிரபலமாகியிருந்தது. எனவே மைபிரிட்ஜ் யோசனை செய்தார். எடிசன் ஒலியைப் பதிவு செய்து விட்டார். நான் ஒளிப்படத்தை ஓடவைக்கிற நுட்பத்தைக் கண்டுபிடித்து விட்டேன். ஓடுகிற படத்துடன் ஒலியைச் சேர்க்கமுடிந்தால் ஆய்வை அடுத்த நிலைக்குக் கொண்டு செல்லலாம் என்று விரும்பியதால்தான் மைபிரிட்ஜ் எடிசனைச் சந்திக்கிறார்.

எடிசனைச் சந்தித்துத் தனது ஒலியையும் ஒளியையும் இணைக்கிற தனது யோசனையை மைபிரிட்ஜ் சொல்கிறார். சொன்னதோடு நிற்காமல் அப்படி ஒரு புதிய சாதனத்தை நாம் இருவரும் சேர்ந்து கூட்டுக் கண்டுபிடிப்பாக நிகழ்த்தலாம் என்றும் மைபிரிட்ஜ் சொல்கிறார். ஆனால் எடிசன் இந்தக் கூட்டுத் தயாரிப்புக்கு ஒத்துக்கொள்ளவில்லை. அவர் மைபிரிட்ஜின்

ஜூப்ராப்ஸிஸ்கோப்பை பார்க்கிறார். அப்போது நாமே இதுபோல ஒரு கண்டுபிடிப்பைச் செய்தால் என்ன என்று எடிசனுக்கு யோசனை தோன்ற அந்த யோசனையை உடனே காப்புரிமைப் பதிவும் *(Patent)* செய்கிறார்.

உடனே இப்படி ஒரு கண்டுபிடிப்பைச் செய்யவேண்டும் என்று தனது உதவியாளரான வில்லியம் கென்னடி லாரி டிக்சனிடம் சொல்ல வில்லியம் எடிசனின் மேற்பார்வையில் ஒரு சாதனத்தைக் கண்டுபிடிக்கிறார். இதன் பெயர் தான் கைனடாஸ்கோப் *(Kinetoscope)*. இந்த கைனடாஸ்கோப்பில் ரசாயனம் தடவிய பிலிம்கள் தாள்களைப் போல இருக்கும். இதில் பதிவு செய்த படங்களை ஒரு மோட்டாரின் உதவியுடன் 35 எம்.எம். படங்களைப் பார்க்க முடியும். ஈஸ்ட்மேனிடம் இருந்து வாங்கிய படச்சுருளின் ஓரத்தில் துளைகளிட்டுப் *(perforation)* பயன்படுத்துவதுபோல டிக்சன் கண்டுபிடித்திருந்தார். (இவ்வாறு படச்சுருளின் ஓரத்தில் துளைகளிட்டால் சலனப்படம் எடுப்பது எளிது என்று கண்டுபிடித்தவர் ரெய்னாட் *(Reynaud)*. இவர் கண்டுபிடித்த ஒளிப்பதிவுக் கருவியின் பெயர் ப்ராக்ஸினாஸ்கோப் *(Praxinoscope)*. பயாஸ்கோப்போல ஒருவர் மட்டுமே பார்க்க முடிகிற சாதனமாக இருந்த கைனடாஸ்கோப் அளவில் பெரியதாகவும் எடை மிகுந்ததாகவும் இருந்தது. ஈஸ்ட்மேன் கோடாக் கம்பெனி 1889இல் செல்லுலாய்ட் பிலிமைக் கண்டுபிடித்ததும் உலகெங்கிலும் திரைப்படம் குறித்த பரிசோதனைகள் செய்வதற்கு இந்த செல்லுலாயிட் படச்சுருள் பெரிதும் உபயோகமாக இருந்தது.

1894இல் கைனடாஸ்கோப்பை சிகாகோவில் நடந்த உலக வணிகத்திருவிழாவில் எடிசன் தனது கண்டுபிடிப்பாக வெளியிட்டார். பிறகு அதே வருடம் இந்த கைனடாஸ்கோப் பற்றிய விளக்கம் பாரீஸில் நடக்கிறது. இந்த விளக்கத்தையும் கைனடாஸ்கோப்பையும் லூயி, அகஸ்டி என்கிற லூமியர் சகோதரர்கள் பார்க்கிறார்கள். இது அவர்களுக்குத் திரைப்படம் குறித்த எண்ணத்தைத் தோற்றுவிக்க, உடனே ஆராய்ச்சியில் இறங்கி 1895இல் டிசம்பர் 28ஆம் தேதி தாங்கள் எடுத்த எட்டுக் குறும்படங்களைத் திரையிடுகிறார்கள். உலகின் முதல் திரையிடல் இதுதான். லூமியர் சகோதரர்கள் தங்கள் படத்தை முதன்முதல் திரையிட்ட 27 நாட்களுக்கு முன்பு பெர்லினில் 1895 நவம்பர் 21ஆம் தேதி ஸ்கலடானோவ்ஸ்கி *(Skladanowsky)*

தன்னுடைய பயாஸ்கோப் *(Bioscope)* என்ற கருவியின் மூலம் 15 நிமிடங்கள் ஓடக்கூடிய தனது குறும்படங்களைத் திரையிட்டார் என்ற வரலாற்றுப் பதிவு இருக்கிறது. இந்த பயாஸ்கோப் என்பது மிகப்பெரிய இயந்திரமாக இருந்ததால் இதை எங்கும் எடுத்துச்செல்ல முடியவில்லை. மேலும் இங்கிலாந்து, பிரான்ஸ், அமெரிக்கா என்று திரைப்பட வரலாற்றில் இந்த மூன்று நாடுகளுக்கு இருக்கும் பெருமைகளுக்கு மத்தியில் இந்த பயாஸ்கோப் சரித்திரத்தில் மறக்கப்பட்ட ஒன்றாகவே இருக்கிறது. பார்வையாளர்கள் முதன்முதலாகப் பணம் கொடுத்துப் பார்த்த திரைப்படமும் லூமியர் சகோதரர்கள் திரையிட்ட படங்கள்தான். இந்தப் படங்கள் எல்லாமே ஒரே துண்டுக்காட்சியில் *(Shot)* எடுக்கப்பட்டவை.

லூமியர் சகோதரர்கள் workers leaving the lumber factory, Arrival of a train at a La Ciotat station என்ற இரு படங்களை எடுத்து திரையிட்டார்கள். இதில் முதல் படம் ஒரு தொழிற்சாலையிலிருந்து தொழிலாளர்கள் வெளியே வருகிறார்கள். இரண்டாவதில் ஒரு ரயில் ஒரு ஸ்டேஷனில் வந்து நிற்கிறது. இதில் இரண்டாவது படத்தில் திரையின் படுக்கை வசமாக விரிந்திருக்கும் தண்டவாளத்தில் ரயில் வரும். இந்த ரயில் சிறியதாக இருந்து வரவர கேமராவை நெருங்கி வருவதால் ரயில் நேராக நம்மை நோக்கி வருவது போல் இருக்கும். இந்தப் படத்தைப் பணம் கொடுத்து அரங்கத்தில் பார்த்தவர்கள் ரயில் உள்ளே வந்துவிட்டது என்று பயந்து அலறினார்கள். சிறியதாகத் தூரத்தில் தெரிகிற ரயில் எப்படி நம்மை நோக்கி அதுவும் அளவில் பெரிதாகிக் கொண்டே இருக்கிறது என்பது பார்வையாளர்களுக்கு அடக்கமுடியாத ஆவலாக இருந்தது. ரயில் நம்மைக் கொல்லப் போகிறது என்று பலர் பயந்தார்கள். ஒரு ரயில் நிலையம் அப்படியே தத்ரூபமாகத் திரையில் தோன்ற முடியும் என்பதைப் பார்வையாளர்களால் நம்பவே முடியவில்லை.

லூமியர் சகோதரர்கள் தாங்கள் கண்டுபிடித்த கருவிக்கு சினிமாட்டோகிராப் *(Cinematographe)* என்று பெயரிட்டார்கள். இந்தக் கருவியில் படம் எடுப்பது அதைக் கழுவுவது, அதைப் பிரதி எடுப்பது என்று கேமரா, ப்ராசசிங், ப்ரொஜெக்டிங் என்ற மூன்று விஷயத்தையும் இவர்கள் செய்தார்கள். மௌனப்படம் என்பதால் காலையில் படம் எடுத்து மதியம் அதைக் கழுவி

மாலையில் அதைத் திரையிட்டார்கள். இந்த சினிமாட்டோகிராப் என்கிற கருவிதான் முதன்முதல் சினிமாவுக்கான முயற்சிக்கு வித்திட்டது. முதன்முதல் மக்களிடம் பணம் வாங்கி லூமியர் சகோதரர்கள் தாங்கள் எடுத்த படங்களைத் திரையிட்டார்கள். இந்தப் படங்கள் நொடிக்கு 16 சட்டகங்கள் ஓடக்கூடியதாக இருந்தது.

1888இல் இருந்து 1890க்குள் ஒளிப்பதிவு கருவி குறித்த கண்டுபிடிப்புகள் உலகின் வெவ்வேறு இடங்களில் நடந்துகொண்டே இருந்தன. இந்த வருடத்தில் இங்கிலாந்தில் வேர்ட்ஸ்வொர்த், வில்லியம் கார்கிராப்ஃட் இருவரும் சேர்ந்து கினிஸிகிராப் (Kinesigraph) என்ற கருவியைக் கண்டுபிடித்திருந்தார்கள் என்றாலும் பலவிதமான கேமரா மற்றும் ப்ரொஜக்டர்களுக்கான கண்டுபிடிப்புகள் உலகின் பல பகுதிகளில் நிகழ்ந்துகொண்டே இருந்தன. ஒருவரைப்பார்த்து ஒருவர் அதே தொழில் நுட்பத்தைப் பயன்படுத்துவதால் கேமராவின் அடிப்படையான செயல்கள் குறித்த காப்புரிமை யாருடையது என்ற பலத்த போட்டிகளும் சட்டரீதியான வழக்குகளும் நடந்தன. பல வருடங்கள் நடந்த இந்த வழக்குகளில் எடிசன் வென்றதால் மற்ற போட்டியாளர்களின் பெயர் காலத்தில் அழிந்தது.

1896இல் தாமஸ் ஆர்மட், பிரான்ஸிஸ் ஜென்கின்ஸ் இருவரும் சேர்ந்து விடாஸ்கோப் (Vitascope) என்ற சாதனத்தை உருவாக்குகிறார்கள். இவர்கள் இருவரும் எடிசனைத் தொடர்புகொண்டு விடாஸ்கோப்புக்கு படச்சுருள் தர முடியுமா என்று கேட்கிறார்கள். ஆனால் எடிசன் அந்த விடாஸ்கோப்பைத்தான் பார்க்க முடியுமா என்று கேட்கிறார். அதைப் பார்த்த பிறகு விடாஸ் கோப்புக்கான காப்புரிமையையும் தன் பெயரில் விடாஸ்கோப்பை உலகெங்கும் விற்பனை செய்யும் உரிமையையும் எடிசன் அவர்களிடமிருந்து வாங்கி வெளியிடுகிறார். எனவே விடாஸ்கோப்பும் எடிசனின் பெயரால் வெளியாகிறது. இந்த விடாஸ்கோப் என்பது கேமரா மற்றும் இப்போது நாம் பயன்படுத்துகிற புரஜெக்டர் போல எல்லோரும் பார்ப்பதற்காகப் படத்தைத் திரையிடமுடியும் வசதியுடன் இருந்தது.

இந்த விடாஸ்கோப்பின் உரிமத்தைப் பல நிறுவனங்களுக்கு எடிசன் விற்றார். இதனால் விடாஸ்கோப்பைப் பயன்படுத்திக்

கனடவில் பல குறும்படங்கள் வெளியாயின. அதில் எட்வின் எஸ். போர்ட்டர் (Edwin S.Porter) என்பவர் விடாஸ்கோப்பின் கனடா உரிமையை வாங்கி நாடுமுழுக்கச் சுற்றிக் குறும்படங்களைத் திரையிட்டார். இதில் ஒரு படத்தில் ஒரு பெண்ணைக் கன்னத்தில் முத்தமிடுகிற காட்சி இருந்தது. அப்போது பெரிய பரபரப்பை ஏற்படுத்தியது. முதன்முதல் முத்தக்காட்சி இடம் பெற்ற The Kiss என்ற அந்தக் குறும்படம் பெரிய தாக்கத்தை ஏற்படுத்தியது. படம் பார்த்த அனைவரும் திரைப்படம் என்கிற நவீன சாதனம் பற்றி ஒருவிதமான பரவசத்துடன் பேசத் துவங்கினர். எடிசன் உலகின் முதல் ஸ்டுடியோவான 'ப்ளாக் மரியா' என்ற ஸ்டுடியோவை துவக்கினார். இதில் 15 நொடிகளிலிருந்து ஒரு நிமிடம் வரையிலான படங்கள் எடுக்கப்பட்டன.

ஒரு படத்தில் கடல் அலையடிக்கிற காட்சி திரும்பத்திரும்ப வந்தது. இந்த அலையினால் முதல் வரிசையில் இருந்தவர்கள் அலை தங்களை நனைத்துவிடுமோ என்று எழுந்து ஓடினார்கள். போர்ட்டர் விடாஸ்கோப்பை வெற்றிகரமாக இயக்குவதைப் பார்த்த எடிசன் உடனடியாக போர்டரை ஒளிப்பதிவாளராக ஒப்பந்தம் செய்து குறும்படங்களை இயக்கச் செய்தார். அப்படிப்பார்த்தால் ஒப்பந்த முறையில் படங்களை இயக்கிய உலகின் முதல் இயக்குநரும் ஒளிப்பதிவாளரும் போர்ட்டர்தான்.

இந்த போர்ட்டர் தான் எடுத்த படங்களில் பல பரிசோதனைகளைச் செய்தார். இதுவரையில் ஒரே துண்டுக் காட்சியில் (single shot) படம் எடுத்துக்கொண்டிருந்த போக்கை போர்ட்டர்தான் மாற்றினார். போர்டர் பல துண்டுக்காட்சிகளை எடுத்து அவற்றை இணைத்தார். காட்சிரீதியாக ஓர் இலக்கணத்தை உருவாக்கியதில் போர்ட்டர் முதன்மையானவர்களில் ஒருவர். கேமராவை நகர்த்துவது (Camera Movement), பார்வைக் கோணம் (Point Of View), ஒரு காட்சிக்குள் வெட்டுவது (Inter Cutting), இரட்டைப்பதிவு (Double exposure) காட்சியின் பின்னனியில் வரைந்த காட்சிகளுடன் நேரடியான காட்சிகளை இணைப்பது முதலான பரிசோதனைகளைச் செய்தார். போர்டர் வெளியிட்ட The Great Train Robbery என்ற படம்தான் எல்லோராலும் விரும்பிப் பார்க்கப்பட்ட உலகின் முதல் வெற்றிப்படம் ஆகும்.

1896இல் பிரான்ஸ் நாட்டைச்சேர்ந்த மேஜிக் கலைஞரான ஜார்ஜ்ஸ் மெலிஸ் (Georges Melies) என்பவர் லூமியர்

சகோதரர்களின் படங்கள் தந்த பாதிப்பினால் தானும் படங்கள் எடுக்கலாம் என்று நினைத்தார். மெலிஸ் மேஜிக் தெரிந்தவர் என்பதால் மேடையில் தான் செய்கிற மேஜிக் விஷயங்களை எல்லாம் திரையில் கோண்டுவர விரும்பினார். இதனால் படத்தொகுப்பில் சில உத்திகளை முயற்சி செய்துபார்த்தார். இவரது The Vanishing Lady என்ற படத்தில் ஒரு பெண்ணைப் படம் எடுத்து கேமராவின் கோணத்தை மாற்றாமல் பெண் இருந்த இடத்தில் ஓர் எலும்புக்கூட்டை வைத்துப் படம் எடுத்தார். இது ஒரு பெண் மறைந்து எலும்புக்கூடு ஆவதுபோல் திரையில் தோன்றியது. Stop block என்று நாம் இன்றும் பயன்படுத்துகிற நுட்பத்தின் மூலம் இந்தப் படத்திலிருந்துதான் வந்தது. இந்த மெலிஸ் தான் முதன்முதலில் வெளியில் சூரிய ஒளியையும் ஒரு கண்ணாடி அரங்கத்தை உருவாக்கி அதில் சூரிய ஒளியை விழவைத்துப் படம் பிடித்தார். வெளிப்புறப்படப்பு உள்புறப்படப்பிடிப்பு என்கிற விஷயத்தைச் சூரிய ஒளி சார்ந்து முதலில் உருவாக்கியவர் மெலிஸ் தான்.

திரைப்பட வரலாற்றில் லூமியர் சகோதரர்கள் உட்பட வெறும் செயல்களை மட்டுமே படம் பிடித்தனர். உதாரணத்திற்கு ரயில் ஒரு நிலையத்தில் வந்து நிற்பது, தொழிற்சாலையில் இருந்து தொழிலாளர்கள் வெளியேறுவது என்று நடைமுறையைப் படமாக எடுப்பதால் இதுமாதிரியான படங்கள் Acutualities என்றே அழைக்கப்பட்டன. முதன்முறையாக மெலிஸ்தான் கதைப் படம் எடுத்தார். கதைப் படம் எடுத்ததோடு மட்டுமல்லாமல் அதில் புதிய புதிய உத்திகளைப் புகுத்தினார். உருவங்கள் ஒன்றின்மேல் ஒன்றைப் பதிவு செய்கிற Superimpose முறையை அறிமுகப்படுத்தினார். இன்றைய நவீன திரைப்படத்தில் நாம் பயன்படுத்துகிற மயங்கித் தெளிதல் (Dissolve) காலம் கடத்துதல் (Time Lapse) எனப் பல உத்திகளை மெலிஸ்தான் அறிமுகப்படுத்தினார்.

1903லிருந்து துவங்கி வியாபார நிமித்தமாக நிறையப் படங்கள் எடுக்கவேண்டிய தேவை ஏற்பட்டது. இதனால் முழுக்க சூரிய ஒளியை நம்பிப்படம் எடுக்க முடியவில்லை. சூரிய ஒளி வருவது மாதிரி அமைக்கப்பட்ட கண்ணாடி அரங்கத்தினுள் சூரிய ஒளி வராத நேரங்களில் படம் பிடிக்க முடியவில்லை. எனவே செயற்கை ஒளியைத் தருகிற விளக்குகள் இந்தக் காலத்தில் கண்டுபிடிக்கப்பட்டன.

1904ஆம் வருடம் இங்கிலாந்தில் படங்கள் எடுத்த பிரைட்டன் (Brighten) திரைமொழியில் இருந்த பழமையான விஷயங்களைக் கலைந்து நவீன நிலைக்கு இட்டுச்சென்றார். அண்மைக்காட்சி துவங்கிப் பார்வைக்கோணம் (Point Of view) வரையில் இவர் செய்துபார்த்த சோதனை முயற்சிகள் பின்னாளில் வந்த கிரிபித்திற்கு முன்னோடியாக இருந்தன.

1907ஆம் வருடம் போர்டர் D.W. கிரிபித் என்கிற நாடக நடிகரைத் தனது படத்தில் நடிக்க ஒப்பந்தம் செய்தார். பிறகு கிரிபித் தனியாகப் படங்களை இயக்கத் துவங்கினார். கிரிபித் தனது பங்களிப்பாகத் திரைப்படத்தின் காட்சி மொழியில் புதிய பல நுட்பங்களை அறிமுகம் செய்தார். இதில் இப்போது அதிகமாகப் பயன்படுத்துகிற அண்மைக்காட்சி (close up) உருவம் கலங்கித் தெரிதல் (soft focus), மங்குதல் (fade out), பின்னொளி (back lighting) இதெல்லாம் கிரிபித் அறிமுகம் செய்ததுதான். இவரது Birth of a Nation, Intolernece முதலிய படங்கள் திரை மொழிக்குப் பிரபலமானவை. காட்சிக்கு இடையில் கறுப்பு நிறத்தை உருவாக்கிக் காட்சியை மறைய வைக்கிற உத்தியைச் செய்வதற்காக கிரிபித்தும் அவரது நண்பர் பிட்சரும் சேர்ந்து கேமராவில் Iris என்றும் aperture என்றும் அழைக்கப்படுகிற, ஒளியை கேமராவுக்குள் அனுமதிக்கிற திரையைப் பொருத்தி Fade in என்கிற உத்தியைச் சாத்தியமாக்கினார்கள். 1908இல் முதன்முதலாக ஒரு ரீல் ஓடக்கூடிய படத்தை கிரிபித் எடுத்தார். இதிலிருந்துதான் கதைப் படத்தை நீளமாகவும் எடுக்கலாம் என்ற எண்ணம் உருவானது. 1916இல் கிரிபித் உயிரற்ற பொருட்களை நகரச் செய்கிற Stop Motion முறையையும் அறிமுகப்படுத்தினார்.

1899 எட்வார்ட் ரேமண்ட் டெய்லர் என்பவர் ஒரு காட்சியை நீலம் பச்சை சிவப்பு என்கிற மூன்று வண்ணத்தில் தனித்தனியாகப் படம்பிடித்துப் பிறகு இந்த மூன்று வண்ண ஆடிகளை கேமரா முன்னால் சுற்றவைத்து ஒளிபரப்புவதன் மூலம் முதன்முதலாக வண்ணப்படத்தை முயற்சித்துப் பார்த்தார். இந்த முயற்சி பலவிதங்களில் பலரால் முயற்சிக்கப்பட்டு 1906ஆம் ஆண்டு வெற்றிகரமாக முதல் வண்ணப்படம் உருவானது. இதற்கு கினிமா கலர் என்று பெயரிடப்பட்டது.

1920களில் திரைப்படத்துக்கெனக் கறுப்பு வெள்ளை படச்சுருள் உருவானது. இது நீலம் மற்றும் வயலட் நிறக்கதிர்களை மட்டுமே உணர்கிற திறன் உடைய ஆர்த்தோக்ரோமேட்டிக் வகையைச்

சேர்ந்ததாக இருந்தது. இந்த நீலம், வயலட் தவிர மற்ற அனைத்து வண்ணங்களையும் இந்தப் படச்சுருள் கறுப்பு நிறத்தில் மட்டுமே பதிவு செய்யும். 1922இல் இதன் அடுத்தகட்ட வளர்ச்சியாக பான்க்ரோமேடிக் கறுப்பு வெள்ளைப் படச்சுருள் வந்தது. இது நிறப்பிரிகையில் இருக்கிற அனைத்து வண்ணங்களையும் சாம்பல் நிறத்தின் அடர்த்தியில் வெளிப்படுத்துவதாக இருந்தது.

இதே வருடத்தில்தான் மிட்செல் கேமரா அறிமுகமானது. இது பார்ப்பதற்கு அருமையான காட்சி நோக்கியுடன் (View finder) ஒரு ஒளிப்பதிவாளர் தான் விரும்பியதை விரும்பிய விதத்தில் எடுக்கும் விதமான ஆடியுடன் (lens) இருந்தது. பின்னாளில் இதுவே முறையான திரைப்படக் கருவியாக வளர்ச்சி அடைந்தது. முதலாம் உலகப் போர் நடந்த அந்தக்காலத்தில் ஐரோப்பாவில் ஹாலிவுட் படங்களுக்கு நல்ல வரவேற்பு இருந்தது. எனவே அந்தக் காலத்தில் ஹாலிவுட் ஸ்டுடியோக்களில் ஒரே நேரத்தில் இரண்டு கேமராக்களை அருகருகே வைத்துப் படம் எடுத்தார்கள். ஒவ்வொரு படத்தையும் இரண்டு ஒளிப்பதிவாளர்கள் இரண்டு கேமராக்கள் வைத்து எடுத்தார்கள். அதில் ஒரு கேமராவில் எடுத்த நெகடிவ் அமெரிக்காவில் வெளியிடுவதற்கும் இன்னொரு கேமராவில் எடுத்தது ஐரோப்பாவிற்கும் அனுப்பி பிரிண்ட் செய்யப்பட்டது. ஏனெனில் அப்போது நெகட்டிவைப் பிரதி எடுக்கிற தொழில்நுட்பம் இல்லை.

இதனால் பல நாடுகளில் இருந்த ஒளிப்பதிவாளர்களின் வேண்டுகோளுக்கிணங்க கோடாக் நிறுவனத்திடம் நெகடிவை பிரதி எடுக்கிற தேவை குறித்துச் சொல்லப்பட்டது. எனவே 1926ஆம் ஆண்டு நெகடிவ்வை பிரதி எடுக்கிற தொழில்நுட்பத்தை கோடாக் அறிமுகம் செய்தது. இந்தத் தொழில்நுட்பம் ஒளிப்பதிவுத்துறையில் மறுமலர்ச்சியை ஏற்படுத்தியது. இதனால் ஒருபடத்துக்கு இரண்டு ஒளிப்பதிவாளர்கள் என்று இருந்த நிலையும் மாறியது.

1927இல் The Jazz singer படத்தின் மூலம் ஒரே இரவில் மௌனப்பட யுகம் முடிவுக்கு வந்தது. இந்த ஜாஸ் சிங்கர் என்ற படம் ஹாலிவுட்டில் முதன்முதலாகப் பேசும்படமாக வந்தது. படத்தில் ஒலியைச் சேர்க்க முடியும் என்கிற தொழில் நுட்பம் ஒளிப்பதிவாளர்களுக்குச் சவாலாக இருந்தது. ஏனெனில் மிட்செல் கேமரா எடை மிகுந்தது. மேலும் அது இயங்கும்போது பெரிய சத்தம் எழும். அப்போது நடிகர்களின்

குரலைப் படப்பிடிப்புக்குப் பிறகு பதிவுசெய்கிற நுட்பம் வரவில்லை. எனவே மிட்செல் கேமராவில் இருந்து வரும் ஒலி படப்பிடிப்புக்கு இடையூறாக இருந்தது.

எனவே ஒரு கண்ணாடி அறையைச் செய்து அதனுள் கேமராவை வைத்துப் படம் எடுத்தார்கள். இவ்வாறு படம் எடுக்கும்போது கேமரா நகரவேண்டும் என்றால் அது கடினம். எனவே கேமரா இருக்கிற கண்ணாடி அறையையே சக்கரங்கள் அமைத்துத் தேவைக்கேற்ப நகர்த்தினார்கள். இந்தப் பிரச்சினை Barney என்கிற சாதனத்தைக் கண்டுபிடித்ததும் மிட்செலில் இருந்து வெளிவந்த சத்தம் குறைந்தது.

1930களின் துவக்கத்தில் திரைப்பட ஒலியில் அளப்பரிய முன்னேற்றங்கள் நிகழ்ந்து கொண்டிருந்தன. திரைப்படம் ஒரு நொடிக்கு 16 சட்டகம் ஓடக்கூடியதாக இருப்பதால் மிகத்தரமான ஒலியைப்பதிவு செய்வது இயலாததாக இருந்தது. இதனால் ஒரு நொடிக்கு 24 சட்டகம் என்கிற தொழில்நுட்பம் வந்தது.

இந்தக் காலத்தில் திரைப்படத்துறையில் வண்ணம் மற்றும் அகன்ற திரை சினிமா குறித்த பரிசோதனைகள் நடந்தன. 63.5mm, 65mm, 70mm முதலான அகன்ற திரை தொழில்நுட்பம் வரத்துவங்கியதும் நல்ல தரமான ஒலியில் படத்துடன் சேர்ப்பது சாத்தியமானது.

திரைப்படம் கறுப்பு வெள்ளையில் அகன்ற திரையில் ஓடிக்கொண்டிருக்கும்போது அதை வண்ணத்தில் எப்படி எடுப்பது என்ற பரிசோதனைகள் நிகழந்துகொண்டிருந்தன. இந்தப் பரிசோதனையில் கறுப்பு வெள்ளைப் படத்தில் இருக்கிற சிவப்பு நீலம் மற்றும் வண்ணங்களைப் பிரித்து உணர, நிறங்களின் அடர்த்திக்கேற்ப படம் பிடிக்க வண்ண ஆடிகளைப் (filters) பயன்படுத்தும் வழக்கம் வந்தது.

இக்காலத்தில் ஃபோல்சே என்கிற அமெரிக்க ஒளிப்பதிவாளர் ஒரு படத்தை ஒளிப்பதிவு செய்யும்போது அந்தப் படத்தில் நடித்தவர் வெள்ளை நிற உடை அணிந்திருந்தார். உடையும் வெள்ளை, நடிப்பவரின் முகமும் வெள்ளை என்பதால் இரண்டையும் வித்தியாசப்படுத்த அரங்கத்தில் இருந்த ஏணியை விளக்கின் முன்னால் வைக்கச் சொன்னார். விளக்கின் அருகில் வைத்த ஏணியில் இருந்து மென்மையான அடர்த்தியில்லாத நிழல் உருவாகி அது வெண்ணிற சட்டை மேல் விழுந்தது.

பின்னாளில் விளக்கின் முன்னால உலோக வலையைப் (net) பயன்படுத்தினால் நிழல் இல்லாமல் ஒளியின் அடர்த்திக் குறையும் என்கிற தொழில் நுட்பம் இங்கிருந்துதான் வந்தது. இதுபோல ஒளிப்பதிவின் வரலாற்றில் சுவாரஸ்யமான சம்பவங்கள் ஒரு நூல் எழுதும் அளவுக்கு இருக்கின்றன.

முதன்முதல் திரைப்படம் கண்டுபிடிக்கப்பட்ட வருடங்களில் படத்திற்குத் தனியாக ஒளிப்பதிவாளர் என்று யாரும் இல்லை. படத்தை எடுப்பவர்தான் இயக்கம், ஒளிப்பதிவு என்று அனைத்து வேலைகளையும் செய்துகொள்ள வேண்டும்.

1922இல் டாக்டர் ஹெர்பர்ட் டி கால்மஸ் என்பவர் டெக்னிக் கலர் என்ற விஷயத்தை அறிமுகப்படுத்தினார். இது மூன்று அடிப்படை வண்ணங்களில் இரண்டு வண்ணங்களை மட்டும் பயன்படுத்தி உருவாக்கப்பட்டது. இரண்டு கறுப்பு வெள்ளை படச்சுருள்கள் ஒரே நேரத்தில் படமெடுக்கப்பட்டன. ஒரு படச்சுருள் சிவப்பு ஒளியை மட்டும் பதிவு செய்யும். இன்னொரு படச்சுருள் பச்சை வண்ணத்தை மட்டும் பதிவு செய்யும். இந்த இரண்டு படச்சுருள்களையும் ஒரே நேரத்தில் சேர்த்து அச்சிடும்போது அசலாக இருக்கும் வண்ணத்தை ஏற்படுத்த வேண்டும் என்பதால் இறுதியில் படச்சுருளைச் சில சாயங்களில் நனைத்தார்கள். தற்போது Photoshop போன்ற மென்பொருள்களில் இருக்கிற Overlay என்கிற நுட்பத்தின் துவக்கம் இந்த டெக்னிகலர் உத்திதான்.

1939லிருந்து 1956 வரை ஹாலிவுட்டில் வண்ணம், கறுப்பு வெள்ளை என்று இரண்டு படங்களும் சரி விகித்ததில் எடுக்கப்பட்டதால் ஆஸ்கார் விருது கொடுக்கும்போது ஒளிப்பதிவுக்கென இரண்டு விருதுகள் கொடுத்தார்கள். ஒன்று கறுப்பு வெள்ளைக்கு; இன்னொன்று வண்ணத்துக்கு.

1920களில் தொலைக்காட்சியை உருவாக்குவதற்கென பிபிசி சில பரிசோதனைகளைச் செய்துகொண்டிருந்தது. ஜெர்மனியில் 1924இல் Arri என்ற நிறுவனம் கேமரா தயாரிப்பில் இறங்கியது. அர்னால்ட், ரிக்டர் என்ற இருவரின் பெயரில் இருக்கும் முதல் இரண்டு எழுத்துகளை இணைத்து Arri உருவானது.

1934 பெல் அண்ட் ஹாவல் என்பவர் முதன்முதலாக 8 எம். எம் கேமராவை கண்டுபிடித்தார். இந்தக் கேமராவுடன் ஒரு ப்ளாஸ்டிக் கேசட்டுடன் கூடிய படச்சுருள் வந்தது. இதனால்

பகலிலும் கேமராவுக்குள் படச்சுருளை மாட்டமுடியும் என்கிற நிலை வந்தது. இதற்குமுன் இருளில் மட்டுமே படச்சுருளை மாட்டமுடியும் என்கிற நிலை இருந்தது.

ஆரி நிறுவனம் 1937இல் உலகில் முதன்முதலாக *reflex mirror sutter* என்னும் தொழில் நுட்பத்தை அறிமுகப்படுத்தி ஆரிஃப்ளக்ஸ் கேமராவை உருவாக்கினார்கள். இந்தத் தொழில் நுட்பம் இன்றுவரை பயன்பட்டு வருகிறது. பிறகு *Arri* நிறுவனம் ஒவ்வொரு முறையும் தனது தொழில் நுட்பத்தில் புதுமை செய்து 2C, 3C, BL4, 235, 435 என்று புதிய தயாரிப்புகளை அறிமுகப்படுத்திக் கொண்டே இருந்தது. இதுபோல பேனாவிசன் (Panavition) என்கிற நிறுவனமும் கேமரா தயாரிப்பில் ஈடுபட்டது.

திரைத்துறையின் ஒளிப்பதிவில் புதுமை செய்யும் விஷயமாக 1952இல் முதல் முப்பரிமாணப் படமாக (3D) வானா டெவில் வெளியானது. இரண்டு கேமராக்களை அருகருகே வைத்துப் படம் பிடித்து, படம் பிடித்த இரண்டு படங்களையும் சேர்த்து அச்சிடும்போது திரைப்படத்துக்கு முப்பரிமாணம் கிடைக்கிறது என்ற ஆய்வினால் தொடர்ந்து முப்பரிமாணப்படங்கள் வெளியாயின.

1965இல் கோடாக் முதன்முதலாக சூப்பர் 8 என்கிற கேமராவை வெளியிட்டது. இது தொழில்முறை அல்லாத இயக்குநர்களுக்கு (Amateur) படம் எடுப்பதற்குப் பேருதவியாக இருந்தது. இது உள்ளங்கையில் கையில் வைத்து இயக்கக்கூடிய சிறிய கேமராவாகும். வீட்டு நிகழ்வுகளை எடுப்பதற்கு இது பெரிதும் உதவியது.

1983இல் சோனி நிறுவனம் முதன்முதலாக கேம்கார்டர்(Camcorder) என்று அழைக்கப்படுகிற விடியோ கேமராவை வெளியிட்டது. அது வரையில் கேமரா தனியாகவும், எடுப்பதைப் பதிவு செய்யும் ரெக்கார்டர் தனியாகவும் இருந்து வந்தது. முதன்முதலாக கேமரா, ரெக்கார்டர் இரண்டும் சேர்ந்தது என்னும் அர்த்ததில் கேம்கார்டர் என்ற பெயரில் சோனி வெளியிட்டது. இதே வருடத்தில் ஜேவிசி என்கிற நிறுவனம் விடியோ ஹோம் சிஸ்டம் என்று அழைக்கப்படுகிற VHS என்ற கேசட் முறையை அறிமுகப்படுத்தியது.

எண்பதுகளின் மத்தியில் விதவிதமான விடியோ தயாரிப்புகள் பழக்கத்திற்கு வந்தன. தொழில்நுட்பரீதியாக நாள் தோறும்

நடக்கும் கண்டுபிடிப்புகளின் தொடர்ச்சியாக 90களின் மத்தியில் இலக்கத் தொழில் நுட்பம் (Digital Technology) வந்தது.

இலக்கத்தொழில் நுட்பம் வந்ததும் திரைத்துறையில் பெரிய புரட்சியே நடந்துவிட்டது என்று சொல்லலாம். கணினி வந்ததும் உலகின் அனைத்துத் துறைகளிலும் பெரிய புரட்சி வந்தது. அதுபோல இலக்கத்தொழில் நுட்பம் திரைப்படத்துறையை அடுத்தக் கட்டத்துக்கு எடுத்துச்சென்றிருக்கிறது.

திரைப்படம் கண்டுபிடிக்கப்பட்ட நாளில் இருந்து பயன்படுத்தி வந்த திரைத்துறையின் கச்சாப் பொருளான படச்சுருளே இல்லாமல் எடுக்கிற படத்தை வன்தகடுகள் எனப்படும் Hard discகளில் ஒரு தகவலாகச் (Data) சேமிக்க முடிகிற தொழில் நுட்பம் யார்வேண்டுமானாலும் படம் எடுக்க முடியும் என்ற நிலையை உருவாக்கியதால் உலகமெங்கும் நிறுவனங்கள் சாராத இயக்குநர்களும் ஒளிப்பதிவாளர்களும் திரைப்படத்தை எடுத்துப்பார்க்கிற அளவிற்குத் திரைப்படம் என்கிற சாதனம் எளிமையாகவும் மாறிவிட்டது.

பேனாசோனிக், சோனி முதலான காணொளி (Video)த்துறையில் ஈடுபட்டிருக்கிற நிறுவனங்கள் முதலில் உயர் துல்லியம் என்கிற High Defenition (HD) தரமுள்ள ஒளிப்பதிவுக் கருவிகளை 2000 வருடத்தின் துவக்கத்திலிருந்தே வெளியிடத் துவங்கின. இதன் தொடர்ச்சியாக உயர் தொழிநுட்பத்துடன் 2006இல் ரெட் கேமரா அறிவிக்கப்பட்டு அது 2007இல் வெளியானது. Arri நிறுவனம் 2008இல் Arri D -21 என்ற டிஜிட்டல் கேமராவை அறிமுகப்படுத்தியது. 2010இல் அலெக்ஸா என்கிற டிஜிடல் கேமராவை அறிமுகப்படுத்தி உள்ளது.

இந்த ஒளிப்பதிவு வரலாற்றின் சமீபத்திய கண்டுபிடிப்புகளாக ரெட் கேமராவின் எம் எக்ஸ், எபிக் பதிப்புகளைத் தொடர்ந்து ரெட் ட்ராகன் என்கிற கேமரா மேலும் நவீனங்களுடன் இந்த வருடம் வெளியாகி உள்ளது. இது தவிர அலெக்ஸா படமாகப் பதியும் தகவல்களை RAW எனப்படும் கோப்பாகப் பதியும் வசதியுடன் கோடக்ஸ் எனும் பதியும் வன்பொருளுடன் வெளியாகி இருக்கிறது.

இவ்வாறு உலகின் கேமராவுக்கான முதல் எண்ணமான அப்ஸ்க்யூராவிலிருந்து சமீபத்திய அலெக்ஸா வரையில்

ஒளிப்பதிவுடன் சேர்ந்து திரைப்படத்தின் வரலாறும் சேர்ந்து வளர்ந்திருக்கிறது.

மனித வரலாற்றில் சக்கரம் கண்டுபிடிக்கப்பட்டதும் ஒரு புரட்சி நிகழ்ந்தது. அதற்கிணையான கண்டுபிடிப்புகளாகக் கணினியையும், ஒளிப்பதிவுக் கருவியையும் சொல்லலாம். குறிப்பாக ஒளிப்பதிவுக் கருவி முக்கியமானது. ஏனெனில் காலத்தைப் பதிவு செய்கிற வேலையை ஒளிப்பதிவுக் கருவி மட்டும்தான் செய்கிறது. ஓர் ஒளிப்பதிவுக் கருவிக்கு எல்லாமே நிகழ்காலம்தான். இறந்தகாலம் எதிர்காலம் என்ற காலமயக்கம் இல்லை.

இந்தியத் திரைப்படம் நூறு வருடங்களைத் தொட்டு நிற்கும் இந்த வேளையில் ஆச்சரியப் படுத்துகிற திரைப்படத்தின் சரிதத்தைப் படித்துப் பார்க்கும்போது ஒன்று மட்டுமே கேள்வியாக மிஞ்சுகிறது. இத்தனை உழைப்புகளையும் கண்டுபிடிப்புகளையும் எளிமையாகப் பயன்படுத்தும் வசதிகளுடன் இருக்கிற நாம் அதைவைத்து என்ன செய்கிறோம்?

பிரான்சு இயக்குநர் ராபர்ட் பிரஸ்ஸானிடம் “திரைத்துறையில் உங்கள் வேலை குறித்து என்ன சொல்ல விரும்புகிறீர்கள்?” என்று கேட்டபோது அவர் சொன்ன பதில் அற்புதமானது. “நான் திரைத்துறையில் வேலை செய்யவில்லை. திரைத்துறைக்குப் பங்களிக்கிறேன்” *(I never working cinema.I Contribute to cinema)*. என்று சொன்னார்.

மைபிரிட்ஜூம், லே பிரின்ஸூம், எடிசனும், லூமியரும் இன்னும் பெயர் தெரியாத பல கண்டுபிடிப்பாளர்களும் நமக்குத் தந்த பரிசுக்கு நன்றியாக நாம் என்ன செய்கிறோம்? திரைப்படம் நமக்கு எல்லாம் தருகிறது. நாம் திரைப்படத்துக்கு என்ன தருகிறோம்?

உயிர் எழுத்து, நவம்பர் 2013

◎

ஒளியில் எழுதுதல்
திரைப்பட ஒளிப்பதிவு பற்றிய குறிப்புகள்

நம் உடலில் இருக்கும் அடிப்படையான மிகச்சிறிய அலகு அணு. அதுபோல திரைப்படத்தின் மிகச்சிறிய அலகு ஷாட் ஆகும். திரைப்படம் நிறைய ஷாட்களைக் கொண்டே உருவாக்கப்படுகிறது. சரி ஷாட் என்றால் என்ன? ஒருமுறை கேமராவை இயக்கி நிறுத்தினால் பதிவாகும் காட்சியின் துண்டுதான் ஷாட். உதாரணத்துக்கு ஒரு குழந்தையின் பிறந்தநாள் விழா நடக்கிறது. நீங்கள் உங்கள் கையில் இருக்கும் செல்போன் கேமராவால் அதைப் பதிவு செய்யவேண்டும் என்று நினைக்கிறீர்கள். முதலில் பிறந்தநாள் கேக்கில் எழுதப்பட்ட அந்தக் குழந்தையின் பெயரை எடுப்பதற்காக கேமராவை இயக்குகிறீர்கள். பெயரை எடுத்தது போதும் என்று முடிவு செய்ததும் கேமராவை நிறுத்துகிறீர்கள். இப்போது நீங்கள் எடுத்ததுதான் ஒரு ஷாட். அடுத்து குழந்தையின் முகத்தை எடுத்து கேமராவை நிறுத்துகிறீர்கள். இப்போது நீங்கள் எடுத்தது இரண்டாவது ஷாட். இன்னும் விளக்கமாகச் சொல்லவேண்டும் என்றால் உங்கள் செல்போனில் இருக்கிற போட்டோ எடுக்கிற கேமராவால் போட்டோ எடுக்கிறீர்கள். நீங்கள் எடுக்கிற ஒவ்வொரு போட்டோவும் ஒவ்வொரு ஷாட்.

ஷாட்டை தீர்மானிக்கும் முன் இரண்டு விஷயங்களைக் கவனிக்க வேண்டும். நடிகர்களைக் காட்டுவதற்கும், அவர்களின் நடிப்பை வெளிப்படுத்துவதற்கும்,

கேமராவை சரியான இடத்தில் வைக்க வேண்டி இருக்கிறது. ஓர் இடத்தில் கேமராவை வைத்து ஏன் எடுக்க வேண்டும் என்பதற்குப் பல விதமான காரணங்கள் இருக்கின்றன. கதையின் தேவைக்கேற்ப அதன் சரியான தேவையை ஆராய்ந்த பிறகே இதைச் செய்யவேண்டி இருக்கிறது. சில நேரங்களில் அனுபவத்தால் பெரும்பாலும் ஒரு ஷாட்டை எப்படி வைப்பது என்பது உள்ளுணர்வின் மூலமாக உடனே எடுக்கிற முடிவாகவும் அமைகிறது. ஒரு ஷாட்டில் காட்சியில் இருக்கும் ஒரு பரப்பு காட்டப்படுகிறது. இது பார்வையாளர்கள் பார்ப்பது போன்ற கோணத்திலும் அமைகிறது. ஒவ்வொரு நேரமும் கேமரா நகர்ந்து, புதிய இடத்திற்குப் போகிறது. அதாவது காட்சியைப் படமாக எடுக்கும்போது கேமரா ஒரே இடத்தில் நிற்காமல் ஷாட்டுக்கு ஏற்ற மாதிரி மாறிமாறி பல இடத்தில் வைக்கப்படுகிறது. இது மாதிரியான நேரத்தில் இரண்டு விதமான கேள்விகளுக்குப் பதில் அளிக்க வேண்டும்.

காட்சியின் குறிப்பிட்ட பகுதியைப் படமாக மாற்றுவதற்குச் சிறந்த பார்வைக்கோணம் எது? அதாவது அந்தக் காட்சியில் காட்ட விரும்புகிற விஷயத்தில் கேமராவை எந்த இடத்தில் வைத்துப் பதிவு செய்ய வேண்டும், எந்தக் கோணத்தில் காட்ட வேண்டும். இரண்டாவது அவ்வாறு காட்டும் காட்சியில் எந்தெந்த விஷயங்கள் காட்டப்பட வேண்டும். அதாவது திரைப்படக் காட்சி என்பது செவ்வகமாக இருக்கிறது. இந்தச் செவ்வகத்தில் சில சமயம் சிலரது முகம் மட்டும் அருகில் இருக்கிறது. சில சமயம் அவரது மார்பளவு வரையும் காட்சியின் செவ்வகத்தின் அளவு இருக்கிறது. சில சமயங்களில் அவர் எந்த இடத்தில் இருக்கிறார் என்ன வேலை செய்கிறார் என்பதெல்லாம் தெரிகிற மாதிரி செவ்வகத்தின் பரப்பு சிறிதாகவோ பெரியதாகவோ இருக்கிறது. இவ்வாறு ஒரு காட்சியாக, ஷாட்டாக காட்டுகிற செவ்வகத்தின் அளவு, அந்தச் செவ்வகத்தினுள் காட்டுகிற காட்சியின் பரப்பு என்ன? என்ன அளவுள்ளதாக இருக்க வேண்டும்? இந்த இரண்டு கேள்விகளுக்கும் ஒருவர் பதில் தெரிந்தவராக இருக்க வேண்டும். சுருக்கமாகச் சொன்னால் எடுக்கப் போற ஷாட் என்ன கோணத்தில் எடுக்கப் போகிறோம்? அந்த ஷாட்டின் அளவு அதாவது ஷாட்டினுள் இருக்கிற காட்சியின் பரப்பு என்ன? இந்த இரண்டு கேள்விகளுக்கும் பதில் தெரிந்தவராக இருக்கவேண்டும்?

கவனமாகத் தேர்ந்தெடுத்த காட்சிக் கோணம்தான் கதையின் சுவாரஸ்யத்தை அற்புதமாகக் காட்சி வடிவப் படுத்துகிறது. அதேபோல கவனக்குறைவாக எடுக்கப்பட்ட ஒரு ஷாட் பார்வையாளரைக் குழப்புவதோடு அவர்களின் கவனத்தையும் கலைத்துப் படத்துடன் ஒன்ற முடியாமல் செய்து விடுகிறது. எனவே படத்தைச் சுவாரஸ்யமாக மாற்றுவதில் கவனமாகத் தேர்ந்தெடுக்கப்பட்ட காட்சிக்கு மிக முக்கியமான பங்கு இருக்கிறது.

பொதுவாகத் தமிழ் திரைப்படங்களுக்கு எழுதப்படுகிற திரைக்கதையில் இன்ன மாதிரியான காட்சிக்கு இன்ன மாதிரியான ஷாட் இருக்கவேண்டும் என்ற குறிப்புகள் அதிகம் எழுதப்படுவதில்லை. ஆனால் ஹாலிவுட் படங்களுக்கும் உலகம் முழுக்க எடுக்கப்படுகின்ற சிறந்த திரைக்கதைகளிலும், திரைக்கதை எழுதி முடிக்கப்பட்டதும் அவை என்ன மாதிரியாக எடுக்க வேண்டும், என்ன மாதிரியான ஷாட் என்பதற்கான குறிப்புகளுடன் எழுதப்படுகின்றன. ஆனால், பெரும்பாலும் திரைக்கதைகளில் உரையாடலும் அந்தக் காட்சியில் நடக்கும் செயலும் குறிக்கப்படுகின்றன. ஆனால் கேமரா என்ன மாதிரியான கோணத்தில் இருக்க வேண்டும் என அதைக் குறிப்பதில்லை. ஓர் இயக்குநர் அந்தத் திரைக்கதை வேண்டும் ஷாட்டிற்கேற்ப கோணத்தைத் தேர்ந்தெடுக்கிறார் என்றாலும் ஒளிப்பதிவாளரே இயக்குநரின் விருப்பத்திற்கேற்ப கேமரா என்ன கோணம் இருக்க வேண்டும் என்பதை இறுதியாகத் தீர்மானிக்கிறார். பல நேரங்களில் இந்தக் கோணம் தீர்மானிக்கிற விஷயத்தை இயக்குநர்கள் ஒளிப்பதிவாளர் இடம் விட்டு விடுகின்றனர். சிலர் ஒளிப்பதிவாளருடன் இணக்கமாக இணைந்து பணியாற்றுவதன் வழியாக ஒவ்வொரு ஷாட்டுக்கும் தேவையான மிகச் சரியான கோணத்தைத் தேர்ந்தெடுக்கிறார்கள்.

பல நேரங்களில் திரைக்கதை தயாரானதும் அதற்கான ஷாட்களை வரைந்து வைத்துக் கொள்ளுகின்ற பழக்கமும் இருக்கிறது. இதனை ஸ்டோரி போர்ட் என்று அழைக்கிறார்கள். படமாக எடுக்க வேண்டிய காட்சிகள் என்ன கோணத்தில் இருக்க வேண்டும், அந்த ஷாட்டின் செவ்வகம் சிறிதாகவா அல்லது பரந்த பகுதியைக் காட்டுகிற ஷாட்டாகவோ இருக்கவேண்டும் என்பதை கட்டம் கட்டமாகப் படங்களாக வரைந்து வைத்துக்கொள்வதன் மூலம் தங்களுக்கு வேண்டிய

ஷாட்களையும் கோணங்களையும் முன்பே தீர்மானித்து விடுகிறார்கள். இந்த ஸ்டோரி போர்டுக்கு உதாரணமாக காமிக்ஸ் கதைகளைச் சொல்லலாம்.

இப்படி வரையப்பட்ட படக்காட்சிகள் எடுக்க வேண்டிய ஷாட், கேமரா கோணம், நடிகரின் அசைவுகள், எந்தப் பக்கம் இருந்து எந்தப் பக்கம் நடிகர்கள் நடக்கிறார்கள், ஓர் அறையில் என்ன விதமாக உட்கார்ந்து அல்லது நின்றுகொண்டு நடிகர்கள் பேசுகிறார்கள், காட்சியில் என்னென்ன பொருட்கள் இருக்கலாம், அந்தக் காட்சியை எப்படி கட்டமைக்கலாம் (compose) முதலான விஷயங்களின் குறிப்பாக இந்த ஸ்டோரி போர்ட் இருக்கிறது. இந்த ஸ்டோரி போர்ட் என்பது மிக எளிமையாக வரையப்பட்ட சித்திரங்களாக இருக்கிறது. இவ்வாறு ஓர் ஓவியரின் துணையுடன் வரையப்பட இந்த ஸ்டோரி போர்டைக்கொண்டு இயக்குநரும் ஒளிப்பதிவாளரும் இணைந்து ஷாட்டையும் அதன் கோணத்தையும் தீர்மானிக்கிறார்கள்.

திரைப்படத்தில் நடக்கிற ஒரு கதை என்பது எப்படி நடக்கிறது? மாறிக்கொண்டே இருக்கும் பிம்பங்களின் வழியாகவே கதை சொல்லப்படுகிறது. விதவிதமான காட்சிக் கோணங்களின் வழியே காட்சி மாறிக்கொண்டே இருக்கிறது. ஒரு நிமிடம் ஏதாவது ஒரு திரைப்படத்தை எடுத்துக்கொண்டு அதில் வெறும் ஐந்து நிமிடத்தில் மட்டும் சத்தத்தை நிறுத்தி விட்டு கவனித்துப் பாருங்கள். எத்தனை விதமாக காட்சிகள் மாறிக்கொண்டே இருக்கிறது. எல்லாக் காட்சிகளும் ஒரே கோணத்தில் ஒருவர் பார்ப்பது மாதிரி காட்டப்படுகிறதா? இல்லை. உதாரணத்திற்கு நாடகத்திற்கோ, இசை நிகழ்ச்சிற்கோ, பொதுக்கூட்டத்துக்கோ ஒருவர் போகின்றார் என்றால் ஓர் இடத்தில் இருந்து அந்தக் காட்சியைப் பார்க்கிறார். அவருடைய காட்சிக்கோணம் என்பது அவர் உட்கார்ந்திருக்கிற இடத்திலிருந்து அவர் பார்க்கிற கோணம் தான். ஆனால் திரைப்படத்தில் ஒரு காட்சியில் எத்தனை விதமான கோணத்தில் துண்டுக்காட்சி மாறுகிறது?

சரி, இவ்வாறு காட்சியின் கோணத்தை மாற்றிக்கொண்டே இருக்கவேண்டிய காரணம் என்ன? அதனால் என்ன பயன்? உதாரணத்திற்கு வீட்டில் குடும்பத்தில் இருக்கிற அனைவரும் ஒரு மேசையை சுற்றி உட்கார்ந்து சாப்பிடுவது மாதிரி காட்சி என்று வைத்துக்கொள்வோம். இதில் எத்தனை விதமான காட்சிக் கோணங்கள் வருகின்றன. ஒரு கோணத்தில் அவர்கள்

அனைவரும் மொத்தமாக ஒரு மேசையில் உட்கார்ந்து சாப்பிடுகிறார்கள். அவர்கள் சாப்பிட்டு முடிப்பது வரை அவர்கள் அனைவரும் மொத்தமாக இருக்கிற காட்சியையே பார்த்துக் கொண்டிருக்கிறோமா? இல்லை. ஒவ்வொருவரும் தனித்தனியாகச் சாப்பிடுவதைப் பார்க்கும் விதமாக அண்மைக்காட்சி என்கிற க்ளோசப் வருகிறது. அவர்கள் என்ன சாப்பிடுகிறார்கள் என்பதில் நாம் அறிந்துகொள்ளும் விதமாக நாம் பக்கத்தில் போய் பார்க்கிற மாதிரியான கோணத்தில் அது என்ன உணவு என்பதைக் காட்டும் காட்சிக்கோணம் வருகிறது. இவ்வாறு கேமரா கோணங்களைத் தேர்வு செய்து நடப்பதை அருகில் காட்டுவதன் மூலம் என்ன நடக்கிறது? நாமும் அந்தக் காட்சியில் ஒருவராக அருகில் இருந்து பார்ப்பது போன்ற உணர்வைத் தருகிறது. ஒரு திரைப்படத்தைப் பார்த்து அழுவது, சிரிப்பது, கொண்டாடுவது, குதூகலிப்பது, இவை எல்லாம் எதனால் நடக்கிறது? இப்பட காட்சிக் கோணங்களை மாற்றி அருகில் வந்து பார்ப்பது போன்ற உணர்வை ஏற்படுத்தி, நடக்கிற காட்சியில் பார்வையாளராக மட்டும் இல்லாமல் அதில் ஒருவராக பங்கேற்கவைக்கும் மாயத்தை நிகழ்த்துவது இம்மாதிரியான காட்சிக் கோணங்கள்தான். ஒரு க்ளோசப் காட்சியைப் பார்க்கையில் ஒரு பெண்ணின் முகத்தை அல்லது ஓர் உணவுப் பொருளை அருகில் பார்க்கிற உணர்வைப் பெறுகிறோம். விளம்பரப் படங்களைப் பாருங்கள். உதாரணத்திற்கு ஓர் ஐஸ்கிரீம் விளம்பரம் என்றால் அதில் பார்ப்பவரின் வாய் ஊறும் விதமாக ஐஸ்கிரீம் வெகு அண்மையில் காட்டப் படுகிறது. இதன் நோக்கம் என்ன? ஐஸ்கிரீமை அருகில் எப்போது பார்ப்பீர்கள்?. உங்கள் கையில் இருக்கும்போது அல்லது சாப்பிடும்போது. இப்போது அது நெருக்கமாக வருவதன் மூலம் அதை உணர்கின்ற தூண்டுதலையும் ஏற்படுத்துகிறது.

இதுபோல ஒரு க்ளோசப் காட்சி, நெருக்கமான உணர்வை ஏற்படுத்துகிறது. இதுபோல பரந்த இயற்கைக் காட்சிகளைத் திரையில் பார்க்கும்போது பிரமாண்டமான உணர்வு ஏற்படுகிறது. உதாரணத்திற்கு ஓர் அருவியை முழுமையாகத் தெரியுமாறு சற்றுத் தொலைவில் இருந்து பார்க்கும்போது இயற்கையின் அழகை, பிரமாண்டத்தை நினைத்து பிரமிப்பு வருகிறது அல்லவா. அதைப் போலவே திரையில் தொலைதூர இயற்கைக் காட்சியைப் பார்க்கும்போது பிரமாண்ட உணர்வு ஏற்படுகிறது. அதுபோல பிரமாண்டமான தொழிற்சாலையை அல்லது நகரத்தை

மேலிருந்து கீழ் நோக்கிப் பார்க்கும்போது பிரமாண்டமான உணர்வு ஏற்படுகிறது. பெரிய கட்டடங்களிலிருந்து கீழே பார்க்கும்போது இந்த உணர்வு ஏற்படுகிறது. விமானத்தில் பறக்கும்போது வசிக்கிற நகரத்தை மேலிருந்து பார்க்கும்போது பிரமிப்பு வருகிறது. அதுபோல் மரத்தைக் கீழிருந்து பார்க்கிறோம். கோபுரத்தின் உயரமான கட்டடங்களைக் கீழிருந்து மேல் நோக்கிப் பார்க்கிறோம். இவ்வாறு ஒரு விஷயத்தை நெருங்கிப் பார்ப்பது, விலகி இருந்து பார்ப்பது, மேலிருந்து பார்ப்பது, கீழிருந்து பார்ப்பது என்று பார்க்கும் விஷயத்தில் பல கோணங்கள் இருக்கின்றன. இதுபோல ஒரு காட்சியில் இருக்கும் பலவிதமான துண்டுக் காட்சிகளின் கோணத்தைச் சரியான முறையில் அடிக்கடி மாற்றி அமைப்பதன் மூலம் காட்சி சுவாரஸ்யமானதாக மாறுகிறது. கதையின் போக்கு விறுவிறுப்பாகிறது. இதுபோல ஒரு காட்சிக் கோணத்தில் எப்படி வேண்டுமானாலும் அமைக்க முடியும். வீட்டின் சாவித்துவாரத்தின் வழியாகப் பார்க்கும் கோணமாக இருக்கலாம். மைக்ரா ஸ்கோப்பில் விஞ்ஞானி பார்க்கும் கோணமாக இருக்கலாம். செயற்கைக்கோளிலிருந்து பூமியைப் பார்க்கிற கோணமாக இருக்கலாம். பைனாகுலர் வழியாகக் குதிரை ரேசைப் பார்க்கிற கோணமாக இருக்கலாம். இப்படி ஒரு திரைப்படத்தின் காட்சியில் எங்கிருந்து வேண்டுமானாலும், எந்தக் கோணத்திலிருந்தும் எதை வேண்டுமானாலும் பார்க்க முடியும் என்பதுதான் திரைப்படத்தின் பலமாகும். வேறெந்த கலைக்கும் இந்த வசதி கிடையாது. நாடகத்தைப் பார்வையாளர் இருக்கையிலிருந்துதான் பார்க்க முடியும். நடிகரின் முகத்தை அருகில் பார்க்க முடியாது. அந்த நடிகர் சாப்பிடும் உணவை அருகில் பார்க்க முடியாது அல்லது அந்த நடிகரின் இடத்தில் மேடையிலிருந்து அமர்ந்திருக்கிற பார்வையாளர்களைப் பார்க்க முடியாது. ஆனால் திரைப்படத்தில் பார்வையாளர்கள் கோணத்திலிருந்தும் பார்க்கலாம். நடிகரின் கோணத்திலிருந்தும் பார்க்கலாம். அரங்கத்தின் மாடியிலிருந்தும் பார்க்கலாம். கற்பனைக்கு எட்டாத எல்லாக் கோணத்திலிருந்தும் பார்க்க முடியும் என்பதுதான் திரைப்படத்தின் பலம்.

இவ்வளவு பெரிய பலத்தைத் திரைப்படத்திற்குக் கொடுப்பது எது?

கோணம். எனவே அந்தப் பலத்திற்கு முக்கியக் காரணமாக இருக்கிற சரியான கோணத்தைத் தேர்ந்தெடுப்பது மிக முக்கியமானதாக இருக்கிறது.

காட்சி என்றால் என்ன? திரைப்படத்தில் காட்சி என்று எதைச் சொல்கிறோம்? உதாரணத்திற்கு ஒரு படத்தில் அறுபது காட்சிகள் இருக்கிறது என்று வைத்துக் கொண்டால் காட்சியை எப்படிக் கணக்கிடுவது? படத்தில் ஒரு காட்சி எப்போது முடிகிறது? இதெல்லாம் தெரிய வேண்டும் என்றால் முதலில் காட்சி என்றால் என்ன? என்பது தெரிய வேண்டும். ஒரு காட்சி என்பது கதையில் ஒருசெயல் நடக்கிற இடத்தைக் குறிப்பிடுகிறது. உதாரணத்திற்கு ஓர் அலுவலகத்தில் இருவர் சந்தித்துக் கொள்கிறார்கள் என்றால் அந்தச் சந்திப்பு அலுவலகத்தில் நடக்கும் வரை அது ஒரு காட்சி. அலுவலகத்தில் பேசி முடித்து வெளியிலிருக்கும் தேநீர்க் கடைக்கு வந்து நின்று தேநீர் குடித்துக் கொண்டே ஒரு விஷயத்தைப் பேசுகிறார்கள். இப்போது சந்திக்கிற நபர்கள் ஒன்றாக இருந்தாலும் அவர்கள் சந்திக்கிற இடம் மாறிவிட்டது. எனவே இது ஒரு காட்சி. இவ்வாறு இடம் மாறினால் காட்சியும் மாறுகிறது. இவ்வாறு காட்சியை இடத்தை வைத்துப் பிரிக்கிற பழக்கம் நாடகத்தில் இருந்து வந்திருக்கலாம். ஏனெனில் திரைப்படத்தின் மூத்தக் கலையாக கருதப்படுகிற நாடகத்திலிருந்து பல விஷயங்கள் திரைப்படத்திற்கு வந்திருக்கின்றன. நாடகம் ஒரே மேடையில் நடப்பதால் காட்சியின் மாற்றத்தைக் குறிப்பதற்காக பின்புலமாக இருக்கும் திரையை மாற்றுவதன் மூலம் காட்சி மாறிய உணர்வைத் தர முடிந்தது. இவ்வாறு காட்சி மாற்றத்தை உணர்த்த இடமாற்றத்தை அவசியமாக நாடகம் கொண்டிருந்தது. இந்தப் பழக்கம் திரைப்படத்திற்கும் வந்திருக்கலாம். எனவே திரைப்படத்தில் இடம் மாறினால் காட்சியும் மாறுகிறது.

ஷாட் என்றால் என்ன? முன்பே சொல்லியிருந்தபோதும் இன்னும் அதை விளக்கமாகப் பார்க்கலாம்.

எந்த இடையூறும் இல்லாமல் ஒரு விஷயத்தைத் தொடர்ந்து கேமராவில் படம் பிடித்தால் அதுதான் ஷாட். உதாரணத்திற்கு மாடிப்படியில் முதல் படியில் இருந்து இறங்குகிறீர்கள். இதை செல்போனில் உள்ள கேமராவில் உங்கள் சகோதரர் படம் பிடிப்பதற்காக செல்போனில் உள்ள பதிவு செய்யும் பொத்தானை அழுத்துகிறார். கேமிரா பதிவு செய்யத் துவங்குகிறது. நீங்கள்

முதல் படியிலிருந்து இறங்கிக் கடைசிப்படி வரும் வரை பதிவு செய்து, கடைசிப்படியிலிருந்து இறங்கியதும் ரெக்கார்ட் செய்யும் பொத்தானை அழுத்திப் பதிவை நிறுத்துகிறார். இப்போது நீங்கள் முதல் படியிலிருந்து இறங்குவது எந்தத் தடங்கலும் இல்லாமல் முழுதுமாகக் கடைசிப்படி இறங்குவது வரை பதிவாகிறது. இதுதான் ஒரு ஷாட். சுருக்கமாகச் சொன்னால் கேமராவில் இருக்கும் ரெக்கார்ட் செய்யும் பொத்தானை ஒரு முறை அழுத்தியதும் பதிவு துவங்குகிறது. இன்னொரு முறை அழுத்தியதும் பதிவு நிற்கிறது. இவ்வாறு ரெக்கார்ட் செய்யும் பொத்தானை ஒருமுறை அழுத்தி *On* செய்து மறுமுறை அழுத்தி *off* செய்வதற்குமான இடவெளியில் பதிவாகும் காட்சித் துணுக்கே ஷாட். சரி ஒரு ஷாட் என்பது எவ்வளவு நேரம் இருக்க வேண்டும்? எவ்வளவு நேரம் வேண்டுமானாலும் இருக்கலாம். அது விருப்பத்தை, படைப்புத்திறனை, கதையின் தேவையைப் பொறுத்தது. கேமராவின் ரெக்கார்ட் செய்யும் பொத்தானை ஒரு நொடி அளவுக்கு இயக்கி நிறுத்தலாம். இப்போது பதிவாகும் ஷாட்டின் நீளம் ஒரு நொடி. கேமராவை ஒரு நிமிடத்துக்கு நிறுத்தாமல் ஒரு விஷயத்தைப் பதிவு செய்யலாம். இப்போது பதிவு செய்கிற ஷாட்டின் கால அளவு ஒரு நிமிடம். சுற்றுலா செல்கிறீர்கள். கேமராவின் ரெக்கார்ட் பொத்தானை அழுத்தி அழகிய இயற்கை காட்சிகளை அரைமணி நேரம் நிறுத்தாமல் படம் பிடித்தபின் கேமராவின் பதிவை நிறுத்துகிறீர்கள். இப்போது எடுத்த ஷாட்டின் கால அளவு அரைமணி நேரம். ரஷ்யன் ஆர்க் என்றொரு ரஷ்யப் படம் ஒரே ஷாட்டில் எடுக்கப்பட்டது. அந்தப் படத்தின் கால அளவு 90 நிமிடங்கள். 90 நிமிடம் கேமராவை நிறுத்தாமல் படம் பிடித்து ஒரே ஷாட்டில் ஒரு படம் எடுத்து சாதனை படைத்தார்கள். எனவே ஷாட் என்பது கேமராவை ஒருமுறை இயக்கி நிறுத்தும் இடவெளியில் பதிவு செய்யப்படும் படம். இதனை நாம் தமிழில் துண்டுக்காட்சி அல்லது படத்துணுக்கு என்றும் அழைக்கலாம்.

ஒவ்வொரு ஷாட்டும் ஒரு டேக் என்று சொல்லலாம். டேக் என்பது ஒரு துண்டுக் காட்சியைப் பதிவு செய்யும் செயல். உதாரணத்திற்கு வீட்டிலிருக்கும் குழந்தையை வீடியோ கேமராவில் பதிவு செய்கிறீர்கள். ஒருமுறை கேமராவை இயக்கி அந்தக் குழந்தை சிரிப்பதைப் படம் எடுக்கிறீர்கள். இது ஒரு ஷாட். இதையே ஒரு டேக் என்றும் சொல்லலாம். இப்போது

அதே குழந்தை சிரிப்பதை இன்னொருமுறை எடுக்கவேண்டும் என்று நினைக்கிறீர்கள். எனவே குழந்தையை இன்னொரு முறை சிரி என்று சொல்லிப் படம் எடுக்கிறீர்கள். இதுவும் ஒரு ஷாட்தான். ஆனால் அதே குழந்தையின் அதே சிரிப்பை இன்னொரு முறை எடுப்பதால் இது டேக் அல்ல. இதன் பெயர் ரீடேக். திரைப்படம் படம் பிடிக்கப்படுவதை வேடிக்கை பார்த்திருந்தால் இது உங்களுக்குப் புரிந்திருக்கும். எடுத்ததையே திரும்பத் திரும்ப எடுப்பார்கள். ஏனெனில் எடுக்கப்பட்ட ஷாட் திருப்தியாக இல்லையெனில் இன்னொரு ஷாட் எடுப்பார்கள். இதில் முதலில் எடுக்கிற ஷாட்டின் பெயர்தான் டேக். அதே விஷயத்தை ஒருமுறைக்கு மேல் எத்தனை முறை எடுத்தாலும் அதன் பெயர் ரீடேக். எடுப்பது எனும் அர்த்தத்தில் டேக் என்று அழைக்கப்படுகிறது. திரும்ப எடுப்பது எனும் அர்த்தத்தில் ரீடேக் எனப்படுகிறது.

ஒவ்வொரு டேக்கும் அது ரீடேக்காக இருந்தாலும் அது ஒரு ஷாட்தான். எடுத்த விஷயத்தில் தவறு நேர்வதால் - உதாரணத்திற்கு நடிகர் எதிர்பார்த்த மாதிரி நடிக்காமல் போனால் அல்லது பேசவேண்டிய உரையாடலை மறந்திருந்தால் எதிர்பார்த்த மாதிரி அந்த ஷாட் ஒரே டேக்கில் வராமல் போவதற்கு வாய்ப்பிருக்கிறது. இம்மாதிரியான நேரத்தில் இரண்டாவது முறை அதே விஷயத்தைத் திரும்ப படம் எடுப்பதே ரீடேக் எனப்படுகிறது. இது இரண்டு முறையோ மூன்று முறையோ சிலநேரங்களில் இருபதுக்கும் அதிகமான ரீடேக் எடுக்கப்பட்ட காட்சிகளும் இருக்கின்றன. ஓர் இயக்குநர் தான் நினைத்தது அந்த ஷாட்டில் திருப்தியாக வரும்வரை ரீடேக் எடுப்பதுண்டு. இந்த ரீடேக்குகள் சில சமயங்களில் தொழில்நுட்பம் காரணமாகவும் எடுக்கப்படுவதுண்டு. உதாரணத்திற்குக் காட்சிக்கான பின்புலத்தில், ஒளியமைப்பில், கேமராவின் நகர்வில் திருத்தம் தேவைப்பட்டாலும் ரீடேக் எடுக்கப்படுவதுண்டு. இத்தகைய தேவைகள் எதுவும் இல்லாமல் ஏற்கனவே எடுத்த ஒரு விஷயத்தை கேமராவைக் கொஞ்சம் நகர்த்தியோ அல்லது லென்ஸ் மாற்றி இன்னும் அருகில் அல்லது தூரத்தில் வைத்தோ எடுத்தால் அது ரீடேக் ஆகாது. அது புது டேக்காகத்தான் கருதப்படும். ஒரு ஷாட் திருப்தியாக வந்ததற்குப் பிறகு அதே துண்டுக்காட்சியை - ஷாட்டை - வேறொரு விதமாக எடுப்பது ரீடேக் ஆகாது. அது புது டேக்காகவே கருதப்படும்.

காட்சித் தொடர் (Sequence) காட்சிகளின் தொடர்ச்சியே காட்சித் தொடர் என்று அழைக்கப்படுகிறது. அது முழுக்க காட்சிகளின் தொகுப்பாக இல்லாமல் துண்டு காட்சிகளின் தொகுப்பாக இருந்தாலும் அதனையும் காட்சித் தொடர் என்றே அழைக்க வேண்டும். முதலில் காட்சிகளின் தொடர்ச்சிக்கு உதாரணம் பார்க்கலாம்.

காட்சி 1. திருவிழாவில் ஒரு குழந்தை காணாமல் போகிறது.

காட்சி 2. காணாமல் போன குழந்தையைப் பெற்றோர்கள் தேடுகிறார்கள்.

காட்சி 3. கடை வீதியில் தேடுகிறார்கள்.

காட்சி 4. காவல் நிலையத்துக்கு வந்து முறையிடுகிறார்கள்.

காட்சி 5. அங்கிருக்கும் ஒலிபெருக்கியில் குழந்தையின் பெயரும் அடையாளமும் அறிவிக்கப்படுகின்றன. அங்கிருக்கும் பல இடங்களில் தேடி அலைகிறார்கள்.

காட்சி 6. குழந்தை ஒரு கடையில் அழுதுகொண்டு நிற்கிறது. கண்டுபிடித்துவிடுகிறார்கள்.

இந்த ஆறு காட்சிகளிலும் ஒரு தொடர்போல நடப்பது என்ன?

குழந்தையைத் தேடும் விஷயமே. ஒரு தொடர்போல நடக்கிறது. ஒரே தொடர்புள்ள காட்சிகளின் தொகுப்பாக அந்தத் தேடல் முடிந்ததும் அந்தத் தொடர் முடிந்து விடுகிறது. இதை ஒரு காட்சிகளின் தொடர் (sequence) என்று சொல்லலாம். இன்னும் விளக்கமாகச் சொல்ல வேண்டும் என்றால் ஒரு புத்தகத்தின் அத்தியாயம்போல ஒரே தொடர்புடைய விஷயங்கள் அடங்கிய காட்சிகளே காட்சித்தொடர் என்று அழைக்கப்படுகிறது. புத்தகத்தில் பல அத்தியாயங்கள் இருப்பதுபோல திரைப்படமும் பல காட்சித் தொடர்களைக் கொண்டதாக இருக்கிறது. மேலே சொன்ன காட்சிகள் தேடல் எனும் நோக்கத்தின் கீழ் வருகின்றன.

காட்சிகள் இப்படித் தொடர்புடையதாக இருப்பதைக் காட்சித் தொடர் என அழைப்பதைப் போல துண்டுக்காட்சி(shot)கள் தொடர்புடையதாக இருந்தால் அதனையும் காட்சித்தொடர் (sequence) என்று அழைக்கலாம். உதாரணமாக ஒருவன்

திருடுவதற்காக ஒரு வீட்டுக்கு வருகிறான். இதுதான் காட்சி என்றால், இதில் நம் ஆர்வத்தைத் தூண்டும் விதமாகப் பல துண்டுக் காட்சிகள்(shot) இருக்கலாம். உதாரணமாக ஷாட் 1 திருடன் டார்ச் விளக்கை இருட்டில் அடிக்கிறான். ஷாட் 2 இங்கும் அங்கும் திரும்பிப் பார்க்கும் திருடனின் முகம் ஷாட். 3 காம்பவுண்ட் சுவரில் ஏறிக் குதிக்கிறான். ஷாட் 4. பங்களாவில் இருக்கும் நாய் குரைத்துக் கொண்டே ஓடிவருகிறது. ஷாட் 5. திருடன் ஒளிகிறான். ஷாட் 6. கதவை நெருங்குகிறான். ஷாட் 7. சாவியை எடுக்கிறான். ஷாட் 8. திறக்க முயற்சிக்கிறான்.

இப்படி காட்சியில் நடக்கப்போகும் திருட்டைச் சொல்வதற்காக ஷாட்கள் வரிசையாக அடுக்கப்படுகின்றன. திருட்டு எனும் தலைப்பின்கீழ் ஓர் அத்தியாயம் தொகுக்கப்படுவதுபோல இந்தத் துண்டுக்காட்சிகள் தொடர்ச்சியாக இருப்பதால் இதையும் காட்சித் தொடர் (sequence) என்று சொல்லலாம்.

தனியான பல காட்சிகளோ அல்லது தனியான பல துண்டுக்காட்சிகளோ சேர்ந்து ஒரு விஷயத்தை - சம்பவத்தைத் தொகுப்பாகச் சொல்லுமெனில் அதுவே காட்சி தொடர் (sequence) ஆகும்.

படப்பிடிப்பில் ஒரு ஷாட்டை படமாக்குவதற்கு முன் அந்தக் காட்சியின் எண், எடுக்கப்படுவது எத்தனையாவது ஷாட் என்பதைக் குறிக்க ஷாட் எண், அந்த ஷாட்டின் டேக் எண் ஆகியவற்றைக் குறித்துக்கொள்வார்கள். உதாரணத்திற்கு முதல் காட்சி என்றால் காட்சி எண் 1 என்று எழுதவேண்டும். ஒரு காட்சியில் பல ஷாட்கள் இருக்கலாம். உதாரணத்திற்குக் காதலர்கள் சந்தித்துக் கொள்வதுதான் காட்சி என்றால் அந்தக் காட்சி பல ஷாட்களாக பிரித்து எடுக்கப்படும். அவர்கள் கடற்கரையில் சந்திக்கிறார்கள் என்றால் அந்த இடத்தைக் காட்டுவது மாதிரி ஒரு பரந்த காட்சி. பிறகு அவர்களை அருகில் காட்டும் ஷாட்கள் எனக் குறைந்தது ஐந்து ஷாட்டுகளாவது அந்தக் காட்சியில் இருக்கும். இந்த ஐந்து ஷாட்டில் இப்போது நாம் எடுக்கப்போவது முதல் ஷாட் என்றால் ஷாட் எண்ணுக்கு நேரே 1 என்று குறிக்க வேண்டும். ஒவ்வொரு ஷாட்டும் ஒரு டேக் என்பதால் 1ஆவது காட்சியில் 1ஆவது ஷாட்டை முதல் டேக் எடுக்கப் போறோம். எனவே டேக் எண்ணில் 1 என்று குறிக்க வேண்டும். அந்த ஷாட் சரியாக வராமல் திரும்ப எடுக்க வேண்டியிருந்தால் இப்போது எடுக்கப் போவது ரீடேக்.

எத்தனையாவது டேக் எடுக்கப் போகிறோம். 2ஆவது டேக். எனவே 1ஆவது காட்சி 1ஆவது ஷாட் 2ஆவது டேக் என்று குறிக்க வேண்டும். இதுபோல் எத்தனை டேக் எடுக்கப் போகிறதோ அதற்கேற்ப டேக் எண்ணிற்கான இடத்தில் எத்தனையாவது டேக் எடுக்கிறோமோ அந்த எண்ணை எழுதவேண்டும்.

காட்சித்தொடர் பற்றி பார்த்தோம். ஒரே தொடர்புள்ள காட்சிகளின் தொகுப்பே காட்சித் தொகுப்பு என்றும் பார்த்தோம். இந்தக் காட்சிகளை எப்படி எண் இடுவது? உதாரணத்திற்குக் காதலர் இருவர் தங்கள் திருமணம் பற்றி கடற்கரையில் அமர்ந்து பேசுகிறார்கள். பிறகு அங்கிருந்து எழுந்து வந்து பேருந்து நிலையத்தில் நிற்கிறார்கள். பிறகு பேருந்தில் அமர்ந்து அதே விஷயத்தைப் பேசிக்கொண்டு செல்கிறார்கள் என்று வைத்துக் கொள்வோம். இதில் இடம் மாறினால் காட்சி மாறும் என்ற வழக்கத்தின்படி முதலில் கடற்கரை காட்சி எண் 1, பேருந்து நிலையம் காட்சி எண் 2, பேருந்தினுள் அமர்ந்து பேசிக்கொண்டே செல்வது காட்சி எண் 3. இந்த மூன்று காட்சிகளிலும் பேசப்படுகிற விஷயம் ஒன்றுதான். இது ஒரு காட்சித்தொடர். இந்தக் காட்சி தொடரில் இடம் என்பது கடற்கரை - பேருந்து நிலையம் - பேருந்தின் உட்புறம் என்று மாறினாலும் பேசும் விஷயம் தொடர்ச்சியானது தான். இவ்வகையான காட்சிகளைக் குறிக்க உப எண்கள் (sub numbers) பயன்படுத்தலாம். உதாரணத்திற்கு முதல் காட்சியை 1 என்றும், இரண்டாவது காட்சியை 1A என்றும், மூன்றாவது காட்சிக்கு 1B என்றும் நான்காவது காட்சியை 1C என்றும் குறிக்கலாம். சில நேரங்களில் ஒரு ஷாட் ஒரு காட்சியாகவும் இருக்கும் சூழல் வரும். இந்த மாதிரியான நேரத்தில் துண்டுக் காட்சியா அல்லது காட்சியா என்ற குழப்பம் வரும். அது மாதிரியான நேரங்களிலும் காட்சித் தொடரில் உள்ள காட்சிகளுக்கும் இதுபோல உப எண்கள் கொடுக்கலாம். உதாரணத்திற்குத் திருவிழாவில் தொலைந்த பையனைத் தேடுகிற காட்சித் தொடரில் மொத்தம் ஆறு காட்சிகள் இருக்கின்றன. இதிலிருக்கும் ஒவ்வொரு காட்சியையும் பல துண்டுக் காட்சிகளாகப் பிரித்து எடுக்காமல் ஒரே துண்டுக்காட்சியால் எடுக்கிறோம் என்று திட்டமிட்டால் ஒரு காட்சி ஒரே ஷாட்டில் முடிந்து விடும். இந்த மாதிரியான சூழலில் இது ஷாட்டா அல்லது காட்சியா என்ற குழப்பம் வரும். இதைத் தவிர்க்கவும், ஒரே காட்சியின் எண்ணை எல்லாக் காட்சிகளுக்கும் கொடுத்து உப எண்களைப்

பயன்படுத்தலாம். அதாவது 1அ, 1ஆ, 1இ, 1ஈ, 1உ, 1ஊ இதுபோல உப எண்களைக் கொடுப்பதன் மூலம் அந்தக் காட்சிகள் எல்லாம் ஒரே குடும்பத்தைச் சேர்ந்தவை என்று குறிக்கலாம். காட்சிக்குப் பயன்படுத்துகிற இந்த முறையைத் துண்டுக் காட்சிகளுக்கும் பயன்படுத்தலாம். உதாரணத்துக்கு ஒருவர் தொலைபேசியில் பேசுகிறார். இதுதான் எடுக்கப் போகிற காட்சியின் உள்ளடக்கம் என்று வைத்துக்கொள்வோம். அவர் பேசுகிறபோது பல துண்டுக் காட்சிகள் எடுக்கவேண்டும். அதில் அவர் பேசும்போது ஒரு நோட்டை எடுத்து ஓர் எண்ணைக் குறிப்பார். இது தனியான துண்டுக் காட்சியாக இருக்க வேண்டும். பிறகு பேசும்போது யாரோ கதவைத் தட்டுவார்கள். அவர் போய்த் திறந்து பேசுவார். இப்படி பேசுகிற செயலின் ஊடாகப் பல செயல்கள் அதற்குத் தொடர்புடையதாக நடக்கிறது என்று வைத்துக் கொள்ளுங்கள். இந்தத் தொடர்புடைய ஷாட்களை எடுக்கும்போது அவற்றிற்கு இதுபோல உப எண்கள் கொடுக்கலாம். போனை எடுத்துப் பேசுகிற முதல் ஷாட்டிற்கு கொடுக்கிற எண்ணை முதன்மையாக வைத்துக்கொண்டு அதன் தொடர்ச்சியாக எடுக்கிற துண்டுக் காட்சிகளுக்கு உப எண்கள் கொடுக்கலாம். போனில் பேசுகிற துண்டுக்காட்சி அந்தக் காட்சியில் உள்ள 6ஆவது ஷாட் என்றால் அவர் போனில் பேசிக்கொண்டே செய்கிற பிற வேலைகளுக்கு 6அ, 6ஆ, 6இ என்ற உப எண்களைக் குறிக்கலாம்.

இதுபோல ஒரு துண்டுக்காட்சிக்கு அல்லது ஒரு துண்டுக் காட்சியின் ஒரு பகுதிக்கு (துண்டு) cut என்ற சொல்லும் வழக்கத்தில் இருக்கிறது. படத்தொகுப்பின் போது நாம் எடுத்த ஒரு துண்டுக் காட்சியிலிருந்து ஒரு சிறுபகுதியைத் துண்டாக எடுத்து அதைத் தனியாகப் பயன்படுத்தும் முறை வழக்கத்தில் இருக்கிறது. அதாவது ஒரே ஷாட்டை துண்டாக்கி அதிலிருந்து ஒரு பகுதியைத் தனியாகப் பயன்படுத்த முடியும். இவ்வாறு cut செய்து பயன்படுத்த முடியும் என்பதால் இந்த cut என்ற சொல் வழக்கத்தில் வந்தது. உதாரணமாக ஒரு நடிகர் பேசுவதைப் படம் பிடித்திருக்கிறோம் என்று வைத்துக் கொள்ளுங்கள். இதை ஒரே துண்டுக் காட்சியாக எடுத்திருப்போம். எடுத்த பிறகு அந்தக் காட்சியைப் போட்டுப் பார்க்கிறோம். அந்த நடிகர் பேசும்போது இடைவெளியில் நிறுத்திச் சற்று மௌனத்துக்குப் பிறகு பேசுகிறார் என்று வைத்துக் கொள்வோம். இந்தத் துண்டுக் காட்சியிலிருந்து அவரது மௌனத்தை மட்டும் தனியாக வெட்டி எடுத்துவிட முடியும். இவ்வாறு ஒரு ஷாட்டுக்குள் இருக்கிற

நமக்குத் தேவையற்ற பகுதியை மட்டும் துண்டாக்கிவிட முடியும் என்பதால் இந்தத் துண்டுக்காட்சிக்கு cut என்ற இன்னொரு பெயரும் இருக்கிறது. பொதுவாக 'இன்னொரு ஷாட் எடுக்கலாம்' என்பதை 'இன்னொரு கட் எடுக்கலாம்' என்று சொல்வதும் வழக்கத்தில் இருக்கிறது. முதல் அத்தியாயத்தில் ஷாட்டைத் தீர்மானிக்கும் முன் இரண்டு விஷயங்கள் என்ன என்று பார்த்தோம். அதில் கேமராவை எந்தக் கோணத்தில் வைத்துப் பார்ப்பது என்பது முதல் விஷயமாக இருந்தது. அத்தகைய காட்சிக் கோணத்தில் முக்கியமான மூன்று விஷயங்கள் இருக்கின்றன.

1. வெளியிலிருந்து பார்க்கிற கோணம் (Objective angle)
2. பார்வையாளரின் கோணம் (Subjective angle)
3. காட்சிக்குள் இருப்பவரின் பார்வைக்கோணம் (Point of View)

வெளியிலிருந்து பார்க்கிற கோணம் (Objective angle)

திரைப்படத்தைப் படமாக்குவதில் மூன்று கோணங்களே இருக்கின்றன. முதலில் வெளியிலிருந்து பார்க்கிற கோணமான (Objective angle) பற்றிப் பார்க்கலாம். இதை வெளியிலிருந்து பார்ப்பது அல்லது சற்று விலகி இருந்து பார்க்கிற கோணம் என்றும் சொல்லலாம். புத்தர் மன அமைதிக்கான வழிகள் பற்றி பேசுகையில் உனக்கு நீயே சாட்சியாக இரு என்கிறார். அதாவது உங்களுக்கு என்ன நடந்தாலும் அதைச் சற்று விலகி இருந்து பாருங்கள் என்கிறார். வெளியிலிருந்து பார்க்கிற கோணம் என்பது இந்த வகையைச் சேரும். உதாரணத்துக்கு ஓர் அறையில் இருந்து தொலைக்காட்சியைப் பார்க்கிறீர்கள். நீங்கள் தொலைக்காட்சி பார்ப்பதை உங்களுக்குத் தெரியாமல் ஒருவர் அறையின் மேலிருந்தோ அல்லது சன்னல் வழியாகவோ சற்றுத் தள்ளியிருந்து படம் எடுத்தால் எப்படி இருக்கும். இந்தக் கோணம்தான் வெளியிலிருந்து பார்க்கிற கோணம். இன்னும் விளக்கமாகச் சொல்ல வேண்டுமெனில் நாம் ஏதும் தவறு செய்யக்கூடாது என்பதற்காகச் சிறுவயதில், "மேல இருந்து ஒருத்தன் பார்த்துகிட்டிருக்கான்" என்று பெரியவர்கள் சொல்வார்கள். அதாவது நீ செய்கிற தவறை என்னிடம் மறைத்தாலும் கண்காணிக்கிறவரிடமிருந்து மறைக்க முடியாது. உங்களை ஒருவர் கண்காணிக்கிறார் என்கிற அர்த்தத்தில் அப்படி

சொல்வார்கள். நம்செயல்கள் அனைத்தையும் கண்ணுக்குத் தெரியாத ஒருவர் கண்காணித்தால், நம் செயல்களை நமக்குத் தெரியாமலே ஒருவர் ஒரு கேமராவால் எடுத்தால் அந்தக் கோணம் எப்படி இருக்கும்? அதுதான் வெளியிலிருந்து பார்க்கிற கோணம். சமீப காலங்களில் candid camera என்ற ஒரு விஷயம் பிரபலமாகி வருகிறது. அதாவது ஒருவருக்குத் தெரியாமல் அவரது செய்கைகளைப் படம் பிடிப்பது. இவை எல்லாமே வெளியிலிருந்து பார்க்கிற கோணத்தின் வகையைச் சேரும். இவ்வகையான கோணம் நம் மனதுக்கு மிக நெருக்கமானவையாக இருப்பதில்லை. காட்சிக்குள் என்ன நடக்கிறது என்பதைக் காட்டும் இயக்குநரின் கோணம் இதுதான். இந்தக் காட்சியில் பாருங்கள் இவர்கள் இருவரும் கடற்கரையில் இருக்கிறார்கள். தனியாக அறையில் இருக்கிறார்கள் என்று காட்சி நடக்கும் இடத்தையும் கதாபாத்திரங்களின் நிலையையும் காட்டும் கோணமே இந்த Objective angle. அதாவது காட்சியில் இருப்பவர்களுக்குத் தெரியாமல் அவர்களைப் படம் பிடிப்பது. திரைப்படத்தில் இம்மாதிரி கோணத்தில் படம் எடுக்கையில் காட்சியில் நடிப்பவர்கள் கேமராவைப் பார்த்து விட்டால் அந்தத் துண்டுக்காட்சி திரும்பவும் ஒருமுறை ரீடேக் எடுக்கப்படும். காட்சிக்குள் இருப்பவர் கேமராவை பார்த்துவிட்டால், தான் படம் பிடிக்கப்படுகிறோம் என்ற உணர்வை அடைந்து விடுகிறார். பார்வையாளருக்கும் காட்சிக்குள் இருப்பவர் தன்னைப் பார்ப்பது போன்ற உணர்வை அடைந்து விடுகிறார். இதைத் தவிர்ப்பதற்காகப் புதிதாக நடிக்க வருகிறவர்களிடமும், தொழில்முறை அல்லாத நடிகர்களிடமும் பலமுறை சொல்கிற விஷயம் 'கேமராவைப் பாக்காதீங்க' என்றுதான். எல்லாத் திரைப்படங்களிலும் வெளியிலிருந்து பார்க்கிற கோணத்தில் எடுக்கப்பட்ட காட்சிகள் இருக்கின்றன. இதைக் கதை நடக்கிற காட்சியை ஒரு சாட்சியைப் போல வெளியிலிருந்து சற்று விலகி இருந்து முழுமையாக இயக்குநரின் பார்வையிலிருந்து எடுக்கப்படுகிற கோணம் என்றும் சொல்லலாம்.

பார்வையாளரின் கோணம் (Subjective angle)

திரைப்படத்தினுள் ஒரு விஷயத்தைப் பார்க்கும்போது அதைப் பார்வையாளர் பார்ப்பதுபோல அமைகிற கோணமே பார்வையாளர் கோணம். விளக்கமாகப் பார்க்கலாம். திரையில்

நடக்கிற செயலுக்குள் பார்வையாளரும் பங்கேற்பதுபோல அமைகிற கோணம். நேரடியாகப் பார்வையாளர் காட்சியைப் பார்ப்பது போலவும் அமையலாம். கடைத் தெருவை ஒரு கதாபாத்திரம் பார்த்துக்கொண்டு போகிறார் என்றால் அவர் பார்ப்பது மாதிரியான கோணமாகவும் இருக்கலாம். உதாரணத்துக்குக் கடைவீதியில் ஒருவர் நடந்து செல்கிறார். அவர் அங்கு இருக்கும் ஒரு பொம்மையைப் பார்க்கிறார் என்றால் அந்தப் பொம்மையை நம் கண்ணால் பார்த்தால் எப்படிப் பார்ப்போமோ அதுபோல அந்தப் பொம்மையை மட்டும் தனியாகப் பார்ப்பது மாதிரி அமைகிற கோணம். இதன்மூலம் கதாபாத்திரத்தின் கண்கள் வழியாகப் பார்ப்பது போலவும் தெரியும். நாமே நேரடியாக அந்தப் பொம்மையைப் பார்ப்பது போலவும் தெரியும். இதனால் பார்வையாளருக்குத் தானே படத்துக்குள் இருந்து அங்கு நடக்கிற விஷயங்களைப் பார்ப்பதுபோல ஒரு ஈடுபாடு உண்டாகிறது. இதுபோல படத்திற்குள் இருக்கிற கதாபாத்திரம் கேமராவின் லென்ஸை பார்த்தால் அது பார்வையாளரைக் கண்ணுக்குக் கண் நேராக நோக்குவதுபோல உணர்வினை உருவாக்கும்.

பார்வையாளரின் கோணம் என்கிற *Subjective angle*-ஐ பலவிதங்களில் பயன்படுத்தலாம்.

1. படத்தினுள் இருக்கிற நடிகரைப் பயன்படுத்தி கேமரா பார்வையாளரின் கண்ணாகச் செயல்படும். ஓர் ஓவியக் கண்காட்சிக்குள் சுற்றுலா அழைத்துச் சென்றதுபோல அங்கிருக்கும் ஓவியங்களைக் காட்சியாக்கும் அல்லது கார் தயாரிக்கிற தொழிற்சாலையினுள் மெதுவாக நகர்ந்து செல்லும் கேமரா அங்கு செய்யப்படும் விஷயங்களையும் பாகங்கள் பொருத்தப்படுவதையும் வெகு அருகில் காட்டும். இதன் மூலம் பார்வையாளருக்குத் திரையில் நடக்கிற விஷயங்கள் மீது அதீதமான ஈடுபாடு உண்டாகும். உதாரணத்துக்கு விமானத்தின் மேலிருந்து பார்ப்பது போன்ற நகரத்தின் காட்சி. இந்தக் காட்சியைப் பார்க்கும்போது பார்வையாளர் அவரே வானத்திலிருந்து பார்ப்பது போன்ற அனுபவத்தைப் பெறுகிறார். இந்தக் காட்சியைத் தொடர்ந்து ஒருவர் விமானத்துக்குள்ளிருந்து சன்னல் வழியே எட்டிப்பார்க்கிற ஷாட் வந்தால் பார்வையாளர் என்ன நினைப்பார்? அந்தக் கதாபாத்திரம் பார்ப்பதைத்தான் தானும் பார்ப்பதாக நினைப்பார். திரையில் இருப்பவரும்

அதைப் பார்க்கிற தானும் ஒரே விஷயத்தைப் பார்க்கிறோம் எனும்போது பார்வையாளருக்கு மனோவியல்ரீதியாகத் திரைப்படத்துடன் ஏற்படும் உணர்வு மிக நெருக்கமானது. எனவே இந்த Subjective angle மிக அன்னியோன்யமான உணர்வை பார்வையாளருக்குத் தருகிறது.

இதுபோல கேமரா Subjective கோணத்தில் படமெடுக்கும்போது அதனுடன் திரைப்படத்தின் துல்லியமான ஒலியும் சேரும்போது பார்வையாளர் திரைப்படத்துடன் மிக நெருக்கமாக உணர்கிறார். இந்தப் பார்வையாளரின் கோணம் செயல்படும்போது உதாரணமாக கார், ரேஸ், விமானம், ரயில் பயணம், மலைப் பகுதியின் வளைந்து செல்லும் பாதைகள் முதலான விஷயங்களைப் பதிவு செய்யும்போது அற்புதமான நெருக்கத்தை இக்கோணம் ஏற்படுத்துகிறது. ஒருவர் கட்டடத்தின் மேலிருந்து விழுகிறார் என்றால் விழும்போது அவர் பார்க்கிற விஷயம் பார்வையாளரின் கோணத்தில் பதிவாகும்போது பார்க்கிறவரும் விழுவது போன்ற உணர்வை அடைகிறார். கேமரா விமானத்தில் பைலட்டின் இருக்கையிலிருந்து விமானம் தரை இறங்குவதைப் படம் எடுக்கும்போது, குதிரை ரேஸில் குதிரை ஓட்டியின் கோணமாக இருக்கும்போது இந்தக் கோணம் தரும் உணர்வு புதுமையானது.

இந்தக் கோணங்கள் அனைத்திலும் கேமரா பார்வையாளரின் கண்ணாகச் செயல்படுகிறது. படம் பார்க்கிற ஒவ்வொரு பார்வையாளரும் காட்சியின் அழுத்தத்தைப் பெற்றுக்கொள்கிறான். வெளியிலிருந்து பார்க்கிற கோணம் Subjective angle போல யாரோ கண்ணுக்குத் தெரியாதவர் பார்ப்பது போன்றதல்லாமல், தானே கண்ணால் பார்க்கிற உணர்வை இந்தக் கோணம் ஏற்படுத்துகிறது. விமானத்தின் இருக்கையிலிருந்து நகரத்தைப் பார்ப்பதுபோல, ரயிலின் கண்ணாடி வழியே கடந்து செல்லும் நிலக்காட்சியைப் பார்ப்பதுபோல, கதாபாத்திரத்துடன் காட்சியுடன் திரைக்குள் நடக்கும் விஷயங்களை நம் கண்வழியே பார்ப்பது போன்ற உணர்வைத் தருவதால் Subjective angle திரைப்படத்தின் கதை சொல்வதில் சுவாரஸ்யமான பங்கை வகிக்கிறது. இதுபோல் காட்சிக்குள் இருக்கிற கதாபாத்திரத்துடன் சேர்ந்து கேமரா பல இடங்களை மாற்றிக்கொண்டே இருக்கிறது. திரைப்படத்தில் இருக்கிற பல கதாபாத்திரங்களில் கேமரா யாரைக் குறிப்பிட்டுக் காட்டுகிறதோ அவர் பார்ப்பது

போன்ற காட்சிகளையெல்லாம் அவர் கண்களின் வழியே நாமும் பார்க்கிறோம். உதாரணத்திற்குச் சுற்றுலா செல்வது மாதிரி ஒரு காட்சி என்று வைத்துக்கொண்டால் (உதாரணம் திரைப்படக் காட்சியிலிருந்து இருக்கலாம்) அந்தக் காட்சியில் இருக்கிற ஒவ்வொரு கதாபாத்திரமும் ஒன்றை வேடிக்கை பார்க்கும். ஒருவர் படகு ஓட்டலாம். ஒருவர் குதிரைச் சவாரி செய்யலாம். ஒருவர் ராட்டினத்தில் சுற்றலாம். ஒருவர் இயற்கைக் காட்சியை ரசிக்கலாம். இப்படி நான்கு பேர் நான்கு விதமான காட்சிகளைப் பார்த்தாலும் நான்கு பேரின் கண்களின் வழியாகப் பார்வையாளராகள் நான்கு விதமான காட்சிகளையும் பார்த்து ரசிக்கலாம். குதிரையில் போகிறவர் எப்படிப் பார்ப்பாரோ அதுபோல காட்சியைப் பார்க்கலாம். குதிரையிலிருந்து காட்சியை எடுத்துப் பிறகு குதிரை ஓட்டியவரைக் கேமரா காட்டும்போது சற்றுமுன் பார்த்த காட்சி குதிரை ஓட்டுபவர் பார்த்த காட்சியாகிறது. அதேநேரத்தில் நாமும் அவர் பார்த்த காட்சிக் கோணத்தில் பார்த்து விடுகிறோம். இதுபோல ஒரு காட்சியில் அல்லது ஒரு திரைப்படத்தில் ஒரு கதாபாத்திரம் பார்ப்பதைப் பார்வையாளரும் பார்ப்பது மாதிரி அமைவது இந்தக் கோணத்தின் சிறப்பாகும். எப்போதும் இது போன்ற Subjective கோணத்தில் காட்சிகள் அமைக்கும்போது அந்தக் காட்சியை முதலில் பார்வையாளர்கள் பார்ப்பார்கள். பிறகு அந்தக் காட்சியை எந்தக் கதாபாத்திரம் பார்க்கிறது என்பதைக் காட்டுவதற்காக அந்தக் கதாபாத்திரத்தின் முகம் காட்சியாக வரும். இதன் மூலம் கதாபாத்திரம் என்ன பார்க்கிறதோ அதை அந்தக் கதாபாத்திரத்தின் கண்களின் வழியாகப் பார்வையாளரும் பார்க்க முடிகிறது. அவர் என்ன உணர்வைப் பெறுகிறாரோ அதே உணர்வைப் பார்வையாளரும் பெற முடிகிறது.

பொதுவாக Subjective கோணத்திலுள்ள காட்சிகளில் என்ன நடக்கிறது? ஒரு காட்சியைப் பார்க்கிறோம். பிறகு அந்தக் காட்சியை யார் பார்க்கிறார்கள் என்பதற்கு அந்தக் கதாபாத்திரத்தின் ஷாட் வருகிறது. இது மாதிரியான Subjective கோணத்தில் பார்வையாளர் காட்சியுடன் நேரடியாகத் தொடர்புகொள்கிற உணர்வைப் பெறுகிறார். ஆனால் கதாபாத்திரம் கேமராவுடன் நேரடியாகத் தொடர்பு கொள்வதில்லை. உதாரணத்திற்குச் சுவரில் இருக்கிற கடிகாரம், நகரத்தை உயரத்திலிருந்து பார்க்கும் காட்சி, கடற்கரை இது மாதிரியான காட்சிகள் தனியாக இருக்கின்றன. இந்தத் தனிக் காட்சிகளைப் பார்வையாளர்

பார்ப்பதாக இருந்தாலும் சரி அல்லது அந்த ஷாட்டிற்குப் பின்னால் வரும் கதாபாத்திரம் பார்ப்பதாக இருந்தாலும் சரி, கடற்கரை, கடிகாரம், நகரம் முதலான காட்சிகள் தனித் துண்டுக் காட்சிகளாகவே இருக்கின்றன. இவற்றைத் தொடர்ந்து ஒரு கதாபாத்திரம் பார்ப்பதுபோல ஒரு தனி ஷாட் படத்தொகுப்பில் சேர்க்கப்படும்போதே இந்தக் காட்சிகளை இவர் பார்க்கிறார் என்னும் அர்த்தத்தைப் பெறுகின்றன. இல்லையெனில் இந்தக் காட்சிகள் அனைத்தும் தனியாக இருக்கின்றன. இத்தகைய காட்சிகளை ஒருவர் பார்க்கிறார் என்று கதாபாத்திரத்தின் ஷாட் இணைக்கப்படும்போதே இவை *Subjective* கோணத்தில் எடுக்கப்பட்டதாக மாறுகின்றன. இல்லையெனில் இந்தத் தனிக்காட்சிகள் *Subjective* கோணத்தில் எடுக்கப்பட்டவையாகவே அர்த்தம் பெறும். இன்னும் விளக்கமாகப் பார்க்கலாம்.

கடற்கரை, சுவரில் தொங்கும் கடிகாரம், நகரத்தின் காட்சி இவையாவும் தனியாக இருந்தால் அவை *Objective* கோணம். இந்தத் துண்டுக் காட்சிகளை அடுத்து படத்தொகுப்பில் இந்தக் காட்சிகளை எல்லாம் இன்னார் பார்க்கிறார் என்று ஒருவரின் ஷாட் சேர்க்கப்படும்போது இவை *Subjective* கோணமாக மாறி விடுகின்றன. கதாபாத்திரம் ஒருவர் பார்ப்பதாக ஒரு துண்டுக் காட்சி பின்னால் சேர்க்கப்படவில்லையெனில் எந்த *Subjective* கோணத்தில் எடுக்கப்பட்ட ஷாட்டும் *Objective* கோணத்தில் எடுக்கப்பட்ட காட்சியாக மாறிவிடுகிறது. மேலும் இவ்வாறு *Objective* கோணத்தில் எடுக்கப்பட்ட காட்சியைத் தொடர்ந்து காட்டப்படும் கதாபாத்திரமும் நேரடியாக கேமராவைப் பார்ப்பதில்லை. அவர் திரைக்கு வெளியே எங்கோ பார்ப்பதுபோலத்தான் பார்க்கிறார். இதைத்தான் அவர் கேமராவுடன் நேரடியாகத் தொடர்பு கொள்வதில்லை என்று சொல்கிறோம். உதாரணத்திற்கு ஒரு கட்டடத்தின் காட்சியைப் பார்க்கிறோம். அதை அடுத்து வரும் துண்டுக்காட்சியில் கதாபாத்திரம் அண்ணாந்து பார்க்கிறார். அவர் மேல் நோக்கிப் பார்க்கிறார். சாலையில் வண்டிகள்போய்க் கொண்டிருக்கின்றன. இதைத் தொடர்ந்து வரும் காட்சியில் ஒரு கதாபாத்திரம் சன்னலில் இருந்து கீழ்நோக்கிப் பார்க்கிறார். இவ்வாறு கீழ் நோக்கியோ மேல் நோக்கியோ பக்கவாட்டிலோ ஒரு கதாபாத்திரம் பார்த்தாலும் பார்வையாளர் அவர் பார்ப்பதாகவே புரிந்துகொள்கிறார். காரணம் அவர் பார்க்கும் பார்வைக் கோணத்தில் அந்தக் காட்சி இருக்கிறது. பொதுவாக

இதுபோன்ற காட்சி Objective ஆக அல்லது Subjective ஆக இருக்கிறது. Objective கோணத்தில் உள்ள காட்சியைத் தொடர்ந்து அதைப் பார்க்கிறவரின் காட்சி சேர்ந்தால் அது Subjective கோணமாக மாறுகிறது. அவ்வாறு பார்க்கிறவரின் காட்சி படத்தொகுப்பில் சேர்க்கப்படவில்லை என்றால் அது Objective கோணமாகவே இருந்து விடுகிறது. இதுபோல Subjective கோணத்தில் காட்சியைப் பின் தொடர்ந்து வருபவர் மேலேயோ கீழேயோ பக்கவாட்டிலோ பார்க்கிறார். கேமிராவை நேராகப் பார்ப்பதில்லை. இவ்வாறு Subjective கோணத்தைப் பயன்படுத்தும்போது சில சிரமங்களும் இருக்கின்றன.

உதாரணத்துக்கு ஒரு காட்சியில் இரண்டு பேர் பேசிக் கொண்டிருக்கிறார்கள் என்று வைத்துக்கொள்வோம். இதில் ஒருவர் பேசுவதைக் காட்ட அவரது முகத்தை மட்டும் காட்டுகிறோம். அதாவது Subjective கோணத்தில் இதுவரை ஒரு சாலையையோ, பொருட்காட்சியையோ நகரத்தையோ, கட்டடத்தையோ தனியாகக் காட்டிப் பிறகு அதைப் பார்க்கிறவரைக் காட்டுகிற உதாரணங்களையே இதுவரை பார்த்தோம். ஆனால் கட்டடங்களையோ நிலக்காட்சியையோ காட்டாமல் ஒரு மனிதரின் முகத்தைக்காட்டி (Objective கோணம்போல) பிறகு, அந்த முகத்தைத் தொடர்ந்து, அந்த முகத்தைப் பார்க்கிற இன்னொரு முகத்தைக் காட்டுகிறோம் என்று வைத்துக் கொள்ளுங்கள். இது மாதிரியான தருணத்தில் Subjective கோணத்தில் சில கஷ்டங்கள் வரும். என்ன கஷ்டம் வரும்? விளக்கமாகப் பார்க்கலாம்.

பொதுவாக Subjective கோணத்தில் ஒரு கட்டடத்தைக் கீழிருந்து மேல்நோக்கி எடுக்கப்பட்டதுபோல ஒரு காட்சி வரும். பிறகு அந்தக் கட்டடத்தைக் கீழிருந்து அண்ணாந்து பார்ப்பது மாதிரியான ஒரு கதாபாத்திரத்தின் முகம் வரும். இதுதானே Subjective கோணம். அதாவது அவர் பார்க்கிற கோணத்தில் கட்டடம் இருக்கும். ஆனால் இருவர் எதிர் எதிரே அமர்ந்து பேசுகிறார்கள் என்று வைத்துக் கொள்வோம். இந்தக் காட்சியில் ஒருவருக்கொருவர் முகத்தைப் பார்த்துத்தான் பேசுவார்கள். இப்போது ஒருவரை மட்டும் படம் எடுக்கிறோம். பிறகு அவருக்கு எதிரில் இருப்பவரைத் தனியாகப் படம் பிடிக்கிறோம். அதாவது முதலில் பேசுபவரைப் படம் எடுக்கும்போது கேமரா எதிரில் அமர்ந்திருப்பவரின் இடத்தில் இருக்கும்.

இந்த நேரத்தில் கேமராவுக்கு முன்னால் இருக்கும் நடிகர் எதிரில் இருப்பவரின் முகத்தைப் பார்த்துப் பேசியிருப்பார் என்பதால் அவர் அமர்ந்திருந்த இடத்தில் கேமராவை வைத்துப் படம் எடுக்கிறோம். இந்த நிலையில் கேமராவுக்கு முன்னால் இருப்பவர் நியாயமாக கேமராவின் லென்ஸை பார்த்துதானே பேச வேண்டும். ஏனெனில் எதிரிலிருப்பவர் இடத்தில் கேமரா அவருக்குப் பதிலாக இருந்து படம் பிடிக்கிறது. எதிரிலிருப்பவரின் கண்ணைப் பார்த்துப் பேசியவர் அவருக்குப் பதிலாக அவர் இடத்தில் கேமரா இருப்பதால் கேமராவின் லென்ஸை பார்த்துத்தானே பேசவேண்டும்?

இவ்வாறு காட்சியில் இருக்கும் ஒருவர் திடீரென கேமராவின் லென்ஸைப் பார்த்துப் பேசினால் என்னாகும்? பார்த்துக் கொண்டிருக்கும் பார்வையாளர் திரைக்குள் இருக்கும் கதாபாத்திரம் தன்னைப் பார்ப்பதாக உணர்ந்து அதிர்ச்சி அடைவார். ஏனெனில் இவ்வளவு நேரம் கதையுடன் ஒன்றிப் படம் பார்த்துக் கொண்டிருந்த பார்வையாளர் கேமரா என்ற ஒன்றைக்கொண்டு படம் எடுக்கப்பட்டிருக்கிறது என்ற உணர்வே இல்லாமல் படம் பார்த்துக் கொண்டிருப்பார். திடீரென ஒரு கதாபாத்திரம் கேமராவை பார்த்துப்பேசத் துவங்கினால், படம் பார்க்கிறவர் தன்னைக் கதாபாத்திரம் பார்ப்பது போன்ற உணர்வை அடைவார். இதன்மூலம் கேமரா குறித்த உணர்வைப் பெறுவார். உதாரணத்துக்கு நாம் தெருவில் நடந்து செல்லும்போது நம்மை ஒருவர் நேருக்கு நேராகப் பார்த்துச் சென்றால் நாம் கொஞ்சம் சலனம் அடைகிறோம். அவர் யார் என்ற கேள்வி மனதில் வருகிறது. நம் சுயம் குறித்த நினைவு கலைந்து அவர் பற்றிய யோசனை சிறிது நேரம் வந்து போகிறது. அதுபோல படம் பார்க்கும்போது கதாபாத்திரங்கள் அவர்கள் சூழலில் கதை நடந்தாலும் அவர்களது வீட்டை அவர்கள் பார்க்கிற இயற்கைக் காட்சியை நாமும் பார்ப்பதுபோன்ற உணர்வை Subjective கோணம் தருகிறது. அதன்மூலம் நடக்கும் கதையை அருகிலிருந்து பார்ப்பதுபோல மிக நெருக்கத்தில் நடப்பது போன்ற உணர்வை அடைகிறோம். அதேநேரத்தில் அந்தக் கதையில் இருக்கும் கதாபாத்திரம் கேமராவை நேராகப் பார்த்தால் அது நம்மைப் பார்ப்பது போலத் தெரிவதால் பார்வையாளர் அதிர்ச்சி அடைகிறார். இம்மாதிரி கேமராவை பார்ப்பதுபோல எடுப்பது கதை சொல்லும் முறைக்கும் அதனுடைய சரளமான

தன்மைக்கும் இடையூறாகவே இருக்கிறது. பார்வையாளன் கதையை அனுபவித்துப் பார்ப்பதற்கே விரும்புகிறான்.

கேமரா இருக்கிறது என்ற உணர்வே இல்லாமல் கதைக்குள் இருக்கிற கதாபாத்திரத்தைத் திடீரென ஓர் அந்நியன் வெளியிலிருந்து பார்ப்பதுபோல கேமரா பார்த்தால் என்ன நடக்கிறது? இதுவரை கண்ணுக்குத் தெரியாத அந்நியனாக இருந்த கேமரா திடீரெனக் கதைக்குள் இருப்பவருடன் நேரடியாகத் தொடர்பு கொள்வதன் மூலம் கதைக்குள் தானும் பங்கேற்கிறது. நம் வீட்டில் மகிழ்ச்சியாகக் குழந்தைகளுடன் விளையாடிக் கொண்டிருக்கையில் சன்னலின் வழியே ஒருவர் எட்டிப் பார்த்தால், எட்டிப் பார்க்கிறவரின் கண்களை நாமும் பார்த்து விட்டால் எப்படி அதிர்ச்சி அடைவோமோ அப்படி ஓர் அதிர்ச்சி கதாபாத்திரம் கேமராவைப் பார்த்தால் திரைப்படம் பார்க்கிற பார்வையாளருக்கும் ஏற்படுகிறது. ஒரு பார்வையாளர் திரைப்படம் பார்க்கும்போது அந்தத் திரைப்படத்துடன் உணர்வுரீதியாக ஈடுபட விரும்புகிறார். ஆனால் அவர் கதாபாத்திரங்களுடன் தானும் ஒருவராக பங்கெடுப்பதற்கு விரும்புவதில்லை. அதை அவர் அசௌகர்யமாகவே உணர்வார்.

Objective ஆக இருக்கிற துண்டுக்காட்சி *Subjective*ஆக உடனடியாக மாறும்போது அதுவும் நேரடியாக கேமராவின் லென்ஸை பார்க்கிற காட்சியாகப் படத்தில் மாறும்போது அத்தகைய உடனடி அதிர்ச்சிக்கு பார்வையாளர் தயாராக இருப்பதில்லை. இதுபோல லென்சை நேரடியாக நோக்குகிற *Subjective* கோணம் பெரிய வெற்றிகரமான உத்தியாக இருந்ததில்லை.

பொதுவாக ஒரு காட்சித்தொடர் முழுக்க அல்லது படம் முழுக்க *Subjective* கோணத்தில் இருந்தால் அதிலும் வேறு சில கஷ்டங்கள் இருக்கின்றன. கேமரா கதாபாத்திரத்துக்காகப் பார்க்கும்போது அது கதாபாத்திரம் போலவே நடக்க வேண்டியிருக்கிறது. அவன் என்ன பார்க்கிறானோ அதையே எல்லா நேரத்திலும் பார்க்க வேண்டியிருக்கிறது. அவன் நடந்தால், உட்கார்ந்தால், பார்த்தால் பக்கத்திலிருக்கிற சக நடிகரைப் பார்த்தால் எல்லாம் அவனைப் போலவே கேமராவும் இயங்க வேண்டியிருக்கிறது. இதனால் படத்தொகுப்பில் பயன்படுத்தப்படுகிற வழக்கமான நுட்பங்களையும் இதில் பயன்படுத்த முடியாது. எல்லா ஷாட்டைத் தொடர்ந்தும் அதைப் பார்ப்பது யார் என்ற காட்சியையே காட்ட வேண்டி இருக்கும்.

இன்னும் நுணுக்கமாகப் பார்த்தால் இரண்டு பேர் எதிரெதிரே அமர்ந்து பேசும் காட்சியில் Subjective ஆக காட்ட வேண்டிய நடிகரையே Objective காட்சியாகத்தான் முதலில் காட்ட வேண்டிருக்கிறது. ஆனால் அவர் இடத்தில் அவருக்குப் பதிலாக கேமரா வரும்போது பார்வையாளர்கள் தான் பார்ப்பதுபோல எல்லாவற்றையும் Subjective ஆக மட்டுமே பார்க்க வேண்டிய கட்டாயம் ஏற்படுகிறது. பல சமயங்களில் Subjective ஆக இருந்து யார் பார்க்கிறார்களோ அந்த நடிகரை ரொம்ப நேரம் பார்க்க முடியவில்லையெனில் அவரது பிரதிபலிப்பு கண்ணாடியிலோ, சன்னலிலோ அல்லது நீரில் தெரியும் பிம்பமாகவோ காட்ட வேண்டியிருக்கிறது. அந்த நடிகர் நடக்கிறார் என்றால் கேமராவும் அவரைப் போலவே நடந்து பாசாங்கு செய்ய வேண்டியிருக்கிறது. அந்த நடிகர் என்னென்ன செய்கிறாரோ எல்லாவற்றையும் கேமரா செய்ய வேண்டி இருக்கிறது. அவர் அறைக்குள் நுழைந்து அறையில் அமர்ந்திருப்பவர்களைப் பார்த்து, அவர்களுக்கெதிரில் அமர்ந்து, எதிரில் இருப்பவரிடம் பேசி அருகிலிருக்கும் தொலைபேசி மணி ஒலித்தால் அதைத் திரும்பிப் பார்த்து எழுந்து அங்கிருந்து போவது வரை Subjective ஆக இருப்பவர் என்னென்ன செய்கிறாரோ அது அனைத்தையும் செய்ய வேண்டி இருக்கிறது. அவ்வாறு செய்யும்போது அந்த அறையில் இருக்கும் பிற நடிகர் அல்லது நடிகர்கள் Subjective ஆக யார் இருக்கிறாரோ அவருடன் உரையாட அல்லது அவர் சொல்வதைக் கேட்க அவர் கண்ணைப் பார்க்க வேண்டி இருப்பதால் கேமராவின் லென்ஸை பார்க்க வேண்டி இருக்கிறது. உதாரணத்துக்கு இது மாதிரியான Subjective கோணத்தில் ஒரு பெண் தனது காதலனுடன் காதல் பொங்கப் பேச வேண்டுமெனில் அவள் கேமராவின் லென்ஸை பார்த்துத் தன் காதல் உரையாடலைப் பேச வேண்டி இருக்கிறது.

மேலும் இதுபோல Subjective கோணத்தில் ஒரு காட்சித் தொடரையோ அல்லது முழுப் படத்தையோ எடுக்கும்போது Subjective ஆக இருக்கும் நடிகர் பார்ப்பதுபோல தொடர்ச்சியான நீண்ட காட்சிகளை எடுக்க வேண்டியது இருக்கும். உதாரணத்துக்கு அவர் நடந்து வருவது, அறைக்குள் நுழைவது, எதிரில் இருப்பவரிடம் பேசுவது, உட்காருவது, பின் நடந்து வெளியே செல்வது, என்று ஒரு காட்சியில் அவரின் இடத்திலிருந்து கேமரா அவரின் செய்கைகளைச் செய்து காட்சியைப் பதிவு

செய்யும்போது பதிவு செய்யப்பட்ட காட்சி தொடர்ச்சியாக நீளமானதாக இருக்கிறது. முக்கியமான அல்லது தேவையான செய்கைகளின் இடையே இப்படிப் படம் பிடிப்பது தேவையற்ற பதிவையே நமக்கு அதிகம் தரக்கூடியதாக இருக்கும்.

மேலும் இவ்வாறு எடுக்கப்பட்ட ஷாட்டை படத்தொகுப்பில் வெட்டி சிறிதாகவோ குறைக்கவோ முடியாது. அவ்வாறு குறைத்தால் செயலின் தொடர்ச்சி விடுபட்டுப் போகும். எனவே இதுபோல *Subjective* கோணத்தில் முழுப்படத்தையும் எடுப்பது என்பது கதை சொல்லலில் மந்தமான விளைவையே கொடுக்கும். ஏனெனில் இதுமாதிரி எடுக்கப்படும் காட்சியில் யார் பார்க்கிறாரோ அவர் பார்க்கிற காட்சிகளே அதிகமாக இருக்கும். அவரின் முகம் குறைவான நேரமே திரையில் வரும். மேலும் எதிரில் இருப்பவர் பேசும் உரையாடலுக்கு, செயல்களுக்கு இவர் என்ன முகபாவம் காட்டுகிறார் என்பது விடுபட்டுப் போகும். இதனால் பார்வையாளர் ஏமாற்றப்படுவதைப் போன்ற உணர்வை அடைகிறார். ஏனெனில் இருவர் பேசிக் கொண்டிருக்கிறார்கள் என்றால் அதில் ஒருவர் *Subjective* ஆக அதாவது கேமராவாக இருப்பார். இன்னொருவர்தான் பேசிக் கொண்டிருப்பார். இதனால் நடக்கும் காட்சியில் அவர்களுக்கு இடையில் நடக்கும் விஷயங்களில் ஒரு பாதியை மட்டுமே பார்க்கிற உணர்வு பார்வையாளருக்கு ஏற்படும். உதாரணத்துக்கு ஒரு காதல் காட்சியில் காதலன் *Subjective* ஆக இருந்தால் காதலி கேமராவை பார்த்துப் பேசவேண்டி இருக்கும். இதில் பார்வையாளருக்கு ஒருவிதமான ஏமாற்றமே மிஞ்சும். எப்போதும் *Subjective* ஆக எடுக்கப்படும் காட்சி துவக்கத்தில் ஆர்வம் அளிக்கக் கூடியதாக இருக்கும். ஆனால் அதுவே தொடர்ந்து நீடிக்கும்போது அது ஒருவிதமான சலிப்பையே தரும்.

மேலும் *Subjective* முறையில் கதை சொல்கையில் சில விதி விலக்குகளும் இருக்கின்றன. இந்த விதி விலக்குகளைப் பயன்படுத்தி வழக்கமான படத்தொகுப்பு முறைகளையும் நாம் பயன்படுத்தலாம். உதாரணத்துக்கு *flashback* எனப்படும் கடந்தகால நினைவுகளை நினைத்துப் பார்க்கையில் இந்த *Subjective* முறையைப் பயன்படுத்தலாம். ஏனெனில் பொதுவாக நடந்த விஷயத்தை நினைத்துப் பார்க்கையில் அந்தச் சம்பவங்கள் அனைத்தையும் வரிசையாகச் சொல்ல வேண்டிய அவசியம் இருக்காது. நடந்த விஷயங்களில் மிக முக்கியமான நிகழ்வுகளை

மட்டும் துண்டு துண்டாகச் சொன்னால் கூடப் போதுமானது. வழக்கமாக *Subjective* கோணத்தைக் கையாள்கையில், உதாரணமாக ஒருவர் அறைக்குள் நுழைகிறார் என்றால் அவரது இடத்தில் கேமரா இருந்து அறைக்குள் நுழையும். இதனால் அறைக்குள் அவரது கண்களின் வழியே நீண்ட காட்சிகள் எடுக்கப்படும். அறைக்குள் இருப்பவர்கள் அவரது கண்களைப் பார்த்துப் பேசும் அர்த்தத்தில் கேமராவின் லென்ஸை பார்த்துப் பேசுவார்கள். இவ்வாறு *Subjective* நடிகரின் இடத்தில் கேமரா இருப்பதால் எடுக்கப்படும் நீண்ட காட்சியைப் படத்தொகுப்பில் துண்டிக்க முடியாது என்றும் படித்திருந்தோம். ஆனால் கடந்த கால நினைவுகளைச் சொல்கையில் இவ்வாறு ஒரே நீண்ட காட்சியாகச் சொல்ல வேண்டிய அவசியம் இல்லை. நடந்த விஷயத்தின் மிக முக்கியமான நிகழ்வுகளை மட்டுமே *Subjective* ஆகச் சொல்வோம் என்பதால் படத்தொகுப்பு செய்வதில் வழக்கமான முறைகளையே கையாளலாம்.

அதுபோல *Subjective* கோணம் இன்னொரு இடத்திலும் நல்ல விதத்தில் பயன்படுகிறது. உதாரணத்துக்கு *Subjective* ஆக இருக்கிற கதாபாத்திரம் குடியால், மருந்துகளால் உடல் நலமில்லாமல், அல்லது மன நலமில்லாமல் இருந்தால் அவர்களது நினைவுகள் ஒரு தொடர்ச்சி இல்லாமல் இருக்கலாம் என்பது படம் பார்க்கிற பார்வையாளர்களால் புரிந்து கொள்ள முடியும். இந்த மாதிரியான தருணங்களில் *Subjective* கோணம் சிறப்பாகப் பயன்படும். ஏனெனில் நடந்த விஷயத்தைத் தொடர்ச்சியாகக் காட்ட பாதிக்கப்பட்ட கதாபாத்திரம் இப்போது தன் கண்களின் வழியே நடந்த விஷயத்தைப் பார்க்கவில்லை. மனக்கண்ணின் வழியே ஒரு நினைவாகத்தான் பார்க்கிறார். எனவே வழக்கமாக *Subjective* கோணத்தில் கதாபாத்திரத்தின் கண்களாக இருக்கிற கேமரா இந்த முறையில் மனக் கண்ணாக இருக்கிறது. எனவே நடந்த விஷயத்தைத் தொடர்ச்சியாகப் பார்க்காமல் அங்கங்கே துண்டு துண்டாகப் பார்க்க முடியும். இந்த வசதி இருப்பதால்தான் *Subjective* கோணமாக இருந்தாலும் அதனை வழக்கமான படத்தொகுப்பு முறையில் தொகுக்க முடியும். இல்லையெனில் நீண்ட காட்சிகளைத் தொடர்ச்சியாக எடுக்க வேண்டியது இருக்கும். இந்த முறையில் தொலைபேசி ஒலித்தது என்பதைக் காட்ட தொலைபேசியின் துண்டுக்காட்சி மட்டும் போதுமானது. ஆனால் வழக்கமான *Subjective* கோணம் எனில் *Subjective* கதாபாத்திரம் தலை திரும்புவதுபோல அவர்

இடத்தில் இருக்கும் கேமராவை திருப்பித் தொலைபேசியைக் காட்ட வேண்டும். இதுபோல கதைக்குத் தேவையானதை மட்டும் அவை தொடர்ச்சியாக இருந்தாலும் சரி தொடர்பு இல்லாமல் தனித்தனிக் காட்சிகளாக இருந்தாலும் சரி, அவற்றை நீண்ட காட்சியாக இல்லாமல் தனித்தனியாக வழக்கமான படத்தொகுப்பு போல காட்டமுடியும்.

இதுபோல Subjective ஆக தொகுக்கப்பட்ட காட்சிகளைச் சரியான அறிமுகத்துடன் Objective ஆக எடுத்த காட்சிகளுடன் வெற்றிகரமாக இணைத்ததால் பார்வையாளர்கள் நடப்பது என்ன என்பதைத் தெளிவாகப் புரிந்துகொள்வார்கள். இந்த மாதிரியான காட்சிகள் Objective ஆக எடுக்கப்பட்ட உயிரில்லாத பொருட்கள், நடிகர்கள் இல்லாமல் ஆட்கள் யாருமே இல்லாத இடமாக இருந்தால் இந்த மாதிரியாக Subjective, Objective இரண்டும் இணைகிற காட்சிகள் சிறப்பாக இருக்கும். உதாரணத்துக்கு ஒரு கதை flashback ஆகச் சொல்லப்படுகிறது. ஒரு பழைய வீடு காட்டப்படுகிறது. அதன் திறந்திருக்கும் கதவு வழியே கேமரா நுழைகிறது. அங்கிருக்கும் சுவரில் பழைய கறுப்பு வெள்ளைப் படங்கள், கேமரா மாடிப்படிகளில் ஏறிச் செல்கிறது. முடிவில் அங்கு இறந்த ஓர் உடல் கிடக்கிறது. இந்தக் காட்சி Objective ஆக எடுக்கப்பட்ட காட்சி. இவ்வாறு எடுக்கப்பட்ட காட்சியை ஒருவர் பார்க்கிறார் அல்லது நினைத்துப் பார்க்கிறார் என்று Objective ஆக மாற்றினால் இது மிகச்சிறந்த விளைவைத் தரும் காட்சியாக மாறுகிறது. இப்போது இதையெல்லாம் யார் பார்க்கிறார் என்று காட்டி விட்டால் இது Subjective ஆக மாறுகிறது. ஏனெனில் Objective ஆக எடுக்கப்பட்ட அந்த வீட்டில் உயிருள்ளவர்கள் யாருமே இல்லை. அவ்வாறு இருந்திருந்தால் அவர்கள் லென்ஸை பார்த்து Subjective ஆக இருக்கிற கதாபாத்திரத்துடன் ஓர் இணைப்பை உருவாக்கி இருப்பார்கள். ஆனால் இங்கு யாருமே இல்லை. இவ்வாறு Objective ஆக எடுக்கப்பட்ட காட்சி இதெல்லாம் இன்னாருடைய நினைவு என்று Subjective கதாபாத்திரத்தைக் காட்டுவதன் மூலம் Subjective, Objective இரண்டும் அழகாக இணைகின்றன. இதில் உள்ள இன்னொரு சிறப்பு அம்சம் என்னவென்றால் வழக்கமாக Objective காட்சியைத் தொடர்ந்து Subjective ஆகப் பார்ப்பவர் யார் என்ற காட்சி வரும். இதுதான் இயல்பு. ஆனால் இந்த Objective காட்சியில் உயிருள்ளவர்கள் யாரும் இல்லை.

மேலும் *Objective* காட்சி இறந்த காலத்தில் நினைவாக இருக்கிறது. அதை மனக்கண்ணில் பார்க்கிற *Subjective* கதாபாத்திரம் நிகழ்காலத்தில் இருக்கிறது. எனவே *Object, Subject* இரண்டும் இணைந்தாலும் அவை இரண்டும் வெவ்வேறு காலத்தில் இருக்கின்றன.

மேலும் *Subjective* ஆக இருக்கிறவர்களைப் பார்ப்பதற்கு *Objective* எடுக்கப்பட்ட காட்சியில் இருப்பவர்கள் கேமராவின் லென்ஸை பார்க்க வேண்டும் என்று பார்த்தோம். குறிப்பாக மனநலம் குன்றியவர்கள் *Subjective* ஆக இருக்கும்போது பார்வையாளர்கள் லென்ஸை பார்க்கும் விதமாக இருப்பது பொருத்தமானதாக இருக்கும். ஏனெனில் கதாபாத்திரத்தின் நிலையை நெருக்கமாக உணர்வதற்கு இது அவசியமாக இருக்கும். இவ்வாறு எடுக்கப்பட்ட காட்சிகள் கலங்கலாகவோ, உருவச் சிதைவுடனோ, நடுக்கத்துடனோ இருந்தால் இன்னும் சிறப்பான விளைவுகளைத் தரும்.

சண்டைக் காட்சிகளில் இந்த *Subjective* கோணம் சிறப்பான விளைவுகளைத் தருகிறது. உதாரணத்துக்கு அடிப்பவர் யாரென்று தெரியாமல் அடிவாங்குபவர் லென்ஸை பார்த்துப் பயந்து அடி வாங்குவார். இதில் பார்வையாளரே அடிவாங்குவது போல, தரையில் விழுவது போல விளைவைத் தரும். இதன்மூலம் பார்க்க முடியாதவரின் கண்ணாக கேமரா செயல்படுகிறது. மேலும் திரையிலிருப்பவர் லென்ஸை பார்க்கும்போது நடிப்பவருக்கும் பார்வையாளருக்கும் கண்ணோடு கண் நோக்குவதுபோல ஒரு தொடர்பு ஏற்படுகிறது. இதற்கு சிறந்த உதாரணம் தொலைக்காட்சியில் செய்தி வாசிப்பவர் நேரடியாக லென்ஸை பார்த்தே செய்தி வாசிக்கிறார். இதன் மூலம் செய்தி வாசிப்பவர் நேரடியாக நம்மைப் பார்ப்பதுபோல ஓர் உணர்வு ஏற்படுகிறது. நாமும் நேரடியாக அவரது கண்ணைப் பார்க்கிறோம். இதன்மூலம் திரையில் தோன்றுபவருக்கும் அதனைப் பார்க்கிற பார்வையாளருக்கும் ஓர் உறவு ஏற்படுகிறது. இவ்வாறு கண்ணோடு கண் நோக்கும்போது நெருக்கமான உறவு திரையில் இருப்பவருடன் நமக்கு ஏற்படுகிறது. இது அவர் வாசிக்கிற செய்தியின் நம்பகத் தன்மையை அதிகப்படுத்துகிறது. ஏனெனில் கண்ணைப் பார்த்துப் பேசுவது உண்மை என்கிற கருத்து நம்மிடம் வழக்கத்தில் இருக்கிறது. தொலைக்காட்சி வருவதற்கு முன்பு வானொலியில் செய்தி வாசிப்பவர்

நேரடியாக வாசகரிடம் சொல்வது போலவே வாசிக்கிறார். இந்தத் தன்மையே பின்னாளில் தொலைக்காட்சி வந்தும் தொடர்கிறது.

இதுபோல பார்வையாளருடன் நேரடியான உறவை ஏற்படுத்த நாடகத்தன்மை வாய்ந்த திரைப்படங்களில் அந்தப் படத்தில் இயக்குநரோ கதாசிரியரோ முன்னால் தோன்றி லென்ஸைப் பார்த்து அந்தக் கதையையோ அல்லது அதிலிருக்கும் நடிகர்களையோ அல்லது அந்தக் கதை நடக்கும் பின்னணி பற்றியோ அறிமுகப்படுத்திப் பேசுவது அல்லது கதையின் இடையில் தோன்றி விளக்கம் அளிக்கும் தன்மையும் இருக்கிறது. இது படத்தின் துவக்கத்திலோ அல்லது முடிவிலோ நிகழ்ந்தால் சிறந்த விளைவுகளைத் தருகிறது. இம்முறையை படத்தில் இதுவரை வந்த கதை என்று இடையில் தோன்றி விளக்கம் அளிக்கும்போதோ அல்லது புதுக்கதையை அறிமுகம் செய்யும்போதோ அது இடைஞ்சலாக மாறும் வாய்ப்பிருக்கிறது.

பொதுவாக விளம்பரங்களில் வரும் நடிகர்கள் தாங்கள் விளம்பரம் செய்யும் பொருட்கள் குறித்த தகவல்களை அதன் சிறப்பை நேரடியாக லென்ஸை பார்த்துச் சொல்வதன் மூலம் பார்வையாளராகிய நம்மிடம் சொல்வது போன்ற விளைவை ஏற்படுத்துகிறார்கள். நமக்குப் பிடித்த நடிகையோ அல்லது நடிகரோ நம்மிடம் நேரடியாகச் சொல்வது போன்ற விளைவை ஏற்படுத்தி நம்மைக் கவர்வதால் விளம்பரங்களில் இன்றும் இந்த உத்தி பெருமளவில் பயன்படுத்தப்படுகிறது. இதுபோலவே ஆவணப் படங்களில், தொலைக்காட்சிகளில் அவர்களுக்குப் பின்னால் நடக்கிற ஒரு செயல்பற்றி, என்ன நடக்கிறது என்று விளக்க அல்லது பின்னால் இருக்கிற இடத்தின் சிறப்பைப் பற்றிச் சொல்ல ஓர் அடி முன்னால் நடந்து வந்து லென்ஸை பார்த்துப் பேசுகிறார்கள். Subjective கோணம் என்பது இது மாதிரியான இடங்களில் மிகவும் சக்தி வாய்ந்த ஒன்றாக இருக்கிறது. மாயக் கதைகளில், சரித்திர ஆவணப்படங்களில், நவீனமான கதைகளில், தொழிற்சாலைகள், ராணுவம் சம்பந்தப்பட்ட விளக்கப்படங்களில் Subjective கோணம் சிறந்த விளைவைக் கொடுக்கிறது. அதுபோல நடந்து கொண்டிருக்கும் நிகழ்ச்சியில் கலந்து கொள்பவர்கள் அல்லது நடந்த சம்பவத்தில் பாதிக்கப்பட்டவர்கள், சாட்சிகளாக இருப்பவர்கள் பார்வையாளர்களிடம் நேரடியாகத் தங்கள்

அனுபவத்தைச் சொல்லும் விதமாகவும் லென்ஸைப் பார்த்துப் பேசும் Subjective கோணம் பயன்படுகிறது.

இதுபோல போர்க்களம் அல்லது ஒலிம்பிக், கிரிக்கெட் மாதிரியான விளையாட்டுப் போட்டிகள், திருவிழாக்கள் முதலான நிகழ்வுகளில் நீங்களும் இங்கே தான் இருக்கிறீர்கள் எனும் விளைவைத் தரும் விதமாக இந்தக் கோணம் பயன்படுகிறது. தொழிற்சாலைகள் பற்றிய ஆவணப் படங்களில் உதாரணத்துக்கு கார் தயாரிப்பு பற்றிய படத்தில் அதன் பொறியாளர் தனது அனுபவத்தை நேரடியாகப் பேசலாம். விண்வெளிக்குச் சென்று திரும்பிய விஞ்ஞானி தனது அனுபவத்தை லென்ஸை பார்த்துப் பேசலாம். தொழிற்சாலையில் பல பகுதிகளை Subjective ஆகக் காட்டிப் பிறகு அதைத் தயாரித்துக் கொண்டிருக்கும் பொறியாளரிடம் அதைப் பற்றிக் கேட்கலாம் என்று அறிவிப்பாளர் சொன்னதும் அந்தப் பொறியாளர் வந்து பேசத் துவங்குவார். இதுபோல ஒரு நேர்காணல் அது பொறியாளராக இருந்தாலும், விண்வெளி விஞ்ஞானியாக இருந்தாலும், ஒரு திரைப்பட படப்பிடிப்பில் இருக்கிற நடிகர் ஆனாலும் நேர்காணல் என்று வரும்போது அவர் பார்வையாளரை நோக்கிப் பேசும் விதமாக லென்ஸை பார்த்துப் பேசுகிறார்.

இது மாதிரியான நேர்காணலில் நேர்காணல் தருபவர் இரண்டு இடங்களில் பார்த்துப் பேசுவதைத் தவிர்க்க வேண்டும். அதாவது நேர்காணல் எடுக்கும்போது நேர்காணல் எடுக்கும் அறிவிப்பாளரும் காட்சியில் இருப்பார். அப்போது நேர்காணல் தருபவர் அறிவிப்பாளரைப் பார்த்துப் பேசுவார். பிறகு அறிவிப்பாளரைத் தவிர்த்து விட்டு கேமரா நேர்காணல் எடுக்கப்படுகிறவரை மட்டும் நெருங்கிப் படம் பிடிக்கும்போது அவர் லென்ஸை பார்த்துப் பேசுவார். இவ்வாறு நேர்காணல் எடுப்பவரையும் கேமரா லென்ஸையும் மாறிமாறிப் பார்த்துப் பேசும்போது பார்வையாளரின் கவனம் பிரிந்து Subjective கோணத்தினால் ஏற்படும் விளைவு பலவீனமாகும். நேர்காணல் தருபவர் அறிவிப்பாளரையும் லென்ஸையும் மாறிமாறிப் பார்த்துப் பேசும்போது பார்வையாளரின் கவனம் சிதறும். இது மாதிரியான நேரங்களில் நேர்காணல் எடுக்கத்துவங்கும் முன்பாகவே நேர்காணல் தருபவரிடம் எல்லா நேரத்திலும் லென்ஸை மட்டுமே பார்த்துப் பேசுமாறு சொல்லிவிட வேண்டும்.

பொதுவாக நேர்காணல் தருபவர் தனது அலுவலக மேசையின் பின் உட்கார்ந்திருக்கிறார் என்றால் நேர்காணல் எடுக்க வருகிறவர் அவரது மேசைக்கு முன்பாக இருக்கும் இருக்கையில் அமர்வார். இப்போது கேமரா, அறிவிப்பாளரின் முதுகுக்குப் பின்னால் இருந்து அறிவிப்பாளரையும் நேர்காணல் தருபவரையும், சேர்த்துப்படம் பிடிக்கும். அதாவது அறிவிப்பாளரின் முதுகும் நேர்காணல் தருபவரின் முகமும் காட்சியில் இருக்கும். இப்போது கேட்கிற கேள்விகளுக்கு நேர்காணல் தருபவர் பேசத் துவங்குவார். இப்போதிலிருந்தே அவர் லென்ஸைப் பார்த்தே பேசவேண்டும். ஏனெனில் நேர்காணல் துவங்கியதும் கேமரா Zoom செய்து அறிவிப்பாளரைத் தவிர்த்து விட்டு நேர்காணல் தருபவரை மட்டுமே காட்சிப்படுத்தும். அவர் முன்பிருந்தே லென்ஸை மட்டுமே பார்த்துப் பேசியிருந்தால் இப்போது லென்ஸை மட்டுமே பார்த்துப் பேசுவதில் குழப்பம் இருக்காது. முதலில் அறிவிப்பாளரையும் பிறகு லென்ஸையும் பார்த்துப் பேசினால் இந்த இரண்டு பார்வைகளால் பார்வையாளருக்குக் குழப்பம் வரும். எனவே கேள்வி கேட்பவர் கேமராவின் பக்கத்திலிருந்து பேசினாலும் பதில் சொல்கிறவர் லென்ஸை மட்டுமே பார்த்துப் பேச வேண்டும். எனவே நேர்காணல் எடுக்கும்போது அறிவிப்பாளரும், நேர்காணல் தருபவரும் ஒருவருக்கு ஒருவர் பக்கவாட்டு முகம் (profile) காட்டி இருப்பதுபோல காட்சியை அமைத்தால் அவரையும் லென்ஸையும் மாறிமாறிப் பார்க்கிற தேவை வரும். எனவே அதுபோலவும் காட்சியை அமைப்பதைத் தவிர்க்க வேண்டும். பார்வையாளர்களின் கோணமாகச் சில நேரங்களில் Subjective கோணம் இருக்கும்.

எப்போதெனில் படத்தினுள் வேடிக்கை பார்க்கும் ஒட்டு மொத்த பார்வையாளர்களின் கண்களாக கேமரா இருக்கும். நாடகம் சம்பந்தப்பட்ட நாடகமல்லாத படங்களில் கூட இந்த முறை பலவழிகளில் வெற்றிகரமாகக் கையாளப்பட்டிருக்கிறது. இதுபோல திரைப்படத்திற்குள் சில நிகழ்ச்சிகள் நடக்கும்போது அந்த நிகழ்ச்சியில் கலந்துகொள்ளும் ஒருவராக கேமரா இருக்கும்போது பார்வையாளர் அந்த நிகழ்ச்சிக்குள் ஒருவராக இருந்து அவரது கண்களின் வழியே காட்சியைக் காண்கிறார். இதுமாதிரிக் காட்சி Objective ஆக எடுக்கப்பட்ட காட்சிகளுடன் சேர்க்கப்படும்போது பார்வையாளர் காட்சிக்குள் இருக்கிற ஒருவராகிறார். மேலும் இந்த நிகழ்ச்சியைப் பார்க்கிற பார்வையாளர்கள் கேமராவின் லென்ஸைப் பார்ப்பதில்லை.

இது மிக வித்தியாசமான ஒன்றாகும். இதனால் திரைக்குள் இருக்கிற ஒட்டுமொத்த பார்வையாளர்களின் கண்ணாக கேமரா இருந்து எடுக்கப்படுகிற கோணம் ஏற்றுக் கொள்ளப்பட்டதாக இருக்கிறது. ஆனால் இதுவே ஒரு குறிப்பிட்ட நடிகரின் பார்வைக் கோணமாக இருந்து மற்ற நடிகர்கள் லென்ஸை பார்ப்பது என்பது ஏற்றுக் கொள்வதாக இருப்பதில்லை.

எப்போதும் *Subjective* கோணத்தை மிக நுட்பமாகக் கையாள வேண்டும். இல்லையெனில் அது படம் பார்க்கிற பார்வையாளர்களிடம் திடீரெனத் தலையிட்டு அல்லது அதிர்ச்சியடையச் செய்து கதையுடன் அவர்களுக்கிருக்கிற உணர்வுப் பூர்வமான ஈடுபாட்டைக் கெடுத்து விடக்கூடும். சரியாகப் பயன்படுத்தும்போது இது பார்வையாளர்களுக்குப் படத்துடன் மிக நெருக்கமான அனுபவத்தை ஏற்படுத்துகிறது. அதுபோல் *Subjective* ஆக இருக்கிற காட்சிகளை *Objective* ஆக மாற்றும்போது குறிப்பாக நடிகரின் இடத்தில் அவருக்குப் பதிலாக கேமரா இருக்கும்போது மிகவும் கவனமாக யோசித்துச் செயல்பட வேண்டும். இந்த *Subjective* காட்சி தொலைக் காட்சியில் செய்தி வாசிக்கும்போதோ, நேர்காணல் எடுக்கும்போதோ அல்லது படத்தினுள் இருக்கிற ஒட்டுமொத்த பார்வையாளர்களின் கோணமாக மாறும்போதோ எந்தச் சிக்கலையும் தருவதில்லை. எனவே சரியாகப் பயன்படுத்தினால் மிகவும் சக்தி வாய்ந்ததாக இருக்கிறது. பார்வையாளருக்கு நேரடியான அனுபவத்தைத் தருகிறது. தவறாகப் பயன்படுத்தினால் படத்துடன் பார்வையாளருக்கு இருக்கிற ஒட்டுமொத்த உணர்வுரீதியான பிணைப்பையும் இது பாதிக்கிறது. எனவே *Subjective* கோணத்தை மிகவும் கவனமாகவும் தேவை கருதியும் மட்டுமே பயன்படுத்த வேண்டும்.

காட்சிக்குள் இருப்பவரின் பார்வைக்கோணம் *(Point of View)* ஒரு குறிப்பிட்ட கதாபாத்திரத்தின் பார்வைக் கோணமாக எடுக்கப்படும் காட்சியே *Point of View (P.O.V.)* என்று அழைக்கப்படுகிறது. இந்தக் கோணம் ஒருவகையில் *Objective* கோணம் தான். ஆனாலும் இது *Objective* கோணத்திற்கும் *Subjective* கோணத்திற்கும் இடையில் வருவதால் இந்தக் காட்சிக்குள் இருப்பவரின் பார்வைக் கோணம் என்பது தனிப்பிரிவாகக் கருதப்பட்டுச் சிறப்புத் தகுதியுடன் கவனிக்கப்படுகிறது.

கதாபாத்திரத்தின் பார்வைக்கோணம் என்பது Objective கோணத்திற்கு மிக நெருக்கமானதாக இருந்து Subjective கோணத்தை அணுகக் கூடியதாக இருக்கிறது. எனினும் Objective ஆகவே இருக்கிறது. Objective என்பது என்ன? எங்கிருந்தோ யாரோ பார்ப்பது போன்ற கோணம். Subjective என்பது என்ன? எங்கிருந்து யாரோ பார்ப்பது போன்ற காட்சிக்கு அடுத்து அதை யார் பார்க்கிறார் என்று காட்டிவிட்டால் அது Subjective கோணமாக மாறி விடுகிறது. இந்த P.O.V. என்பது Objective ஆக ஒரு காட்சியைக் காட்டியதன் பின்பு Subjective ஆக யாருடைய முகத்தைக் காட்டப் போகிறோமோ அவருக்குப் பக்கத்தில் கேமராவை வைத்து எடுக்கிற கோணம். இதன் மூலம் யார் இந்தக் காட்சியைப் பார்க்கிறார் என்பதும் தெரிகிறது. அதன் மூலம் அவர் என்ன பார்க்கிறார் என்பதும் தெரிந்து விடுகிறது.

உதாரணத்திற்கு உயரத்திலிருந்து ஒரு நகரத்தைக் காட்டுகிறோம் என்றால் அது Objective. அந்தக் காட்சியை உயரத்திலிருந்து யார் பார்க்கிறார் என்று மொட்டை மாடியில் நிற்கிறவரின் முகத்தைக் காட்டினால் அது Subjective. மொட்டை மாடியில் நிற்கிறவரின் முகத்தின் பக்கவாட்டில் கேமராவை வைத்துப் பார்க்கிறவரின் பக்கவாட்டு முகமும் அவர் பார்க்கிற நகரத்தின் காட்சியும் ஒரே செவ்வகத்தினுள் (frame) வருமாறு படம் எடுத்தால் அது P.O.V. இதனால் பார்வையாளருக்கும் யார் காட்சியைப் பார்க்கிறாரோ அவரது கன்னத்துக்கு அருகில் கன்னம் வைத்துக் காட்சியைப் பார்ப்பது போன்ற உணர்வைத் தருகிறது.

Subjective கோணத்தில் கதாபாத்திரத்தின் இடத்தில் அவருக்குப் பதிலாக கேமரா இருக்கிறது. எனவே கதாபாத்திரத்தின் கண்கள் என்ன பார்க்கிறதோ அதையே பார்வையாளரும் பார்க்கிறார். ஆனால் இந்தக் கோணத்தில் அப்படிப் பார்க்க முடியாது. வித்தியாசம் என்னவென்றால் Subjective கோணத்தில் அந்தக் கதாபாத்திரத்தின் கண்களின் வழியே பார்க்கிறோம். P.O.V. கோணத்தில் அந்தக் கதாபாத்திரம் என்ன பார்க்கிறது என்பதை அந்தக் கதாபாத்திரத்தின் கண்களின் வழியே பார்க்க முடியாது. ஆனால் அந்தக் கதாபாத்திரத்தின் அருகில் ஒட்டி நின்று அவர் என்ன பார்க்கிறாரோ அதைப் பார்க்கிறோம். உதாரணத்திற்கு இருவர் எதிர் எதிரே நின்று பேசிக்கொள்ளும் காட்சியை யார் பார்க்கிறார் என்று தெரியாமல் சற்றுத் தள்ளி

நின்று படம் பிடித்தால் அது Objective. யார் பார்க்கிறார் என்று அடுத்த காட்சியில் காட்டினால் அது Subjective. யார் பார்க்கிறாரோ அவர் அருகிலேயே நின்று அவர் எதைப் பார்க்கிறாரோ அதைப் படம் பிடித்தால் அது P.O.V.

இதில் Objective கோணமும் P.O.V. கோணமும் ஒருவகையில் ஒரே மாதிரியான தன்மையைக் கொண்டிருக்கிறது. Objective கோணத்தில் யார் பார்க்கிறார் என்பது தெரியாது. அதுபோலவே P.O.V. கோணத்தில் யார் பார்க்கிறாரோ அவர் அருகே வைத்துப் படம் எடுக்கிறோம். இந்தக் கோணத்தில் பார்க்கிறவரும் இருக்கிறார். பார்க்கப்படுகிற காட்சியும் இருக்கிறது. ஆனால் இந்தக் காட்சியைப் பார்ப்பது யார்? Objective போல இந்தக் காட்சியைப் பார்க்கிறவர் யார் என்ற தெரியாது இருப்பதால் இதுவும் ஒருவகையில் Objective கோணமாகவே இருக்கிறது.

மேலும் P.O.V. யில் உள்ள புதுவிஷயம் என்னவென்றால் இருவர் பேசுகிறார்கள் என்றால் ஒருவரின் பக்கவாட்டுப் பகுதியும் எதிரில் இருப்பவரின் முகமும் பதிவாகிறது. அதாவது Subjective ஆக இருப்பவரின் பக்கவாட்டுப் பகுதியும் Subjective ஆக இருப்பவரின் முகமும் பதிவாகிறது. இந்த P.O.V. கோணத்தில் subject, Object இரண்டுமே இருக்கிறது. இதில் Subjective ஆக இருக்கிறவரின் முகத்தைப் பார்த்து Object ஆக இருக்கிறவர் பேசுகிறார். நமது கேமரா subject ஆக இருக்கிறவரின் பக்கத்தில் இருக்கிறது. இதனால் Object ஆக இருக்கிற நடிகர் subject ஆக இருக்கிற நடிகரின் கண்களைப் பார்த்துப் பேசுகிறார். இப்போது கதாபாத்திரத்தின் பார்வைக்கோணமாக Object ஆக இருக்கிற நடிகரின் முகத்தைப் பதிவு செய்யும்போது அவர் கேமராவிற்கு பக்கவாட்டில் subject கதாபாத்திரம் எங்கு நிற்கிறதோ அங்கு பார்த்தால் போதுமானது. கேமராவின் லென்ஸை பார்க்க வேண்டிய அவசியம் இல்லை.

ஆனால் இதற்குமுன் பார்த்த Subjective கோணத்தில் நடிகருக்குப் பதிலாக கேமரா இருப்பதால் எதிரில் இருக்கும் கதாபாத்திரம் கேமராவின் லென்ஸை பார்த்துப் பேசவேண்டும். இதனால் கதை சொல்லலில் ஏற்படும் இடையூறுகளைப் பார்த்தோம்.

P.O.V. கோணத்தில் இந்தச் சிக்கல் இல்லை. இருவர் பேசிக் கொண்டிருக்கும்போது நாம் பக்கவாட்டில் கேமராவை வைத்துப் படம் எடுக்கிறோம்.

கேமராவுக்கு அருகில் பக்கவாட்டுத் தோற்றம் காட்டி நிற்பவர் *subject*. கேமராவுக்கு எதிரில் நின்று பேசுபவர் *Object*. இதில் *Object* நடிகர் கேமராவுக்கு பக்கத்தில் இருக்கும் *subject* நடிகரைப் பார்த்துப் பேசுகிறார். எனவே அடுத்த காட்சியாக *subject* ஆக நின்ற நடிகரின் இடத்தில் அவருக்குப் பதிலாக கேமரா வந்து எதிரே இருப்பவரைப் படம் பிடிக்கிறது. அதாவது கதாபாத்திரத்தின் பார்வைக் கோணம் (*Point of view*). இப்போது எதிரில் நிற்பவர் கேமராவை பார்க்க வேண்டிய அவசியமில்லை. கேமராவின் பக்கவாட்டில் பார்த்தாலே போதுமானது. நுணுக்கமாகக் கவனித்தால் இப்போது கேமரா கதாபாத்திரத்தின் கண்களாக இருக்கிறது. எனவே எதிரிலிருப்பவர் கேமராவின் லென்ஸைத்தான் பார்க்க வேண்டும். ஆனால் அவ்வாறு பார்க்காமல் எதிரிலிருப்பவர் கேமராவின் பக்கவாட்டில் *subject* ஆக இருந்த நடிகர் எந்தப் பக்கம் நின்றிருந்தாரோ அந்தப் பக்கமே பார்க்கிறார். கேமராவின் லென்ஸைப் பார்க்கவில்லை. இதன் மூலம் பார்வையாளருக்குக் கதையில் நடப்பதை மிக அருகில் இருந்து பார்ப்பது மாதிரியான உணர்வும் ஏற்படுகிறது. *Subjective* கோணத்தில் நிகழ்ந்தது மாதிரி கதாபாத்திரம் பார்வையாளரைப் பார்த்த மாதிரி உணர்வும் ஏற்படவில்லை. இதில் நுணுக்கமாக இன்னொரு விஷயத்தையும் கவனிக்கலாம். முதலில் காதபாத்திரத்தின் கோணம் என்கிற இந்த *point of view* பற்றிப் படிக்கையில் "இந்தக் கோணம் ஒருவகையில் *Objective* கோணம்தான். ஆனாலும் இது *Subjective* கோணத்திற்கும் *Subjective* கோணத்திற்கும் இடையில் வருவதால் இந்தக் காட்சிக்குள் இருப்பவரின் பார்வைக்கோணம் என்பது ஒரு தனிப் பிரிவாகக் கருதப்பட்டுச் சிறப்புத் தகுதியுடன் கவனிக்கப் படுகிறது" என்று பார்த்தோம். இது எப்படி *Objective* இரண்டுக்கும் நடுவில் இருக்கிறது? விளக்கமாகப் பார்க்கலாம். உதாரணத்துக்கு இருவர் எதிர் எதிரே நின்று பேசுகிறார்கள் என்று வைத்துக் கொள்வோம். இதை *Objective* ஆக எப்படிப் படம் எடுக்கலாம்? முதலில் ஒருவர் கேமராவின் லென்ஸைப் பார்த்துக் கொண்டிருக்கிற துண்டுக்காட்சி வந்தால் அது *Objective*. பிறகு அவரைப் பார்த்துக் கொண்டிருந்தவரின் முகம் வந்தால் அது *Subjective*. *P.O.V.* கோணத்தில் என்ன நடக்கிறது? இருவர் பேசிக் கொண்டிருக்கிறார்கள் என்றால் ஒருவரின் பக்கவாட்டில் கேமரா வைத்து இருவரும் தெரிவது மாதிரி படம் எடுக்கிறோம். இவ்வாறு படம் எடுக்கிற கோணம்

யாருடையது? யாருடைய கோணம் என்பது தெரியாது. Objective கோணத்தில் இருப்பதுபோல இதை யார் பார்க்கிறார் என்பதே தெரியாது. எனவே இரண்டு பேரும் தெரிகிற இந்தக் காட்சியையும் ஒரு objective shot என்றும் சொல்லலாம். அதுபோல் இந்த இரண்டுபேர் பேசிக் கொண்டிருக்கும் காட்சியில் பக்கவாட்டில் subject ஆக இருந்தவரின் இடத்தில் கேமரா வந்து எதிரில் இருப்பவரைப் படம் எடுக்கிறது. இது கதாபாத்திரத்தின் கண்களால் பார்வையாளரையும் எதிரில் இருப்பவரையும் பார்க்க முடிகிற காட்சி. இது Subjective Shotக்கு இருக்கிற தன்மை. Objective shot என்றால் யார் பார்க்கிறார் என்பது தெரியாது. ஆனால் இங்கு எதிரில் இருப்பவர்தான் பார்க்கிறார் என்பது தெரியும். இம்மாதிரி கதாபாத்திரத்தின் கண்களால் எதிரில் இருப்பவரைப் பார்க்கிற காட்சியைத் தொடர்ந்து யார் பார்க்கிறாரோ அவரது முகமும் அடுத்தக் காட்சியாக வரும். எனவே இது Subjective கோணமாகவும் இருக்கிறது. எனவே ஒரு P.O.V. காட்சியில் subject, Object இருவரும் இருப்பதால் இதை யாருடைய பார்வைக் கோணம் என்பது தெரியாத Objective கோணத்தின் தன்மையும் இருக்கிறது. பிறகு subject ஆக இருப்பவரின் இடத்துக்கு கேமரா வந்து எதிரில் இருப்பவரைப் படம் பிடிக்கும்போது இது subject ஆக இருப்பவரின் பார்வைக் கோணம் என்பதால் இது Subjective கோணத்தின் தன்மையையும் கொண்டிருக்கிறது. எனவே P.O.V. என்பது இரண்டு கோணங்களின் தன்மையும் சேர்ந்த ஒரு சிறப்புத்தன்மையைப் பெற்றிருக்கிறது. பார்வையாளர்களைக் காட்சியுடன் அதிகமாக ஈடுபாடுகொள்ள எப்போது விரும்புகிறோமோ அப்போதெல்லாம் இந்த P.O.V. கோணத்தைப் பயன்படுத்தலாம். இதன் மூலம் பார்வையாளர் காட்சியின் மிக அருகே வந்து நடிகர்களைப் பார்க்கலாம். அவர்கள் பேசுவதை, அந்தக் காட்சி நடக்கும் இடத்தை ஒரு குறிப்பிட்ட நடிகரின் பார்வைக் கோணமாக அவர் அருகிலேயே நின்று பார்க்கலாம்.

இதன்மூலம் பார்வையாளர் திரையில் இருக்கிற நடிகருடன் நெருக்கமான அறிமுகமும் ஏற்பட்டு நடக்கிற காட்சியுடன் மிகவும் நெருக்கமாக உணர்கிறார். மேலும் இருவர் ஒருவரை ஒருவர் பார்த்துப் பேசிக்கொள்ளும் தோளுக்கு மேல் (Over Shoulder Shot) எடுக்கப்படும் காட்சியைத் தொடர்ந்து அடுத்தக் காட்சியாகப் பெரும்பாலும் இந்த P.O.V. காட்சி வருகிறது. இந்தத் தோளுக்குமேல் வைத்து எடுக்கப்படும் காட்சியில்

ஒளியில் எழுதுதல் | 71

(அதாவது ஒருவரின் தோளும் எதிரிலிருப்பவரின் முகமும் தெரியும். இதனை Subjective shot என்றும் சொல்லலாம். யார் முதுகு காட்டி நிற்கிறாரோ அவர் கேமராவுக்கு suggestion இல் இருக்கிறார் என்ற அர்த்தம்) இவ்வாறு தோளுக்கு மேல் வைத்து எடுக்கப்படும் காட்சி பேசிக் கொண்டிருக்கும் இரண்டு நடிகர்களுக்கு இடையிலான நெருக்கத்தைக் காட்டுகிறது. அதைத் தொடரும் P.O.V. காட்சி நடிகருக்குப் பதிலாக அவர் இடத்திற்கு வருகிறது. இதன் மூலம் அவர் எதிரில் இருந்த நடிகரை அவரது (முதுகுகாட்டி இருந்த நடிகரின்) பார்வைக் கோணமாக இன்னும் நெருக்கமாகப் பார்க்க முடிகிறது.

திரையிலிருக்கும் நடிகர் லென்ஸை பார்க்காமல் வெளியே பார்த்ததன் பிறகு உடனடியாகத் தொடரும் எந்தக் காட்சியும் P.O.V. கோணத்தில் அமைந்த காட்சியாக மாற முடியும். அவர் பார்ப்பதைத் தொடர்ந்து வரும் காட்சி முந்தைய காட்சியில் பார்த்த நடிகரின் பார்வைக் கோணம்தான் என்பதை பார்வையாளர்கள் ஏற்றுக்கொள்வார்கள். அந்த நடிகர் எதிரில் இருக்கும் நடிகரையோ, ஒரு கூட்டத்தையோ அல்லது ஏதாவது ஒரு கட்டடத்தையோ, தொலைவில் உள்ள பொருளையோ கூடப் பார்க்கலாம். இவ்வாறு காட்டப்படும் ஒரு Objective shot பார்வையாளர்கள் பார்ப்பதுபோல அவர்களது பார்வைக் கோணத்தில் இருக்கிறது. அதைத் தொடர்ந்து திரைக்கு வெளியே பார்த்துக் கொண்டிருக்கும் நடிகரின் அண்மைக் காட்சியை இணைத்தவுடன் அது அந்த நடிகரின் பார்வைக் கோணமாக மாறுகிறது. உதாரணத்திற்குக் காட்சியில் நான்கு பேர் Objective ஆக நிற்கிறார்கள் என்றால் அவர்கள் கேமராவின் வலது பக்கமோ, இடது பக்கமோ - லென்ஸை பார்க்காமல் - பார்த்தால் போதுமானது. அவர்கள் எந்தப் பக்கம் பார்க்க வேண்டும் என்பது திரைக்கு வெளியே இருக்கும் நடிகருக்கும் - (அதாவது யாருக்கு அருகில் கேமரா நின்றதோ அவருக்கு பதிலாக இப்போது அவரது P.O.V. யாக கேமரா இருக்கிறது.) திரையில் இப்போது காட்சியாக நிற்கிறவர்களுக்கும் இடையில் இருக்கும் கற்பனையான நேர்கோட்டைப் பொறுத்தது. (இந்தக் கற்பனையான நேர்கோடு 180 degree கற்பனைக் கோடு எனப்படுகிறது.) 180 பாகை விதி என்பது இருவர் எதிரெதிரே உட்கார்ந்து பேசுகிறார்கள் என்றால் அந்த இருவருக்கும் இடையில் ஒரு கோடு இருப்பதாகக் கற்பனை செய்துகொள்ள வேண்டும். உதாரணத்துக்கு இருவர் கேமராவுக்கு எதிரில்

அமர்ந்து ஒருவரை ஒருவர் பார்த்துப் பேசுகிறார்கள் என்றால் ஒருவர் கேமராவுக்கு வலதுபுறம் இருப்பார். ஒருவர் கேமராவுக்கு இடதுபுறம் இருப்பார். இருவருக்கும் இடையில் ஒரு கோடு இருப்பதாகக் கற்பனை செய்துகொள்ளுங்கள். இப்போது கேமராவை எடுத்து வலது புறம் உட்கார்ந்திருந்தவரை மட்டும் தனியாக எடுக்க வேண்டும். இப்போது கற்பனைக் கோட்டைத் தாண்டி கேமராவை வைக்கக்கூடாது. இடதுபுறம் அமர்ந்திருப்பவரின் வலது பக்கத்தில் கேமராவை வைக்க வேண்டும். இவ்வாறு வைத்தால் வலதுபுறம் அமர்ந்திருந்த நடிகர் இப்போது இடதுபுறம் பார்த்துப் பேசினால் அவரது பார்வைக் கோணம் சரியாக இருக்கும். இதுபோல் இப்போது முதலில் கேமராவுக்கு இடதுபுறம் அமர்ந்திருந்த நடிகரின் தனிக்காட்சியை எடுக்கவேண்டும். இப்போது இருவருக்கும் இடையில் இருக்கும் கற்பனைக்கோட்டைத் தாண்டாமல் கேமரா வலதுபுறம் அமர்ந்திருந்தவரின் அருகே அவரது இடதுபுறத்திலிருந்து காட்சியை எடுக்க வேண்டும். இந்த வலது, இடது என்பது எதிராக மாறும்போது ஒருவரை ஒருவர் பார்த்துப் பேசுவது எதிர்திசையில் இருக்கும். உதாரணத்துக்கு வலதுபக்கம் இருப்பவர் இடதுபக்கம் பார்த்துப் பேசுவதற்குப் பதிலாக வலது பக்கமே பார்த்துப் பேசுவார். இது தவறு.

இன்னொரு உதாரணம் மூலம் பார்க்கலாம். ஒரு வண்டி கிழக்கு திசையிலிருந்து மேற்குத் திசை நோக்கிச் செல்கிறது. இதை படம் எடுக்க வேண்டும். சாலையின் ஒரு பக்கத்திலிருந்து படம் எடுக்கிறீர்கள். உங்களுக்கு முன்னால் இருக்கும் சாலையில் வண்டி உங்கள் வலது பக்கத்திலிருந்து இடதுபக்கமாகக் கடந்து செல்கிறது. இப்போது சாலையைக் குறுக்காகக் கடந்து எதிர்ப்பக்கம் வாருங்கள். இப்போது அதே வண்டி உங்களுக்கு இடதுபக்கம் இருந்து வலது பக்கம் செல்லும். வண்டி ஒரே திசையில்தான் செல்கிறது. ஆனால் சாலையின் ஒரு பக்கம் இருந்தால் அது வலப் பக்கத்திலிருந்து இடதுபக்கம் செல்கிறது. சாலையைக் கடந்து இன்னொரு புறத்தில் இருந்தால் அதே வண்டி சாலையின் இடது பக்கத்திலிருந்து வலது பக்கமாகச் செல்கிறது. இவ்வாறு சாலையின் ஒரு பக்கமாக இருந்து படம் எடுத்துவிட்டு அதே வண்டியைக் கொஞ்சதூரம் சென்றதும் சாலையைக் குறுக்காகக் கடந்து படம் எடுத்தால் அதே வண்டி வந்த திசையிலிருந்து திரும்பிச் செல்வதுபோன்ற உணர்வைத் தரும். இதில் சாலை தான் 180 degree கற்பனைக்கோடு. இந்தக் கற்பனைக்கோடு எதிரெதிரே

அமர்ந்து பேசுகிற அல்லது அருகருகே நடந்து செல்கிற எந்தக் கதாபாத்திரங்களாக இருந்தாலும் ஒருவர் கேமராவுக்கு வலப்பக்கம் இருப்பார். இன்னொருவர் கேமராவுக்கு இடப்பக்கம் இருப்பார். இருவருக்கும் இடையில் ஒரு கற்பனைக்கோடு இருப்பதாக நினைத்துக் கொள்ளவேண்டும். அந்தக் கோட்டைத் தாண்டாதீர்கள். இவ்வாறு தாண்டாமல் இருந்தால் இந்த Reverse angle எனப்படும் தலைகீழ் பிறழ்ச்சி வராது. சுருக்கமான விதி என்னவெனில் ஒரு காட்சியில் கேமராவின் வலதுபக்கம் இருந்தவர் அந்தக் காட்சியில் கேமராவை எந்த இடத்தில் வைத்து எடுத்தாலும் அவர் கேமராவுக்கு வலது பக்கமே இருக்கவேண்டும். கேமராவுக்கு இடதுபக்கம் இருந்தவர் கேமராவுக்கு இடதுபக்கமே இருக்கவேண்டும். கற்பனைக் கோட்டைத் தாண்டாமல் இருந்தால் இது சரியாக நடக்கும். இதுவே இரு நடிகர்களுக்கு இடையிலான கற்பனைக்கோடு action axis அல்லது 180 degree imaginary line என்று அழைக்கப்படுகிறது.

திரைப்படத்தில் இருக்கிற ஒரு கதாபாத்திரம் முக்கியமாகக் கதையின் நாயகன் குணாம்சங்களில், இயல்பில் தன்னைப்போல இருப்பதாக அதைப் பார்க்கிற சாதாரண பார்வையாளனும் உணர வேண்டும். பார்வையாளர் இவ்விதமாக சுய அடையாளத்தைக் கதாபாத்திரத்துடன் ஏற்படுத்திக் கொள்ளும்போதுதான் அந்தத் திரைப்படம் அதிகம் கவனிக்கப்படுகிற ஒன்றாக மாறுகிறது.

உதாரணத்துக்கு Life is beautiful என்ற புகழ்பெற்ற இத்தாலியப் படத்தை எடுத்துக் கொள்ளலாம். இதில் வருகிற நாயகன் காதலிக்கிறான், நகைச்சுவை உணர்வு, கொண்டவனாக இருக்கிறான். கதையின் பின்பாதியில் ஹிட்லரின் வதைமுகாமில் தனது ஐந்து வயது மகனுடன் மாட்டிக் கொள்கிறான். இந்தக் கதையில் நிகழும் சிறை அனுபவம் நிச்சயம் பார்வையாளர் அடையாத ஒன்று. ஆனால் தந்தைக்கும் மகனுக்குமான அன்பு என்பது அனைவரும் அறிந்தது. இந்த அடிப்படையான புரிதல் கதையுடன் பார்வையாளரையும் ஒருவராகச் சேர்த்து அடையாளப் படுத்திக்கொள்ள உதவுகிறது. இதுபோல எந்தக் கதையாக இருந்தாலும் அந்தக் கதை ஒருக்கு ஏற்பட்ட அனுபவமாக இருந்தாலும் இல்லாவிட்டாலும் கதையில் இருக்கிற எதாவது ஒரு பொதுப் பண்புடன் அவர் அடையாளப்படுத்திக் கொள்ளும்போதே அந்தப் படம் அவருடைய மனதுக்கு மிக நெருங்கிய படமாக மாறுகிறது.

அவ்விதமான அடையாளப்படுத்தல் கதையில் நிகழும் உணர்வு சார்ந்து நிகழ்வதற்குக் காட்சிப் படுத்துதல் வகையில் வரும் கோணங்களும் மிக முக்கியமான பங்கை வகிக்கின்றன. இவற்றை பார்வையாளர் நேரடியாக உணர முடியாது எனினும் மனவியல்ரிதியாக நாம் அறியாமல் நிகழ்கின்றன. உதாரணத்துக்கு P.O.V. கோணத்தில் கதாநாயகன் பார்ப்பதை, பார்வையாளர் தானும் அவர் பார்ப்பது போலவே வெகு அருகில் இருந்து பார்க்கிறார். எனவே *objective* அணுகுமுறையே இந்த P.O.V. காட்சிகளில் எப்போதும் பயன்படுத்தப்படுகிறது. *Subjective* அணுகுமுறை என்றால் காட்சியில் இருப்பவர்கள் லென்ஸைப் பார்க்க வேண்டும். இதனால் பார்வையாளர் திடுக்கிட்டுப் போவார். *object*-இல் அது இல்லை என்பதால் P.O.V. காட்சியில் படம் பிடிக்கப்படுகிற நடிகர்கள் லென்ஸை பார்க்க தேவையில்லை. எனவே கதையில் நடக்கிற நிகழ்வு மிக அன்னியோன்யமாக நிகழ்கிறது. ஏனெனில் கதை நடப்பதைக் குறிப்பிட்ட கதாபாத்திரத்துடன் கண்களின் வழியே பார்க்கிறோம். இதனால் கதைக்குள் ஒருவராகப் பார்வையாளரும் மாறுகிறார்.

மேலும் *Objective* ஆக இருந்து பிறகு P.O.V.யாக அடிக்கடி காட்சி மாறிக்கொண்டே இருப்பதால் அது பார்வையாளருக்குத் தொந்தரவாவதும் இல்லை. ஏனெனில் நுணுக்கமாகப் பார்த்தால் P.O.V.யும் ஒருவகையில் *Objective* வகையைச் சேர்ந்ததாக இருப்பதால் நாம் Objective, P.O.V. என்று மாறிமாறிப் பார்க்கவில்லை. *Objective*ஐ மட்டுமே பார்க்கிறோம். படங்கள் வழியாகத் திரும்பவும் இதைப் பார்க்கலாம்.

1. இருவர் இருக்கும் காட்சி. இதை யார் பார்க்கிறார்கள். இது யாருடைய பார்வைக் கோணம் என்பது தெரியாது. எனவே இது *Objective*.

2. நடிகரின் பார்வைக் கோணமாக அடுத்து ஒருவரை மட்டும் தனியாகப் பார்க்கிறோம். இதிலிருக்கும் நடிகரை யார் பார்க்கிறார் என்பது தெரியும். இது அருகிலிருந்தவரின் பார்வைக் கோணம் என்பது நமக்குத் தெரியும். ஆனால் நடிகர் லென்ஸை பார்க்கவில்லை. எனவே இது *subjective* இல்லை. முழுமையான *Objective*-வும் இல்லை. இது P.O.V.

ஒளியில் எழுதுதல் | 75

அதாவது ஒருவரைப் பார்க்கிறீர்கள். ஆனால் அவர் உங்களைப் பார்க்கவில்லை. நீங்கள் பார்த்ததும்கூட நீங்களாகவா பார்க்கிறீர்கள். கதையில் இருக்கும் ஒருவர் பார்ப்பதைப் பார்க்கிறீர்கள். அவரின் கோணத்தில் பார்க்கிறீர்கள். பார்க்கிறவர் யாரென்று தெரியும். ஆனால் தெரியாது. அதாவது பார்க்காமல் பார்ப்பது, பார்க்கிறவருக்கும் பார்க்கப்படுகிறவருக்கும் நேரடியான கண் தொடர்பு இல்லை என்பதால் இது Objective ஆகவும் கருதப்படுகிறது. கண்ணைப் (அதாவது லென்ஸைப்) பார்க்கவில்லை. இது நிஜ வாழ்க்கையில் நடப்பதில்லை. திரைப்படத்தில் மட்டுமே இருக்கிற இந்த வினோதமான முரணைப் புரிந்துகொள்ள வேண்டும்.

Subjective-இல் யாருடைய பார்வைக்கோணம் யார் பார்க்கிறார் என்பது நேரடியாகத் தெரியும். Objective-இல் யாருடைய பார்வைக் கோணம் என்பது தெரியாது. P.O.V.-இல் யாருடைய பார்வைக்கோணம் என்பதுத் தெரியும். ஆனால் நேரடியாகத் தெரியாது. உணர்வுப் பூர்வமாகத் தெரியும். எனவே இதையும் Objective ஆகக் கருதும் வாய்ப்பிருக்கிறது.

ஒரு ஷாட் subjective ஆக இருப்பதற்கும் P.O.V. ஷாட்டாக இருப்பதற்கும் என்ன வித்தியாசம்?

ஒரு Objective காட்சியைத் தொடர்ந்து இனி P.O.V. எனப்படும் இந்தக் காட்சியில் இருப்பவரின் பார்வைக் கோணத்தைப் படம் பிடிக்கும்போது கவனிக்க வேண்டிய முக்கியமான விஷயங்கள்.

1. கேமராவுக்கு வெளியில் அதாவது கேமராவுக்கு வலது பக்கமோ இடதுபக்கமோ பார்த்துக் கொண்டு இருக்கிறவரின் முகத்தைக் காட்டிவிட்டுப் பிறகு அடுத்தக் காட்சியாக அவர் என்ன பார்த்தார் என்று காட்டாதீர்கள். ஏனெனில் P.O.V.இல் பார்க்கிறவரும் பார்க்கப்படுகிற காட்சியும் சேர்ந்தே இருக்க வேண்டும். அதன்பிறகு அடுத்த காட்சியில் அவர் என்ன பார்த்தாரோ அதுமட்டும் தனியாக இருக்க வேண்டும்.

2. கேமராவைத் திருப்பிச் (pan) சுற்றிலும் இருக்கிற காட்சிகளைக் காட்டிவிட்டுக் காட்சியின் முடிவில் பார்த்துக்கொண்டு இருக்கிறவரைக் காட்டாதீர்கள். இது பார்வையாளரைக் குழப்பும். காட்சியில் இருக்கிறவர் பார்க்கிறாரா இல்லை அவரை யாரும் பார்க்கிறார்களா? காட்சியில் இருக்கிறவரே எதைப் பார்க்கிறார் என்பது தெரியாமல் பார்க்கிறாரா? எதைப்

பார்க்கிறேனோ அதை நான்தான் பார்க்கிறேன் என்பதே தெரியாமல் இருப்பது குழப்பம். இதைத்தான் பார்க்கிறோம் என்று தெரியாமல் ஒன்றைப் பார்ப்பது மேலும் குழப்பம். உதாரணத்துக்குக் கொடைக்கானலின் மலைகளைச் சுற்றிக் காட்டிக் கொண்டே வந்து காட்சியின் முடிவில் ஓரத்தில் நின்று அதையெல்லாம் ஒருவர் பார்த்துக் கொண்டிருப்பதைக் காட்டினால் இதை யார் பார்க்கிறார் என்ற சந்தேகம் வரும். எனவே இது ஒரு Objective காட்சியாக மாறும். முதலில் ஒரு P.O.V. காட்சிபோல இருந்து முடிவில் எங்கோ பார்த்துக் கொண்டிருக்கும் ஒருவரைக் காட்டியதும் அது Objective ஆக மாறிவிடும்.

3. ஒரு கதாபாத்திரம் திரைக்கு வெளியே பார்த்து, உதாரணத்துக்குச் சுவரில் இருக்கிற கடிகாரத்தைப் பார்த்துப் பிறகு அதே திசையில் நடந்து செல்லக் கூடாது. கதாபாத்திரத்துக்கும் பார்க்கபடுகிற பொருளுக்கும் நேரடியான தொடர்பு இருந்தால் ஒழிய மற்ற எப்போதும் பார்க்கிற திசைக்கு எதிர்த் திசையிலேயே நடந்து செல்ல வேண்டும். காட்சியின் அளவு-கோணம்-ஒளிப்பதிவுக் கருவியின் உயரம் கேமராவின் கோணம் என்பது ஒரு காட்சியை எங்கிருந்து பார்க்கிறோம், அந்தக் காட்சியின் எவ்வளவு பகுதியை லென்ஸின் வழியாகப் பதிவு செய்கிறோம் என்பதே ஆகும். கேமராவை எங்கு வைத்துப் படம் பிடிக்கிறோம் என்பதைப் பொறுத்தே காட்சியில் எவ்வளவு பகுதி சேரப் போகிறது என்பது முடிவாகிறது. ஒரு காட்சியின் எவ்வளவு பகுதி பதிவாகப் போகிறது என்பதை லென்ஸின் குவியத்தூரத்தைப் (Focal length) பொறுத்து மாறுபடும் என்றாலும் படம் பிடிக்கப் போகிற பொருளுக்கும் கேமராவுக்கும் இடையிலான தூரம் என்பதும் காட்சியில் எவ்வளவு பகுதி பதிவாகப் போகிறது என்பதைத் தீர்மானிக்கும் விஷயமாக இருக்கிறது.

எங்கே கேமராவை வைத்துப் படம் பிடிக்கப் போகிறோம் என்பது பார்வையாளர் எந்தக் கோணத்திலிருந்து இதைப் பார்க்கப் போகிறார் என்பதையும் பொறுத்தது. கேமராவின் கோணத்திற்கும் பார்வையாளருக்கும் இடையில் இருக்கிற உறவினை எப்போதும் நினைவில் வைத்திருப்பது முக்கியமானதாகும். ஒவ்வொரு முறை கேமராவை நகர்த்தி வேறொரு இடத்தில் வைத்துப்படம் எடுக்கும்போது அதைப் பார்க்கப் போகிற பார்வையாளரும் வெவ்வேறு இடத்தில் மாற்றி வைக்கப்பட்டு அந்த நிகழ்வை

புதிதான கோணத்திலிருந்து பார்க்கிறார் என்பதை நினைவில் கொள்ள வேண்டும்.

கேமராவின் கோணத்தை மூன்று விஷயங்கள் தீர்மானிக்கின்றன.

1 காட்சியின் அளவு

2. காட்சியின் கோணம்

3. கேமராவின் உயரம்

காட்சியின் அளவு என்பது கண்ணில் காட்சியைப் பார்க்கிறோம். பார்க்கிற காட்சியைச் செவ்வகமாகப் படத்தில் பதிவு செய்யப் போகிறோம். இந்தச் செவ்வகத்தின் அளவுக்குள் காட்சியை எவ்வளவு பதிவு செய்யப் போகிறோம் என்பதே காட்சியின் அளவாகும். கடற்கரையைப் படம் பிடிக்கப் போகிறோம் என்றால் அதற்கு என்ன குவியத்தூரம் உள்ள லென்ஸைப் படம் பிடிக்கப் போகிறோம் என்பதும் கடற்கரையிலிருந்து எவ்வளவு தூரத்தில் கேமரா இருக்கிறது என்கிற இந்த இரண்டு விஷயங்களுமே அந்தக் கடற்கரை காட்சியில் எவ்வளவு பதிவாகப் போகிறது என்பதைத் தீர்மானிக்கின்றன.

உதாரணத்துக்குக் கண்ணால் ஒருவரை அருகில் போய்ப் பார்க்கிறோம். அப்போது அந்த நபர் மட்டுமே தெரிவார். அந்த நபரிடமிருந்து இருபது அடிகள் தள்ளி நின்று பார்த்தால் அந்த நபர் எந்த இடத்தில் இருக்கிறாரோ அதுவும் சேர்ந்து தெரியும். இன்னும் பின்னால் போய்ப் பார்த்தால் அவர் தொலைவில் நிற்க அந்த இடம் முழுக்கக் காட்சியாகத் தெரியும். கண்களின் குவியதூரம் என்பது மாறாதது. இந்தக் கண்ணை லென்ஸாக நினைத்துக்கொண்டு நம்மை கேமராவாகக் கற்பனை செய்துகொண்டால், ஒரு பொருளிடமிருந்து விலகித் தொலைவுக்குச் செல்ல செல்ல, பார்க்கும் காட்சியின் அளவு பெரிதாகிக் கொண்டே இருக்கிறது. இதுபோலவே கேமராவை படம் பிடிக்கும் பொருளில் இருந்து பின்னால் விலகிச் செல்ல செல்ல பதிவாகும் காட்சிப் பகுதியின் அளவு கூடிக்கொண்டே இருக்கும்.

ஒளிப்பதிவில் பயன்படுத்த வெவ்வேறு குவியதூரம் உள்ள லென்ஸ்கள் உள்ளன. உதாரணத்துக்கு 8 மிமீ, 10 மிமீ, 16 மிமீ, 24 மிமீ, 32 மிமீ, 40 மிமீ, 50 மிமீ, 65 மிமீ, 75 மிமீ, 85 மிமீ, 100 மிமீ, 135 மிமீ, 250 மிமீ, 500 மிமீ, 1400 மிமீ என்று பல அளவுகளில்

குவியதூரம் வேறுபடும் லென்ஸ்கள் இருக்கின்றன. ஒளிப் பதிவுக் கருவியை ஒரே இடத்தில் வைத்து இந்த லென்ஸ்களை மட்டும் மாற்றுவதன் மூலமும் பதிவாகும் காட்சியின் அளவு வேறுபடும். உதாரணத்திற்கு ஒரு நடிகர் கேமராவின் முன்னால் நிற்கிறார். அவருக்கும் கேமராவுக்கும் இடையில் உள்ள தூரம் 10 அடி என்று வைத்துக் கொள்வோம். இப்போது கேமராவை இடம் மாற்றப் போவதிலை. முன்னால் இருக்கும் நடிகரையும் இடம் மாற்றப் போவதில்லை. ஆனால் கேமராவில் பொறுத்தும் லென்ஸ்களை மட்டும் மாற்றப் போகிறோம். உதாரணத்துக்கு 100 மிமீ லென்ஸை பொருத்தினால் 10 அடியில் நிற்கும் நடிகரின் முகம் மட்டுமே தெரியும். 100 மிமீ லென்ஸைக் கழற்றி 50 மிமீ லென்ஸை பொருத்தினால் எதிரில் நிற்கும் நடிகரின் உருவம் மார்பளவு வரை தெரியும். இப்போது 16 மிமீ லென்ஸை பொருத்தினால் நடிகரின் முழு உருவமும் இந்த 10 அடியிலேயே தெரியும். இவ்வாறு லென்ஸ்களை மாற்றுவதன் மூலமும் படச் சுருளில் பதிவாகும் உருவத்தின், காட்சியின் அளவை கூட்டவோ குறைக்கவோ முடியும்.

இந்த இரண்டு விஷயங்களாலும் படத்தில் பதிவாகும் உருவத்தின் அளவு வேறுபடும். உதாரணமாக கேமரா அருகில் இருந்தால் உருவமும் பெரிதாக இருக்கும். அதுபோல் அதிக குவியதூரம் உள்ள (100 மிமீ, 250 மிமீ, 500 மிமீ, 1400 மிமீ) லென்ஸாக இருந்தாலும் பதிவாகும் உருவம் பெரியதாக இருக்கும். அதுபோலவே கேமரா தூரத்தில் இருந்தாலும் உருவம் சிறியதாகும். குறைந்த குவியதூரம் உள்ள லென்ஸ் (8 மிமீ, 10 மிமீ, 16 மிமீ, 24 மிமீ, 32 மிமீ) உபயோகப்படுத்தினாலும் உருவம் சிறியதாகும்.

இதுபோல கேமராவோ நடிகர்களோ நகர்ந்து கொண்டே இருந்தாலும் அல்லது அணுக்க ஆடி (*Zoom Lens*) பயன்படுத்தினாலும் உருவத்தின் அளவு மாறுபடும். கேமராவைத் திருப்புவதன் மூலமாகவோ (*panning*) தள்ளுவண்டி (*trolly*) மூலம் நடிகர்களை அணுகும்போதோ விலகிச் செல்லும்போதோ பதிவாகும் காட்சியின் அளவு சிறியதாகவோ பெரியதாகவோ மாறும். இதுபோல அணுக்க ஆடி என்கிற *Zoom Lens* என்பது மாறுபடும் குவியதூரம் உள்ள லென்ஸ் ஆகும். உதாரணத்துக்கு 250-500 மிமீ லென்ஸ் என்றால் இதன் குவிய தூரத்தை 250லிருந்து கொஞ்சம் கொஞ்சமாக 500வரை கூட்டவோ

அல்லது 500லிருந்து குறைக்கவோ முடியும். 250லிருந்து குவிய தூரத்தைக் கூட்டிச் செல்லும்போது (zoom in) உருவத்தின் அளவு பெரிதாகிக் கொண்டே இருக்கும். 500 மிமீ இருந்து 250ஐ நோக்கிக் குறைத்துக்கொண்டே வரும்போது (zoom out) உருவம் சிறிதாகிக்கொண்டே இருக்கும். இதன் மூலம் தொலை தூரத்தில் இருக்கிற காட்சியை அருகில் இருப்பது போலவும் அருகில் இருக்கிற காட்சியைத் தொலை தூரத்தில் இருப்பது போலவும் கேமராவை இடம் மாற்றாமல் லென்ஸின் குவிய தூரத்தை மாற்றுவதன் மூலமே செய்ய முடியும். இதற்கு அணுக்க ஆடி (zoom lens) பயன்படுகிறது.

பெரும்பாலான ஒளிப்பதிவாளர்கள், இயக்குநர்கள் பொதுவாகத் தொலைவுக்காட்சி (long shot) மத்திமக் காட்சி (medium shot) அண்மைக் காட்சி (close up) இந்த மூன்று காட்சிகளைப் பற்றியே நினைத்து இயங்குகிறார்கள். ஆனால் அடிப்படையான இந்தப் பிரிவுகளைக் கடந்து பலவிதமான காட்சிகள் இருக்கின்றன. அதாவது அடிப்படையான முதன்மையான வண்ணம் சிவப்பு, நீலம், பச்சை என்று மூன்று தான் இருக்கிறது. ஆனால் அதன் உட்பிரிவுகள், உதாரணத்துக்குச் சிவப்பிலேயே பல வகைகள் இருப்பது மாதிரி காட்சிகளை மேலோட்டமாகத் தொலைவுக் காட்சி, மத்திமக் காட்சி, அண்மைக் காட்சி என்று மூன்று பிரிவுகள் மட்டும் இல்லை. நுணுக்கமான உட்பிரிவுகளும் இருக்கின்றன.

அதுபோல் இந்தக் காட்சிகளுக்கான அர்த்தமும் ஒருவருக்கொருவர் மாறுபடுகின்றன. உதாரணத்துக்கு ஒருவர் மத்திமக் காட்சி (medium shot) என்று நினைப்பதை இன்னொருவர் மத்திமமான அண்மைக் காட்சி (medium close up) என்று புரிந்து கொள்வார். இந்த மாதிரியான காட்சிகளை எடுக்கும்போது பொருளுக்கும் கேமராவுக்கும் இடையிலான தூரமோ லென்ஸின் குவியத்தூரமோ என்ன ஷாட் எடுக்கப் போகிறோம் என்பதைத் தீர்மானிப்பதில்லை. கேமரா எவ்வளவு தொலைவில் இருக்கிறது காட்சியின் எவ்வளவு பகுதி, அளவு படமாக்கப்படுகிறது என்பது சில நேரங்களில் வித்தியாசப்படும். உதாரணத்திற்கு ஒரு குழந்தையின் அண்மைக் காட்சி, ஒரு குட்டி யானையின் அண்மைக் காட்சி இரண்டுக்குமே வித்தியாசம் இருக்கிறது. காட்சியின் பதிவாகும் பகுதி குழந்தைக்குச் சிறிய அளவிலும் குட்டி யானைக்குப் பெரிய அளவிலும் தேவைப் படுகிறது.

அதாவது ஒரு 50மிமீ லென்ஸ் போட்டு 4 அடி தூரத்திலிருந்து ஒரு குழந்தையின் அண்மைக் காட்சியை எடுத்து விடலாம். ஆனால் அதே 50 மிமீ லென்ஸை போட்டுக் குட்டி யானையின் அண்மைக் காட்சியை எடுக்க 4 அடி தூரம் என்பது போதாது. குறைந்த பட்சம் பத்து அடி தொலைவிலாவது கேமரா இருக்க வேண்டும். எனவே ஒரு காட்சியில் பதிவாகும் அளவு என்பது என்ன குவியத் தூரம் உள்ள லென்ஸ், கேமரா எவ்வளவு தொலைவில் இருக்கிறது என்பது மட்டும் தீர்மானிப்பதில்லை. காட்சிக்குள் பதிவாகும் பொருள் என்னவாக இருக்கிறது என்பதே முக்கியமானதாக இருக்கிறது. எனவே ஓர் அண்மைக் காட்சி என்றால் எந்தப் பொருளுக்கு எந்த உருவத்துக்கு அண்மைக் காட்சி என்று தெரிந்து கொள்வது முக்கியமானதாகும்.

எனவே படம்பிடிக்கப் போவது என்ன பொருள் (subject), அதன் உருவ அளவு குறிப்பாக முழுமையான காட்சி அளவுக்கும் படம் பிடிக்கிற பொருளின் உருவ அமைப்பிற்குமான தொடர்பு மட்டுமே அது மத்திமக் காட்சியா, அண்மைக் காட்சியா என்பதைத் தீர்மானிக்கும். எனவே ஒரு தலைக்கு மட்டுமேயான அண்மைக் காட்சி என்றால் அது என்ன தலை என்பதை - குழந்தையின் தலையா - யானையின் தலையா என்பதைத் திரையின் முழுக்க தலையைக் காட்டுவதன் மூலம் தெளிவுபடுத்தி விடவேண்டும். எனவே ஓர் அண்மைக்காட்சி என்பதை அதன் நேரடியான அர்த்தத்தில் புரிந்துகொள்ள வேண்டிய அவசியம் இல்லை. அதன் தேவை என்ன எதை அண்மையாக எடுக்கப் போகிறோம் என்பதைக் குறித்தே அதை விளங்கிக் கொள்ள வேண்டும்.

காட்சிகளில் இதுபோல பல பிரிவுகள் இருக்கின்றன. அவை

1. அதி தொலைவுக் காட்சி (Extreme Long shot-ELS)

2. தொலைவுக் காட்சி (Long shot- LS)

3. மத்திமக் காட்சி (Medium shot-MS or MED) (மத்திம தொலைவுக் காட்சி (Mid long shot - MLS) (வெகு அண்மைக் காட்சி (Close Shot - CS)

4. அண்மைக் காட்சி (Close up - CU) (வெகு அண்மைக்காட்சி (Extreme clove up - ECU)

1. அதி தொலைவுக் காட்சி (Extreme Long shot-ELS)

அதி தொலைவுக் காட்சி என்பது கேமராவை தொலைவில் வைத்துப் பரந்த நிலப்பகுதியையோ பரந்த காட்சியையோ படம் எடுப்பது. பெரிய போர்க் காட்சி அல்லது பரந்த அழகிய இயற்கைக் காட்சி அல்லது திரைப்படத்துக்காக நாம் உருவாக்கிய பெரிய செயற்கை அரங்கம் (setting) ஆகியவற்றை அதி தொலைவுக் காட்சியின் மூலம் பார்வையாளர் ரசிக்கிற அளவுக்குப் பிரமாண்டமான தோற்றத்தை ஏற்படுத்தலாம். இதுபோல பிரமாண்டமான நிலக் காட்சியை அதி தொலைவுக் காட்சியாகப் பதிவு செய்யும்போது கேமராவை திருப்பியோ (pan) வேறு மாதிரியான அசைவுகள் கொடுத்தோ படம் எடுப்பதைக் காட்டிலும் நிலையாக வைத்துப் படம் எடுப்பதே சிறந்தது. கேமராவைத் திருப்புவதன் மூலம் எதாவது ஆர்வமளிக்கும் விஷயம் காட்சியினுள் சேரும் என்றால், அல்லது நடக்கும் காட்சியில் கேமராவைத் திருப்புவதன் மூலம் புதிதாக அரங்கத்தின் ஒரு பகுதியோ அல்லது காட்சியில் நடக்கும் செயலோ தெரியவரும் என்றால் கேமராவை திருப்பலாம். பொதுவாக கேமராவைத் திருப்புவதன் மூலம் காட்சியில் எதாவது மாற்றம் ஏற்படுமெனில் கேமராவை திருப்பலாம். கேமராவை திருப்புவதன் மூலம் அரங்கத்திலோ, காட்சியிலோ, காட்சிக்குள் நடக்கும் செயலிலோ எந்த மாற்றமும் நிகழவில்லையெனில் கேமராவை நிலையாக வைத்து அதிதொலைவுக் காட்சியைப் படம் எடுப்பதே சிறந்தது. நிலையாக எடுக்கும்போது காட்சி எந்த மாதிரியான நிலப்பரப்பில் நிகழ்கிறது என்பது பார்வையாளர் மனதில் நிறுவப்படுகிறது. மேலும் இதுபோல பரந்த காட்சிகளை எடுப்பதற்கு ஒட்டு மொத்த நிலக்காட்சியும் எங்கிருந்து தெரியுமோ அதுமாதிரியான உயரமான இடத்தில் இருந்து படம் எடுப்பதே சிறந்தது. உயர்ந்த கட்டடங்களின் மேலிருந்தோ, கேமராவுக்காக ஏற்படுத்தப்பட்ட உயரமான மேடையிலிருந்தோ, மலை உச்சியிலிருந்தோ, விமானம் மூலமாகவோ எடுக்கலாம். உதாரணத்துக்கு lawrence of arabia என்ற ஆங்கிலப் படத்தில் வரும் பாலைவனக் காட்சிகளைப் பாருங்கள்.

பெரிய பண்ணைகள், கட்டடங்கள் நிரம்பிய நகரத்தின் அடிவானம், பரந்த தொழிற்சாலை வளாகம், பிரமாண்டமான எண்ணெய்க் கிணறுகள், மலைத் தொடர்கள், ராணுவ முகாம்கள், பரந்த நிலத்தில் ஆயிரக்கணக்கான கால்நடைகளை ஓட்டி

வருதல், பெரிய கப்பல் நகர்ந்து செல்வது, (Titanic படத்தில் பார்க்கலாம்) இது மாதிரியான அதிபரந்த காட்சிகள் ஒரு காட்சித்தொடரையோ ஒரு படத்தையோ அறிமுகப்படுத்தும் தொடக்கக் காட்சியாக அமையும்போது அது மிக அழுத்தமான பாதிப்பைப் பார்வையாளர்கள் மனதில் ஏற்படுத்தும். இதுமாதிரி பிரமாண்டமாக அதி தொலைவுக் காட்சிகளுடன் துவங்கும்போது படத்திலிருக்கும் கதாபாத்திரங்கள், மற்றும் கதையை முறையாக அறிமுகம் செய்வதற்கு முன்பாகவே அதுகுறித்த முன்னேற்பாடுடன் இருக்க, பார்வையாளர்களை மிகச்சரியான மனநிலைக்குத் தயார் செய்கிறது. இதுமாதிரியான அதிதொலைவுக் காட்சிகளை தேவையான போதெல்லாம் பயன்படுத்தும்போது அது படத்தை மிகப்பிரமாண்டமாகக் காட்டுவதோடு பார்வையாளரைத் துவக்கத்திலிருந்தே ஆர்வத்துடன் பிடித்து வைக்கவும் உதவுகிறது.

தொலைவுக்காட்சி (Long shot- LS)

செயல் நடக்கும் பகுதி முழுவதும் தெரிவது மாதிரியான காட்சி. கதை நடக்கும் இடம், காட்சியில் இருப்பவர்கள், காட்சியில் இருக்கும் பொருட்கள் எல்லாம் அவற்றின் முழு உருவமும் பார்வையாளருக்குத் தெரிவது மாதிரியான தொலைவுக்காட்சி. காட்சி நடக்கும் தெருவாக இருக்கலாம், அல்லது வீடாகவோ அறையாகவோ அல்லது காட்சி நடக்கும் அரங்கமாகவோ இருக்கலாம். இவை முழுமையாகத் தொலைவுக் காட்சியில் இருக்கும். ஒரு காட்சியில் இருக்கும் அனைத்து விஷயங்களும் தொலைவுக் காட்சியில் தெரிவதால் பார்வையாளருக்கு, தொலைவுக்காட்சியை அடுத்து வரும் மத்திமக் காட்சியிலோ, அண்மைக் காட்சியிலோ இந்தக் காட்சியில் யார் யார் சம்பந்தப்பட்டிருக்கிறார்கள், அவர்கள் எங்கே இருக்கிறார்கள் எதை நோக்கி நடக்கிறார்கள் என்று அறிந்துகொள்வதற்கு வசதியாக இருக்கும். காட்சி நடக்கும் இடம் எதுவாக இருந்தாலும் அந்தக் காட்சிக்குள் கதாபாத்திரங்கள் எங்கிருந்து நுழைகிறார்கள் எப்படி வெளியேறுகிறார்கள், காட்சிக்குள் எப்படி நகர்கிறார்கள் என்பதைத் தொலைவுக்காட்சி தெளிவாகக் காட்டுகிறது. காட்சியில் சுற்றி இருக்கிற மற்ற கதாப்பாத்திரங்களின் அண்மைக்காட்சி வரும்போது இவர்கள் இந்தக் காட்சியில் எப்படி வந்தார்கள்? காட்சியில் எங்கே இருக்கிறார்கள் மற்ற நடிகருக்கு அருகில்

இருக்கிறார்களா சற்று தள்ளி இருக்கிறார்களா என்ற குழப்பம் பார்வையாளருக்கு வரும். இந்தக் குழப்பங்கள் வராமல் இருக்க ஒரு காட்சி நடக்கும் இடம் அறை என்றால் அந்த அறையில் ஒருவர் உட்கார்ந்திருக்கிறார், ஒருவர் அவர் அருகே நிற்கிறார், ஒருவர் சன்னல் அருகே நிற்கிறார், ஒருவர் கதவின் வழியாக உள்ளே வருகிறார், ஒருவர் பக்கவாட்டில் இருக்கும் கதவின் வழியே அடுப்படிக்குள் செல்கிறார் என்ற தவகல்கள் தெளிவாகக் காட்ட தொலைவுக் காட்சி பயன்படுகிறது. எனவே ஒரு காட்சி எங்கு நடக்கிறது அதில் யாரெல்லாம் எங்கெங்கு இருக்கிறார்கள் என்று புரியவைப்பதற்கு நிறுவுவதற்குத் தொலைவுக்காட்சி பயன்படுகிறது. எனவே திரும்பத் திரும்ப பார்வையாளருக்குப் புரியவைப்பதற்கு மறுபடியும் காட்சியில் இருப்பவர்களின் இருப்பிடத்தி நிறுவுவதற்கு காட்சியில் இருப்பவர்கள் நகரும் போதெல்லாம் தொலைவுக் காட்சியைப் பயன்படுத்தலாம். உதாரணத்துக்குக் காட்சியில் உட்கார்ந்திருந்தவர் எழுந்து வெளியேறலாம். அப்போது சன்னலருகே உட்கார்ந்தவர் எழுந்து நிற்கலாம். இது போல் காட்சிக்குள்ளே இருப்பவரின் இருப்பிடமும் செயலும் மாறும்போது தொலைவுக் காட்சியைப் பயன்படுத்தலாம். இதனால் அடுத்துவரும் அண்மைக் காட்சிகளில் இவர் எப்படி எழுந்தார், இவர் ஏன் இங்கிருக்கிறார் என்ற குழப்பங்கள் தீரும். எனவே ஒரு தொலைவுக்காட்சியைக் கதாபாத்திரம் நகரும்போது பயன்படுத்தினால் அந்தக் காட்சி நடக்கும் இடமும் திரும்பவும் காட்டப்படுவதன் மூலம் பார்ப்பவர் மனதில் அது தெளிவாகக் குழப்பம் இன்றிப் பதிவாகிறது.

பொதுவாகத் தொலைவுக்காட்சி என்பது சற்றுத் தளர்வாக இணைப்பு (*compose*) செய்யப்படுவது. ஏனெனில் கதை நடக்கிற களம் அது தெருவா, வீடா, அறையா, அரங்கமா என்று தெரிய வேண்டும். இரண்டாவது காட்சியில் இருக்கிற நடிகர்கள் இயங்குவதற்கு இடம் இருக்க வேண்டும். எனவே தொலைவுக் காட்சி கொஞ்சம் தளர்வான இணைப்புடன் உருவாக்கப்படுகிறது. மேலும் தொலைவுக் காட்சியில் கதை நடக்கும் இடம் முழுதுமாகத் தெரிய வேண்டும் என்பதால் காட்சிக்குள் இருக்கும் நடிகர்களின் உருவங்கள் சிறியதாகத் தெரியும். இந்தத் தொலைவுக் காட்சியைத் தொடர்ந்து அடுத்துவரும் காட்சிகளில் நடிகர்கள் தனித்தனியான அண்மைக் காட்சி மூலமோ மத்திமக்காட்சி முலமோ காட்டப்பட வேண்டும்

என்பதால் இந்தத் தொலைவுக் காட்சிகள் மிகச்சிறிய நேரம் திரையில் தெரிந்தால் போதுமானது.

மேலும் புழுக்கமான அறைக்குள்ளிருந்து வெளியே வருகையில் காற்றோட்டத்தை ஒரு விடுதலையாகத் திறப்பாக உணர்வதுபோல ஒரு படத்துக்கு தொலைவுக் காட்சிகள் ஒரு திறப்பு போல காற்றோட்டம் தருவது போன்ற உணர்வைத் தருகின்றன. ஏனெனில் இவற்றின் பரந்த தன்மையால் கதை நடக்கும் வெளி முழுவதையும் உணர முடிகிறது. ஒரு வீட்டின் அறைகளுக்குள் நடக்கும் காட்சிகளுக்கு முன்னால் அந்தக் கதை நடக்கும் வீட்டின் வெளிப்புறக்காட்சி ஒரு தொலைவுக் காட்சியாகக் காட்டி அந்தக் காட்சியைத் துவக்கலாம். அதுபோல ஒரு முழுப்படமும் விதவிதமான அறைகளுக்குள் நடக்கிறது என்றால் அந்தப் படம் ஏதோ மூடி வைக்கப்பட்டதுபோல வெளி இல்லாத இறுக்கமான இடத்திற்குள் கதை நடப்பதுபோல ஓர் உணர்வைத்தரும். இதுபோன்ற நேரத்தில் அந்த வீட்டின் வெளிப்புறக்காட்சியாக ஒரு தொலைவுக் காட்சியை இடையிடையே காட்டும்போது அது புழுக்கத்திற்குள் காற்று வந்ததுபோல கொஞ்சம் மூச்சு வாங்கியதுபோல விடுதலையான மன உணர்வைத் தரும். தொலைக்காட்சிகளில் இந்தத் தொலைவுக் காட்சிகள் மிகக் குறைவாகவே பயன்படுத்தப்படுகின்றன. ஏனெனில் தொலைக் காட்சியின் அளவு சிறியதாக இருப்பதாலும் தொலைவுக்காட்சியை அவ்வளவு சிறிய தொலைக்காட்சியில் பார்க்கும்போது காட்சியில் இருக்கும் நுணுக்கமான விவரங்கள் தெரியாமல் போகிறது. ஏனெனில் ஓர் அகன்ற திரையில் ஒரு தொலைவுக்காட்சியைப் பார்ப்பதற்கும் அதே காட்சியை அறையில் இருக்கிற சிறிய தொலைக்காட்சியில் பார்ப்பதற்கும் வித்தியாசம் இருக்கிறது. இதுமாதிரியான இடத்தில் மத்திமத் தொலைவுக்காட்சி (*medium long shots*) பயன்படுகிறது. இந்த மத்திமத் தொலைவுக்காட்சியில் கதை நடக்கும் இடம் முழுமையாகத் தெரியாது. ஆனால் நடிப்பவரின் முழு உருவமும் தெரியும். தொலைக்காட்சிகளில் தொலைவுக்காட்சிகளுக்குப் பதில் இதுபோன்ற மத்திமத் தொலைவுக்காட்சிகளைப் பயன்படுத்தலாம். இந்த மத்திமத் தொலைவுக் காட்சிகளை முழுக்காட்சிகளை (*full shots*) என்றும் அழைக்கலாம்.

- படப்பெட்டி 2018

◎

ஒளிப்பதிவில் அழகியல்

சொர்ணவேல்: ஒளிப்பதிவின் அழகியல் குறித்து?

செழியன்: ஒளிப்பதிவு என்றதுமே அதனுடன் இணைத்துப் பார்க்கப்படும் விஷயம் அழகு. சட்டகம் (frame) அழகாக இருக்கிறதா? ஒளி அழகாக இருக்கிறதா? கோணம் அழகாக இருக்கிறதா? வண்ணம் அழகாக இருக்கிறதா? நடிகர் அழகாக இருக்கிறாரா? என்று துவங்கி ஒரு திரைப்படத்தின் ஒளிப்பதிவை மதிப்பிடுவதற்கு அதன் அழகு என்பதுதான் இந்திய வணிக சினிமாவில் ஒரு தவறான அளவு கோலாக இருக்கிறது.

அழகு என்றால் என்ன? ஒரு சட்டகம் பளபளப்பாக வண்ண மயமாகக் கண்ணுக்குப் பளிச்சென்று இருக்க வேண்டும். இதனால்தான் ஒரு திரைப்படத்தின் விமர்சனத்தில் ஒளிப்பதிவைப் பற்றி எழுதும்போது கண்ணுக்குக் குளுமையாக அழகாக இருக்கிறது என்று எழுதுகிறார்கள். ஓவியத்தில் இருந்தும் நிழற்படத்தில் இருந்தும்தான் திரைப்பட ஒளிப்பதிவு உருவாகிறது. ஆனால் ஓவியத்தையும் நிழற் படத்தையும் கண்ணுக்குக் குளுமையானது என்று நாம் சொல்வதில்லை.

பொதுவாகத் தமிழ்த் திரைப்படம் முகங்களையே முதன்மையாகக் கொண்டு இயங்குவதால் அழகு என்பதை ஒளிப்பதிவுடன் பொருத்திப் பார்க்கிற பண்பு நம்மிடம் வந்திருக்கலாம்.

பிரெஞ்ச் இயக்குநர் ராபர்ட் பிரஸ்ஸான் அழகான ஒளிப்பதிவு என்பதே இல்லை. அவசியமான ஒளிப்பதிவுதான் இருக்கிறது என்று எழுதுகிறார். ஒரு காட்சிக்கு என்ன அவசியமோ அதைச் செய்வதற்குத் தான் ஒளிப்பதிவு என்கிறார். அந்த அவசியமானதைப் படம்பிடிப்பது ஒளியினால் வருவதல்ல. புதிதான கோணத்தின் மூலம்தான் வருகிறது என்கிறார். *(Things made more visible not by more light but by the fresh angle.)*

ஒரு காட்சிக்குள் என்ன சொல்ல விரும்புகிறோம், என்ன காட்ட விரும்புகிறோம் எந்தக் கோணத்தில் காட்ட விரும்புகிறோம் என்பதில்தான் ஒளிப்பதிவின் தன்மை இருக்கிறது. வாழ்க்கைக்கு நெருக்கமான அதன் உண்மைத் தன்மையில் இருந்துதான் அந்த அழகியலும் தோன்றுகிறது.

இதையேதான் பிரஸ்ஸான் வேறுவிதமாகவும் சொல்கிறார். ஒளிப்பதிவு என்பது எழுதுவதில் ஒரு புதிய முறை என்கிறார். *(Cinematography, a new way of writing).* அவர் சினிமாட்டோகிராபி என்பது ஒளிப்பதிவை மட்டுமல்ல முழு சினிமாவையும் தான் சொல்கிறார். அழகான கையெழுத்தில் இருந்தால் அது சிறந்த எழுத்தாகி விடுமா? அல்லது பளபளப்பான வண்ணமயாக அச்சிடுவதால் அந்த நூல் சிறந்த நூல் ஆகிவிடுமா? என்ன எழுதப்பட்டிருக்கிறது என்பதைப் பொறுத்தே எழுத்தின் தரம் நிர்ணயிக்கப்படுவதைப் போல என்ன காட்டுகிறீர்கள் எப்படிக் காட்டுகிறீர்கள் என்பதில் இருந்தே ஒளிப்பதிவின் அழகியல் உருவாகிறது.

ஒழுங்கு, நேர்த்தி, வடிமமைதி கடந்து அந்தக் காட்சி என்ன மாதிரியான உணர்வைச் சொல்ல விரும்புகிறது என்பதுதான் ஒளிப்பதிவின் அடிப்படை. ஒளிக்கும் உணர்வுக்கும் நெருக்கமான தொடர்பு இருக்கிறது. இந்திய இசையில் பொழுதுக்கேற்ற ராகங்கள் இருக்கின்றன. பொழுது என்பது ஒளியின் தன்மை தானே. எனவே அந்தத் தன்மையை ஒளியின் வழியே வெளிப்படுத்தமுடிந்தால் அதுதான் நல்ல ஒளிப்பதிவின் தன்மையாக இருக்க முடியும்.

அழகியல் என்ற சொல் பல சமயங்களில் நம் பயன்பாட்டில் இருக்கிறது. குறிப்பாக கலைகள் சார்ந்த விமர்சனத்தில், வியந்தோதுதலில் பல முறை இந்த அழகியல் என்ற சொல் வருகிறது. அழகியல் குறித்த ஆங்கிலச் சொல்லும் எனக்கு மிகவும்

பிடிக்கும். இரண்டு நிழற் படங்களையோ திரைப்படத்தின் இரண்டு சட்டகங்களையோ காட்டி அதன் அழகியல் குறித்த வித்தியாசங்களைச் சொல்லுங்கள் என்றால் சொல்ல முடியும். ஆனால் காட்சி சார்ந்த, அனுபவம் சார்ந்த ஓர் இயலை வார்த்தைகளின் வழியே விளக்க முடியுமா என்று முயற்சிக்கிறேன்.

சொர்ணவேல்: அரிஸ்டாட்டில் தனது போயடிக்ஸில் கவிதையைப் பொருட்களையும் நிகழ்வுகளையும் பிரதிபலிக்கக் கூடியது என்று கூறி அது எண்ணம் அல்லது கருத்தை முன் வைக்க கூடிய தத்துவத்திலிருந்து மாறுபட்டது என்று கூறுகிறார். இன்று கவிதையைப்போலவே படிமங்களுக்கும் பிரதிபலிக்கக் கூடிய தன்மைக்கும் அருகிலிருக்கும் சினிமாவையும் அதன் ஆதாரத் தூண்களில் ஒன்றான ஒளிப்பதிவையும் போயடிக்ஸ் எனும் அழகியலை வைத்து சிந்திப்பது பலனளிக்கும் என்றெண்ணுகிறேன்.

செழியன்: அழகியல் என்பது ஒரு தத்துவம். இது கலை, அழகு, சுவையணர்வு என்று மூன்று வகையின் வழியாக ஒரு கலையின் அழகு குறித்துப்பேசுவது என்றும் படித்திருக்கிறேன். மேலோட்டமாக அழகியல் என்றால் அழகு, இயல்.அதாவது அழகைப் பற்றிப் பேசுகிற இயல். இது எங்கிருந்து துவங்குகிறது? இதன் மூலத்தை அறிவதிலிருந்து நீங்கள் கேட்கிற திரைப்படம் சார்ந்த அழகியலுக்கு வருவது பொருத்தமாக இருக்கும் என்று நினைக்கிறேன்.

கிரேக்கத்தின் சிற்ப இயலில் இருந்து துவங்கலாம். மனித உருவத்தைச் சரியான பரிமாணத்தில், ஓர் ஆணின் புஜங்களையும் மார்பையும், வயிற்றுத்தசைகளையும், உளிச்செதுக்கலின் கச்சிதத்தோடு முகத்தின் அமைப்பையும் சரியான பரிமாணத்தில் *(Perspective)* அதன் நேர்த்தியில், உடல் அளவின் கணிதக்கூறுகள் மாறாமல் உருவாக்க வேண்டும். இவ்வாறு மனிதக்கூறுகளை மிகச்சரியாகக் கலையில் பிரதிபலிக்கிற தன்மையில் இருந்து இந்த அழகியல் என்கிற சொல்லுக்கான தேவை உருவாகிறது.

பிளேட்டோ, “ஓர் உடலைச் சிற்பமாக உருவாக்கும்போது அந்த உடல் உறுப்புகளின் ஒன்றுக்கொன்றான விகிதத்தில் ஒருமித்த தன்மையும் ஓர் இசைவும் *(Hormony)* இருக்க வேண்டும்” என்கிறார். இதுகுறித்து அரிஸ்டாட்டில் சொல்லும்போது

சமச்சீர் *(symmetry)* என்ற ஒரு புது விஷயத்தை இந்த அழகியலில் சேர்க்கிறார். இந்த இசைவும் சமச்சீரும் முக்கியமானவை.

சமச்சீர் என்பது கணிதவியலில் ஒருவிதமான சமநிலையைக் *(balance)* குறிக்கிறது. இந்தச் சமநிலை என்பது பௌதீகவியலில் வெளியைக் குறிக்கிறது. இந்த வெளி முப்பரிமாணம் சார்ந்தது. நவீன இயலில், நான்காவது பரிமாணமான காலமும் சேர்ந்து கொள்கிறது. இந்தப் பௌதீகம் சார்ந்த சமநிலை, என்பது காலம், வெளி சார்ந்த சம நிலை. ஒளியின் பிரதிபலிப்பில், பூமியின் சுழற்சியில் இருக்கிற சம நிலை.

அதுபோல மொழியில், இசையில், அறிவில், இது கோட்பாடு சார்ந்த இயலில் இருக்கிற சமநிலை. ஒரு முக்கோணத்தை அந்தக் கூம்பில் இருந்து சரிபாதியாக மடித்தால் இரண்டு செங்கோணம் கொண்ட முக்கோணம் உருவாகிறது. இதுதான் சம நிலை.

டாவின்ஸியின் ஒரு மனித வரைபடத்தில்-கோடுகள் முழுக்க வரைந்து உடலின் பாகங்களைக் கோடுகளால் பிரித்துச் சமநிலையைக் குறிக்கும் படத்தை நாம் பார்த்திருக்கிறோம். இதுதான் *symmetry*. ஒரு விதமான சமநிலை. ஒரு வண்ணத்துப் பூச்சியின் உடலைச் சரிபாதியாகப் பிரித்தால் இரண்டு சிறகுகள் இரண்டு பக்கமும் சம அளவு வடிவங்களாக இருக்கின்றன. இதை இயற்கை மற்றும் செயற்கையின் எந்த வடிவத்திலிருந்தும் இந்தச் சமநிலையைப் புரிந்துகொள்ள முடியும். இந்தச் சமநிலைதான் பின்னால் நாம் பேசப்போகிற ஒரு திரைப்பட சட்டகத்தின் இயல் *(Composition)* குறித்த சமநிலை. *(Balance)*.

சுருக்கமாகச் சொன்னால் ஓர் ஒழுங்கு. நேர்த்தி, அதன் வழியே ஓர் இசைவு. இதில் வினோதம் என்னவென்றால் இந்த அழகியல் என்கிற விஷயம் விதிகளின் வழியே ஒருபோதும் வருவதல்ல. வரலாம் வந்தாலும் அதில் ஓர் உயிர்ப்பு இருப்பதில்லை. ஏனெனில் இந்த அழகியல் என்பதைக் கணிதக் கோட்பாடுகளின் வழியே நிறுவினாலும் அது உறைந்திருப்பது கலைகளின் ஆன்மாவில். கலைகள் எப்போதும் விதிகளுக்குள் அடங்கியதில்லையே?

சமீபத்தில் எங்களது இசைப் பள்ளிக்காகச் செவ்வியல் காலத்து இசைமேதைகளைக் கோட்டோவியமாக ட்ராட்ஸ்கி மருது வரைந்து கொடுத்தார். அதில் ஒவ்வொரு படத்திலும்

கோடுகள் ஒருவிதமான வேகத்தில் இயங்குகின்றன. இந்தக் கோட்டோவியங்களில் சமநிலை என்பது சரிபாதி என்கிற கணித அளவில் இல்லை. ஆனால் கோடுகளும் வெளியும் எடுத்துக் கொள்கிற மனப்பரப்பில் ஓர் அற்புதமான சமநிலை இருக்கிறது.

இதுபோலவே அழகியல் சார்ந்து எனக்கு நேர்ந்த ஓர் அனுபவத்தையும் சொல்ல வேண்டும். சிவகங்கையில் இருந்தபோது அதிக நேரம் 'அன்னம்' பதிப்பகத்தில் தான் இருப்பேன். அப்போது கரிசல் காட்டுக் கடுதாசி நூலாகக் கொண்டு வருவதற்காக ஓவியர் ஆதிமூலம் வரைந்த அய்யனார் சிலையின் கோட்டோவியம் வந்திருந்தது. நண்பன் கதிர் அந்த ஓவியத்தைப் பெரிதாக வரைய முடியுமா என்று என்னிடம் கேட்டான். எனக்கு வரைவதில் பயிற்சி இருந்ததால் அந்த ஓவியத்தைப் பெரிதாக வரைந்து கொடுக்க அது 'அன்னம்' வரவேற்பறையில் சட்டமிட்டு மாட்டப்பட்டது.

அந்த ஓவியத்தைப் பார்க்கிற நண்பர்களிடம் இது ஆதிமூலம் வரைந்தது என்று நாங்கள் ஏமாற்றிக் கொண்டிருந்தோம். ஒருநாள் ஒரு மூத்த எழுத்தாளர் ஒருவர் அறைக்குள் நுழைந்ததுமே 'இது ஆதி வரைந்தது இல்லையே' என்று சிரித்தார். எப்படிச் சொல்கிறீர்கள் என்று நாங்கள் கேட்க, கோடுகள் எல்லாம் அப்படியே இருக்கிறது. ஆனால் ஆதியின் ஓவியத்தில் இருக்கும் கம்பீரம் இதில் இல்லை என்று சொன்னார். கோடுகள் ஒன்றுதான். விடுபட்டுப் போன அந்தக் கம்பீரத்தை எப்படி வரைவது? அதுதான் படைப்பின் பைத்திய நிலையில் தானாகவே தோன்றுகிற சமநிலை. அதன் வழியே மலர்கிற அழகியல்.

எனவே அழகியல் என்பது அதைப் படைக்கிறவரின் - உருவாக்குகிறவர் என்று சொல்வதுகூட சரியில்லை. உருவாக்குதல் என்ற சொல்லில், விதிகளின் படி இயங்குதலும் கூடவே திட்டமும், நகல் எடுக்கிற தன்மையும் இருக்கிறது. எனவே உருவாக்குதல் செயற்கைத் தன்மையைக் குறிக்கிறது. படைப்பது என்பதில் ஒருவிதமான பைத்திய மனநிலை இருக்கிறது. தர்க்கம் சாராத விதிகளுக்குள் அடங்காத பைத்தியக்காரத்தனம்.

விதிகளைப் பொருட்படுத்தாமல் சுதந்திரமாக இயங்குகிற ஆழ்மன இயல்பின் வழியே ஓர் இசைவு ஏற்பட வேண்டும். அதுவே அழகு.

கிரேக்கத்தில் சிற்ப மரபு என்றால் இந்தியாவில் அழகியல் என்பது நமது ஆன்மீகம், தத்துவம் சார்ந்து வளர்கிறது. கட்டடக்கலை, ஓவியம், காவிய மரபு, புராணீகம், சிற்பங்கள், கோயில்கள், நடன மரபு என்று கலைகள் சார்ந்த நம் மரபில் இந்த அழகியல் ஒருவிதமான குறியீட்டுத் தன்மையுடன் வளர்கிறது. இது கிரேக்கம்போல நேரடியான மனித உருவத்தைக் கொண்டு வளரவில்லை.

சொர்ணவேல்: கிரேக்க அழகியல் தத்துவத்தில் ப்ளேட்டோவின் அழகியலுக்கு முரணாகக் கவிதையை நிறுவுவது மொழியாக்கம் சார்ந்தும் அவர் வாழ்ந்த காலகட்டம் சார்ந்தும் சர்ச்சைக்குட்பட்டு விவாதிக்கப்பட்டு வருகிறது. நவீன அழகியல் தத்துவங்களைப் பற்றி ஒளிப்பதிவாளராக என்ன நினைக்கிறீர்கள்?

செழியன்: நவீன அழகியலில் இது வெளிப்படையான உருவம் சார்ந்ததல்ல. அகம் சார்ந்தது. இந்த அழகு என்பது ஒன்றுடன் ஒன்று பொருந்துவது. உதாரணத்துக்கு ஓவியத்தையே எடுத்துக்கொண்டால் அதில் இருக்கிற ஒன்று அது வண்ணமோ, வெளியோ கோடுகளோ ஒன்றுடன் ஒன்று பொருந்த வேண்டும். பலவகையான தன்மைகள் (variety) ஒன்றுடன் ஒன்று சேர்வது, வேற்றுமையில் ஓர் ஒற்றுமை. ஒழுங்கு, சமச்சீர், இவை எல்லாம் சேர்ந்து எதை உருவாக்குகிறதோ அதன்வழியே நேர்த்தியான ஒருங்கிணைந்த குணாதிசயத்தை உருவாக்குவது.

வளைவுகளும் செங்கல் மாடிப்படிகளும் கொண்ட லாரி பேக்கரின் கட்டடங்களைப் பார்த்தால் அதன் வண்ணத்திலும் வடிவத்திலும் ஒரு சம நிலை இருக்கிறதே.

இது பார்க்கிறபோது மட்டும் அல்ல, உணர்கிற போதும் நமக்குள் ஒருவிதமான ஓர்மையை, களிப்பை, சக்தியை, மொத்தத்தில் ஒருவிதமான ஈர்ப்பை உருவாக்குவது. ஒரு நிழற்படத்தைப் பார்க்கையில் உங்கள் கண் முதலில் எங்கு போகும்? நிழற்படத்தின் செவ்வகத்தில் இருக்கும் உருவங்களுக்குள் உங்கள் கண் எப்படிச் சுற்றி அதன் மையத்துக்கு வரும்? அல்லது மையத்துக்கு வராமல் விலகிச்செல்லும்? இதில் ஓர் இசைவு கூடி வருகிறதா? ஒரு நிழற்படத்தில் வெளி என்ன வேலையைச் செய்கிறது? அது ஏன்? இதெல்லாம் சேர்ந்துதானே இயல் சார்ந்த நிழற்பட விதிகளை உருவாக்குகின்றன.

சமச்சீர், சமநிலை இரண்டும் சேர்ந்த உருவ அமைதிக்கு மிகவும் பிரபலமான உதாரணமான ஆடுகிற நடராஜ சிற்பத்தையும் நாம் எடுத்துக்கொள்ளலாம். இதன் சிற்பவியல் சார்ந்த அழகியல் குறித்துச் சமீபத்தில் படித்தேன். இதில் எதிரெதிரான வடிவத்தில் உடலின் இயக்கம் இருக்கிறது. ஆனாலும் அதனில் ஒரு சமநிலை இருக்கிறது. இந்த உருவத்தை மேல்பாகம், கீழ்ப்பாகம் என்று பிரித்தால் மேல் பாகத்தில் முகம் நம்மைப் பார்ப்பதுபோல நேரடியாக முன்னோக்கி இருக்கிறது. ஆனால் கால்களும் தொடையும் கடிகாரச்சுற்றின் திசையில் திரும்பிக் கொண்டிருக்கிறது. இதே விஷயம் வலது இடது கைகளிலும் இருக்கிறது. வலது கை நம்மை நோக்கி இருக்கிறது. இடது கை வலதுபக்கமாகத் திரும்பி இருக்கிறது. இவ்வாறு திரும்பி இருப்பது ஒருவிதமான இயக்கத்தை மேலும் உறுதி செய்கிறது.

இரண்டு கால்கள் தரையில் இருக்கும் வரையில், கைகள் நேராக இருக்கும் வரையில் சமநிலை இருக்கும். உடலில், ஒரு காலைத் தூக்கியதும் சம நிலை கலைகிறது. ஆனால் அந்தச் சம நிலை, கால்களும் கைகளும் உருவாக்கும் இயக்கத்தின் வழியாக மீண்டும் உருவாகிறது. எல்லாம் சரி. இந்த நடராஜ சிற்பத்தைச் சுற்றி ஒரு வட்டம் இருக்கிறதே ஏன்? இது எதனைச் சமன் செய்ய? அந்த வட்டம் இல்லாமல் - அதன் பெயர் திருவாச்சி என்று நினைக்கிறேன் - நடராஜ சிற்பம் ஒரு சமநிலை அடையுமா? இதுபோலவே உருவம் சார்ந்த சமநிலை குறித்த உதாரணங்களாகத் தேர், பிரமிடு இரண்டையும் சொல்லலாம்.

சொர்ணவேல்: பால கைலாசம் தனது ஆவணப்படமான வாஸ்து மரபில் அமரர் கணபதி ஸ்தபதியின் மூலம் நீங்கள் சொல்லும் சிற்பக்கலையிலுள்ள சீர்மையையும் அதன் பின்னுள்ள அழகியல் தத்துவத்தையும் நுணுக்கமாகவும் ஆழமாகவும் பதிவு செய்துள்ளார். சிற்பவியலின் தாக்கத்தை அதற்கு பின் வந்த கலைகளில் எப்படிப் பார்க்கலாம்?

செழியன்: சிற்பவியலில் இருக்கிற இந்த உறைந்த இயக்கம் சார்ந்த சம நிலையும், அதன் வழியே உருவாகும் அழகியலும் தான் நிழற்படத்திலும் செயல்படுகிறது. ஏனெனில் நிழற்படம் என்பது நாம் இதுவரை பார்த்த முப்பரிமாணத்திலிருந்து விலகி இரண்டு பரிமாணங்கள் மட்டுமே கொண்டதாக இருக்கிறது. ஒரு நிழற்படத்தில் சமநிலை என்பது அதன் செவ்வகப் பரப்பைச் சமமான ஒன்பது சதுரங்களாகப் பிரித்து அதில் எந்த

சதுரத்தில் அல்லது எந்தக் கோடுகள் சந்திக்கும் புள்ளியில் ஓர் உருவம் இருந்தால் அது சம நிலை கொண்டதாக இருக்கும் என்கிற மூன்றின் விதிகள் (Rule of thirds) நிழற்படத்தின் இயல் விதிகளில் (Composition rules) இருக்கிறது.

ஒரு நிழற்படத்தில் ஒரு பாதை செல்கிறது என்றால் அது நிழற்பட செவ்வகத்தின் எந்த மூலையில் துவங்கி எந்த மூலையில் முடிய வேண்டும்? ஒரு நிழற்படத்தில் வானத்தையும் பூமியையும் எத்தனை விகிதத்தில் வைக்க வேண்டும்? இவ்வாறு அளவு சார்ந்த விதிகள் எல்லாம் ஒருவிதமான சமநிலையைத் திரும்பத் திரும்ப வலியுறுத்துகின்றன. நிழற்படத்தின் தராசு சமமாக இருக்க வேண்டும். ஏன் கோணலாக இருந்தால் என்ன? விதி எப்போதும் ஒழுங்கை மட்டுமே சொல்கிறது. ஒழுங்கில் ஓர் அழகு இருப்பதாகச் சொல்கிறது. நிச்சயம் ஒழுங்கில் ஓர் அழகு இருக்கிறது. அந்த ஒழுங்கு ஓர் இயந்திரத்தின் ஒழுங்காக மாறினால் அதில் அழகு இல்லை. கலையும் இல்லை. எனவே அனைத்து விதிகளையும் அழகாக மீற வேண்டும்.

கார்தியே பிரஸ்ஸானின் நிழற்படங்களைப் பார்த்தால் ஒவ்வொரு நிழற்படமும் ஒரு விதி மீறல். அதில் விதியும் இருக்கிறது. ஏனெனில் மீறலும் பிறகு ஒரு விதியாகி விடுமே. ஜெர்மனியின் சுவரைப் பிடித்து ஏற முயலும் ஒரு பெண், அருகில் நின்றும் உட்கார்ந்தும் ஓடியும் வருகிற சிறுவர்கள். இதில் இருக்கிற இயக்கம், ஒவ்வொரு உடலுக்கும் இடையில் இருக்கிற வெளி, அந்த உடலின் வெவ்வெறு இயக்கங்கள் எல்லாம் அவர் சொல்கிற தீர்க்கமான கணத்தில் நிகழ்கிறது. அந்த கணம் தவறினால் சுவரில் ஏறும் பெண்ணின் உடையில் இருக்கிற வடிவம் கலைந்து விடுமே. அந்த உடை தணிந்திருப்பதாக இந்தப் படத்தைக் கற்பனை செய்து பாருங்கள். இந்தப் படத்தில் கோடுகளின் விதி இருக்கிறது. அதன் மீறலும் இருக்கிறது.

சிற்பம், ஓவியம், நிழற்படம் இவை மூன்றிலும் இல்லாத சில விஷயங்கள் திரைப் படத்தில் சேர்கின்றன. அவை உருவங்களின் நேரடியான இயக்கமும், காலமும். அந்த இயக்கத்தில் ஒரு வேகம். அந்த வேகத்தில் கூடுதலும் குறைவும் சேர்ந்த தகவேற்றம் (Modulation). அதன் வழியே உருவாகிற லயம். (Rhythm). இவை தவிர பிரெஸ்ஸான் சொல்கிறாரே 'ஒரு திரைப்படத்தின் மூன்றாவது பரிமாணம் அதன் ஒலி' என்று.

ஒரு பொருளுக்குப் பத்துவிதமான பண்புகள் இருக்கிறது என்று டாவின்ஸி சொல்கிறார். அந்தப் பத்துவிதமான பண்புகளையும் கவனித்து ஒரு படைப்பை உருவாக்க வேண்டும். திரைப்பட உருவாக்கத்தில், இன்று இருக்கிற வேகத்தில் இந்தப் பத்துப்பண்புகளையும் கவனித்து ஒவ்வொரு சட்டகமாக இயற்றிக் கொண்டிருந்தால் படத்தை எப்போது எடுத்து முடிப்பது? பசி வந்தால் பத்தும் பறந்து போகும் என்கிற நம் பழமொழிபோல படைப்பில் ஒருவிதமான பைத்திய நிலை உருவாகும்போது, டாவின்ஸி சொல்கிற பத்தும் பறந்துபோகும். பறந்து போதல் என்பது கைவிடுகிற சமரச நிலை அல்ல. ஒன்றி விடுகிற நிலை. அது விதிகளை மறந்து நம் இயல்பில் ஒன்றாக மாறிப் பிறகு அது தானாகவே படைப்பில் வந்துவிடும். கார்தியே பிரஸ்ஸானுக்கு அதுதான் நிகழ்ந்தது.

குப்ரிக் சொல்வது போல 'மனிதன் கண்டுபிடித்ததிலேயே மோசமான கலை படப்பிடிப்பு நடத்துவதுதான்.' ஏனெனில் கடுமையான சத்தங்களுக்கு நடுவே ஒரு பெரிய கூட்டத்தை வைத்துக்கொண்டு ஒரு நாளைக்கு எட்டு மணி நேரம் சில நாட்கள் பதினான்கு மணி நேரம் தினமும் தொடர்ச்சியாக நாற்பது ஐம்பது நாட்களுக்குக் காத்திரமாக இந்தப் படைப்புத் தொழிலைச் செய்ய வேண்டும்.

உலகில் எந்தக் கலையாவது இப்படி இருக்கிறதா? எந்த நாவலாசிரியராவது அல்லது எந்த ஓவியராவது இவ்வளவு கூட்டத்தை வைத்துக்கொண்டு வெட்ட வெளியில் அதுவும் கொளுத்தும் வெயிலில் தினம் பத்துமணி நேரம் தொடர்ச்சியாக ஐம்பது நாட்கள் படைப்புத் தொழிலில் ஈடுபடுகிறார்களா? பிறகு எப்படி மற்ற கலைகளுக்கு இணையாக வைத்து திரைப்படத்தை விமர்சிக்க முடியும்? இதெல்லாம் மதிப்பிற்குரிய திரைப்பட விமர்சகர்கள் கவனிப்பார்களாக.! பெர்க்மனும், குரசோவாவும், தார்க்கோவ்ஸ்கியும் இப்படித்தானே செழியன் படங்களை எடுத்திருப்பார்கள் என்ற இன்னொரு குரலும் கேட்கிறது. அது உள் மனதின் குரல்தான்.

சொர்ணவேல்: பெர்க்மனும் குரசோவாவும் தார்க்கோவ்ஸ்கியையும் நீங்கள் இங்கு நினைவு கூர்வது மிகவும் பொருத்தமானது. பெர்க்மனின் பித்து நிலைக்கு அவரது படங்களே சாட்சி. சைலன்சும் பெர்ஸோனாவும் க்ரைஸ் அண்ட் விஸ்பர்ஸும். குரோசாவின் சுயசரிதையிலிருந்து முகிழ்ந்த அவரது

குறும்படங்களின் தொகுப்பான ட்ரீம்ஸிலுள்ள படங்கள் இயக்குநராக அவரது கலை மற்றும் அதிகார பித்தை அவர் மீள்பார்வையிடும் காட்சி நம்மை நெகிழ வைப்பவை. அதில் சினிமாவின் மூலம் வாழ்வின் மையத்தைத் தியானிக்கும் அவரது பண்பைக் காணலாம். அதைப் போலவே தார்க்கோவ்ஸ்கியும். குறிப்பாகக் கடைசிப் படங்களான நாஸ்டால்ஜியாவும் ஸாக்ரிபைசும்.

செழியன்: *Sacrifice* படத்தில் அந்தத் தீ எரியும் கடைசி காட்சியில் தார்க்கோவ்ஸ்கி ஒருவிதமான பைத்திய நிலையில் இங்கும் அங்கும் நடப்பதை நான் பட உருவாக்கப் பதிவில் *(making video)* பார்த்திருக்கிறேன். அவ்வளவு அவசரத்துடனும் பதட்டத்துடனும் தான் அற்புதமான காட்சிகள் உருவாகி இருக்கின்றன. மாலையில் அந்த மாய ஒளியின் கடைசித் தருணங்களில் 'லைட் போகுது' என்று பதறி ஒட்டுமொத்தக் குழுவும் இங்கும் அங்கும் ஓடி சூரியன் மறைகிற கடைசி நொடிவரைக்கும் வேலை செய்து காட்சியைச் சிறப்பாக எடுத்து முடித்ததும் வருகிற ஆசுவாசத்தையும் சினிமா மட்டும் தானே தரமுடியும்?

திரைப்படத்தில் அழகியல் என்பது மேலே சொன்ன எல்லா விஷயங்களையும், உபரியாக அவசரத்தையும் சேர்த்துக்கொண்டு கூடுதலாக ஒளியையும், ஒலியையும், நகர்வையும், சேர்த்துக் கொள்கிறது. இதன் அழகு என்பது அதன் ஒழுங்கின் வழியே கதையின் இயல்பைப் பிரதிபலிக்க வேண்டும். திரைப்பட இயக்குநர் ராபர்ட் பிரஸ்ஸான் சொல்வது போல "இங்கு அழகான ஒளிப்பதிவு என்பது அவசியமே இல்லை. கதைக்குத் தேவைப்படுகிற இயல்பான ஒளிப்பதிவு தான் வேண்டும்."

இந்த இயல்பு என்பது எதனுடைய இயல்பு? இயக்குநருடைய இயல்போ ஒளிப்பதிவாளருடைய இயல்போ அல்ல. மாறாகக் கதையினுடைய இயல்பு. கதையின் வேறுபட்ட கதாபாத்திரங்களின் வழியே ஓர் உருவ அமைதி கொண்டு கதைக்குள் நிகழும் இந்த இசைவுதான் அந்த இயல்புதான் ஓர் இயக்குநரை, அதன் ஒளிப்பதிவாளரை நுட்பக்கலைஞர்களை ஒரே திசையை நோக்கி வழிநடத்துகிறது.

'ஒரு மோசமான திரைக்கதையை வைத்துக் கொண்டு ஒரு நல்ல இயக்குநரால் கூட ஒரு நல்ல படத்தைத் தர முடியாது" என்று

குரசோவா சொல்வதன் அடிப்படை கதை வழியே நிகழ்கிற இசைவைக் குறித்ததுதானே. எனவே ஒரு திரைப்படத்தை உண்மையில் இயக்குவது அதன் திரைக்கதைதான். அது ஏற்படுத்துகிற மனநிலைதான். அது உருவாக்குகிற இசைவுதான் முக்கியமாக இருக்க முடியும். இயக்குநர், ஒளிப்பதிவாளர், இசையமைப்பாளர், நடிகர்கள் உள்ளிட்ட எல்லோரும் உபகருவிகள். 'ஒரு நல்ல திரைப்படம் தனக்குத் தேவையான அனைத்தையும் தானே சேர்த்துக் கொள்ளும்' என்கிற மேற்கோளின் அர்த்தமும் இதுதானே.

எனவே அழகு என்பது ஒருவிதமான ஒழுங்கில், இசைவில் ஏற்படுகிறது என்றால் திரைப்படத்தினுள் அந்த அழகியல் திரைக்கதை முன்மொழியும் மனநிலையில் இருந்து துவங்குகிறது. பிறகு இயக்குநரின் மனநிலை. பிறகு ஒளிப்பதிவாளரின் மனநிலை. எனவேதான் பெர்க்மனும் நிக்வெஸ்டும் இணையும்போது ஒரு மாயம் நிகழ்கிறது. வாங்கார்வையும் கிறிஸ்டோபர் டாயலும் இணையும்போது அதே மாயம் நிகழ்கிறது. இங்கு ஸ்ரீதர் - வின்சென்ட், மணிரத்னம் - பி.சி.ஸ்ரீராம் என ஓர் இணைப்பு அதனதன் சூழலுக்கும் தன்மைக்கும் ஏற்ப மாயம் நிகழ்த்தும்.

பெரும்பாலும் பாடல் காட்சிகளைப் படம் பிடிக்கும்போது இசையின் லயத்துடன் கேமராவின் நகர்வும் பொருந்துகிறபோது ஓர் இணைப்பு நிகழும். அதாவது நேர்முனையும் எதிர்முனையும் இணையும்போது மின்சாரம் உருவாகுமே, அதுபோல இசையின் இயக்கமும், காட்சியின் இயக்கமும் மிகச்சரியாகச் சேர்கிற போது ஓர் இணைப்பில் நாம் சாட்சியாக உடன் இணைகையில் உடல் சிலிர்க்கும். இந்த சிலிர்ப்பை, படம் பிடிக்கும்போது நான் அடிக்கடி உணர்ந்திருக்கிறேன்.

உதாரணமாகப் பரதேசி படத்தில் எல்லோரும் ஊரைவிட்டுக் கிளம்புகிற அந்தப் பயணப் பாடலை எடுக்க உத்தேசித்து மாலையில் அதற்கான வேலை நடந்து கொண்டிருந்தது. மானாமதுரையின் ஒரு வறண்ட செம்மண் பகுதியில் ஐநூறுக்கும் மேற்பட்ட துணை நடிகர்கள் தயாராக இருந்தார்கள். அவர்களுக்கு முன்னால் கங்காணி செல்கிற மாட்டுவண்டியும் தயாராக இருந்தது.

நாற்பதடி கிரேனில் கேமராவை வைத்துக்கொண்டு கீழே நானும் தயாராக இருந்தேன். பாடல் அப்போது பதிவாகாமல்

இருந்ததால் ஓர் இந்திப் பாடலைப் போட்டுப் படம் எடுத்தோம். படத்தில் இந்தக் காட்சி பாடலின் இடையில் வந்தாலும் இந்தப் பாடலுக்காக நாங்கள் எடுக்கிற முதல் காட்சி இதுதான். அதாவது குழுவில் இருக்கிற நாங்களே முதல் முறையாக இப்போதுதான் இந்தக் காட்சியைப் பார்க்கப் போகிறோம்.

காட்சிக்கு எல்லாம் தயாரானதும் பாடல் ஒலிக்கத் துவங்கியது. அப்போது கேமராவின் பரந்தகாட்சிக்குள் வெற்று நிலமே இருந்தது. நிலக்காட்சியில் யாருமில்லை. பாடல் ஒலிக்கத்துவங்கிச் சில நொடிகளில் நடிகர்கள் சட்டகத்தின் வலது பக்கத்திலிருந்து காட்சிக்குள் நுழைவார்கள். அவர்கள் நுழைந்து ஒரு சில நொடிகளில் கிரேன் உயரவேண்டும். இதுதான் ஏற்பாடு.

மாலை ஒளி வேகமாக இறங்கிக்கொண்டிருந்ததால் இவ்வளவு கூட்டத்தையும் வைத்துக் கொண்டு ஒத்திகை பார்த்து திரும்பவும் அவர்களைப் பழைய நிலையில் நிறுத்துவது சாத்தியமில்லை. எனவே பரபரப்பாக எல்லாம் தயாரானதும் பதிவாகப் போகிற காட்சிக்கு முந்தைய அமைதி. பாடல் ஒலித்தது. கேமரா ஓடும் சத்தம் துவங்கியது. எனது முன் இருக்கும் சட்டகத்தில் தெரியும் பரந்த நிலப்பரப்பில் காற்று பலமாக வீசிக்கொண்டிருக்க மாட்டுவண்டி நுழைந்து பின்னால் கந்தல் ஆடைகள் காற்றில் படபடக்க கிராமத்து மக்கள் நடந்து வந்ததும் 'கிரேன்' என்று சத்தம் செய்தேன். கிரேன் உயர்ந்தது.

பாடலின் ஆரோஹணமும் கிரேனின் உயர்வும் ஒன்றுசேர உடல் சிலிர்த்தது. காட்சியின் ஓர்மையில் கண்கலங்கி எதிரில் நிகழ்வது ஒரு திரைப்படத்தின் காட்சிதான் என்கிற உணர்வு மறந்தது. அது ஓர் அற்புதமான உணர்வு நிலை. காட்சிமுடிந்து கிரேனிலிருந்து கீழே இறங்கினால் இயக்குநர் உள்ளிட்ட அங்கிருந்த அனைவரும் கண்கலங்க நின்றிருந்தார்கள். சிலர் அருகில் வந்து கை கொடுத்தார்கள். ஆச்சரியம் என்னவெனில் படம் பிடிக்கும்போது எல்லோருக்கும் ஏற்பட்ட சிலிர்ப்பு அதே காட்சியை அரங்கத்தில் பார்க்கும்போது பார்வையாளருக்கும் ஏற்படுவதை நான் கண்கூடாகப் பார்த்தேன். அது ஏன் என்று தெரியாது. எம்.டி.முத்துக்குமாரசாமி படம் குறித்த சிறந்த காட்சிப் படிமங்களில் ஒன்றென இந்தக் காட்சியையும் குறிப்பிட்டிருந்தார். எப்படி இது நிகழ்கிறது? முதல் பார்வையாளனாக நான் பார்க்கும்போது எனக்கு ஏற்படும் காட்சி அனுபவம் உண்மையாக இருந்தால் அது பார்க்கிறவரையும் பாதிக்கிறது.

ஒளியில் எழுதுதல் | 97

சமீபத்தில் குரசோவா பற்றிய ஆவணப்படம் ஒன்று பார்த்தேன். அதில் *'Rhapsody in August'* என்ற படத்தைப் பற்றிச் சொல்லும்போது ஒரு காட்சி பற்றிச் சொல்கிறார். "பாட்டி மழையில் ஓடுகிறாள். அவளது பேரக்குழந்தைகள் பின்னால் ஓடுகிறார்கள். பாட்டி குடை பிடித்திருக்கிறாள். காற்றில் எதிர்பாராத கணத்தில் குடை பின்பக்கமாக மடங்கி விடுகிறது. இந்தத் தருணத்தை நான் எதிர்பார்க்கவில்லை. படம் பிடிக்கும்போது ஒரு சிலிர்ப்பைத் தந்த தருணம் அது. இந்தக் காட்சி திரையில் ஓடும்போது பாட்டியின் குடை எதிர்த் திசையில் மடங்கியதும் பார்வையாளர்கள் அழுதார்கள். ஏன் என்று எனக்குச் சொல்லத் தெரியவில்லை. அதுதான் சினிமாவின் சக்தி" என்கிறார்.

திரைப்படத்தின் எல்லாக் காட்சியிலும் இது நிகழ்வதில்லை. எப்போதாவதுதான் ஒரு தரிசனம்போல இது நிகழும். இந்தத் தருணத்தை அல்லது தரிசனத்தை அழகியலின் உன்னதமான கணம் என்று சொல்லலாம். எல்லாம் ஓர் ஒழுங்கில் இருக்கையில் பாட்டியின் குடை மடங்குவதுபோல எதாவது ஒன்று காட்சிக்குள் நடக்கிறது. பரதேசி பாடல் காட்சியில் பலமான காற்று அல்லது மாலை ஒளி எதாவது ஒன்று இல்லாதிருந்திருந்தால், அல்லது கிரேன் ஒரு நொடி தயங்கி உயர்ந்திருந்தால், அந்தச் சிலிர்ப்பு நிகழ்ந்திருக்குமா தெரியாது.

ஐன்ஸ்டீன் படத்தொகுப்பு பற்றிச் சொல்லும்போது இரண்டு காட்சிகள் சரியாகச் சேர்கையில் மூன்றாவது ஒன்று தோன்றும் என்கிறார். அது படத்தொகுப்பில் மட்டுமல்ல, படப்பிடிப்பிலும் நிகழும். எல்லாம் ஓர் ஒழுங்கில் சரியாக இருந்தால் மூன்றாவது ஒன்று புதிதாகத் தோன்றுகிறது. அது பிரஸ்ஸானின் *Decisive Moment* போல அந்தக் கணத்தில் மட்டுமே நிகழும். பிறகு நாமே அதை உருவாக்க நினைத்தாலும் முடியாது.

எனவே ஒரு திரைப்படம் நாம் என்னதான் திட்டமிட்டு உருவாக்கினாலும் அதன் போக்கில் எதாவது ஒன்று நிகழ்கிறது. இது ஓர் அமானுஷ்யம்தான். எனது அனுபவத்தில் இன்னொரு நிகழ்ச்சியையும் பகிர்ந்துகொள்ள விரும்புகிறேன். 'கல்லூரி' படத்திற்காக நான் ஒப்பந்தம் ஆன பிறகு ஒரு நாள் இயக்குநர் பாலாஜி சக்திவேல் என்னிடம் கதை சொன்னார். சொல்லும்போது நாயகி தன் காதலை உணரும் காட்சியில் நாயகன் கால்பந்து விளையாடுகிறான். அந்த விளையாட்டு

மழையில் நிகழ்ந்தால் நன்றாக இருக்கும் என்று சொன்னார். 'சரி' என்று சொன்னேன்.

சரி என்று சொன்னேனே தவிர மழை வரவேண்டுமே என்று மனதுக்குள் நினைத்துக் கொண்டேன். செயற்கை மழை சரியாக இருக்காது. ஒரு கால்பந்து மைதானத்துக்குச் செயற்கை மழை போடுவது என்பது சாத்தியமும் இல்லை. மழை வரும். வரவேண்டும் என்று மட்டும் நினைத்துக்கொண்டேன். ஏனெனில் படப்பிடிப்பு நடப்பது என் சொந்த ஊரான சிவகங்கையில். அதுவும் மே மாதத்தில். நல்ல காலத்திலேயே மழை வராத ஊர் அது.

படப்பிடிப்புக்குக் கிளம்பிவிட்டோம். அந்த மழைப் பாடலுக்கான காட்சியை எடுக்கும் நாளில் சிறிய தண்ணீர் வண்டி வந்திருந்தது. அந்த வண்டியில் இருந்த தண்ணீரை வைத்துக் கல்லூரி வராந்தாவில் தோழியுடன் நாயகி நின்று பேசுகிற காட்சியைச் செயற்கை மழை வைத்து எடுத்துக் கொண்டிருக்கும்போது நிஜ மழை வந்தது. எல்லோரும் பரவசத்துடன் ஓடிவந்து நிஜமழையில் படம் பிடித்தோம். இரண்டு மணி நேரம் நீடித்த மழையில் அவசர அவசரமாகக் காட்சிகளை எடுத்ததும் மழை நின்றது. 'அப்பாடா' என்று நினைக்கையில் இன்னும் கொஞ்சம் ஷாட்ஸ் எடுக்கணுமே என்று இயக்குநர் சொன்னார். இந்த மழையில் நிகழ்ந்த காட்சிகளுடன் பொருந்துவது மாதிரி திரும்பவும் எடுக்க வேண்டுமென்றால் க்ளோசப்தான் எடுக்க முடியும். என்ன செய்வது?

மறுநாள் மனம் ஒப்பாமல் செயற்கை மழையை வைத்து சில அண்மைக்காட்சிகள் எடுத்துக் கொண்டிருக்கும்போது ஆச்சரியமாகத் திரும்பவும் மழை வந்தது. சரியாக ஒருமணி நேரம் முந்தைய நாள் போல அடர்த்தியான மழை. பாடலை எடுத்து முடித்தோம். நாங்கள் படப்பிடிப்பு நடத்திய கோடை காலத்தில் ஐம்பது நாட்களில் இந்த இரண்டு நாள் மட்டும்தான் மழை பெய்தது. அந்த மழை இல்லையெனில் அந்தக் காட்சியை கற்பனை செய்யவே முடியவில்லை. இதுபோல சில விஷயங்கள் தாமாக நடக்கும்.

திரைப்படத்தில் மட்டுமல்ல அவரவர் துறை சார்ந்து தீவிரமாக இயங்குகிற ஒவ்வொருவருக்கும் இதுபோன்ற அனுபவம் நிச்சயம் இருக்கும்.

எனவே இந்த அழகியல் என்பது அகத்தில் இருக்கிறது என்றுதான் நான் நம்புகிறேன். ஒளிப்பதிவில் இயல் (Composition) பற்றிச் சொல்லும்போது அது பிறக்கும்போதே வருகிற இயல்பு (Inborn nature) என்று 5 C's of Cinematography சொல்கிறது. நான் மேற்கத்திய இசை படிக்கும்போது எட்டாம் நிலையில் தியரிக்கான பாடங்களின் கடைசியில் ஒரு வரி வருகிறது. 'இதுவரை நீங்கள் படித்த கோட்பாடுகள் எல்லாம் கண்தெரியாமல் வாசிக்கிற ஒருவரின் கேள்வி ஞானத்தின் முன்னால் எதுவுமே இல்லை' என்கிறது. அதாவது இயல்பில் வருகிற ஞானம்தான் முக்கியம். அகத்தில் இருக்கிற வடிவமைதிதான் இயல்பு.

"நுண்ணிய நூற்பல கற்பினும் மற்றுந்தன்
உண்மை அறிவே மிகும்"

என்று வள்ளுவர் சொல்வதும் இதுதான்.

எனவே அவரவர் இயல்பில் ஓர் ஒழுங்கு இருக்கிறது. ஒரு லயம் இருக்கிறது. அதைக் கண்டுகொள்வது தான் அழகு. அந்த அழகில் தோய்ந்து நாம் தன்னிச்சையாகச் செய்வது தான் இயல். சமையலுக்கான சேர்மானங்கள் ஒன்றுதான். ஆனால் கைப்பக்குவம் ஒருவருக்கொருவர் வேறுபடுகிறதே எப்படி? ஏனெனில் அதில் சமைப்பவரின் மனம் இருக்கிறது. அன்பு இருக்கிறது. இயல்பு இருக்கிறது. அதுபோலவே கலையில் அது சிற்பம், ஓவியம், எழுத்து, சினிமா என்று எதுவாக இருந்தாலும் நம் ஆழ்மனதின் இயல்புதான் காட்சியாக வெளியே வருகிறது. இதில் பயிற்சியின் வழியே வருகிற ஞானமும், ஒழுங்கும் சேரும்போது அது முழுமையான அழகியலாக மலர்கிறது.

பிக்காசோவின் வாழ்வின் நடந்த சம்பவம் ஒன்று நினைவுக்கு வருகிறது. பிக்காசோவை ஒரு பெண் வழியில் சந்திக்கிறாள். உடனே என்னை ஒரு கோட்டோவியமாக வரைந்து கொடுங்கள் என்று கேட்கிறாள். பிகாசோவும் ஒரு காகிதத்தில் சில நொடிகளில் அவளை வரைந்து கொடுக்கிறார். உடனே அந்தப்பெண் இதற்கு நான் எவ்வளவு தர வேண்டுமென்று கேட்கிறாள். மூன்று லட்சம் என்கிறார் பிக்காசோ. உடனே அந்தப் பெண் அதிர்ச்சியடைந்து சில நொடிகளில் வரைந்ததற்கு மூன்று லட்சமா என்று கேட்க அதற்கு பிக்காசோ சில நொடிகளில் வரைவதற்கு முப்பது வருடங்களுக்கு மேல் பயிற்சி செய்திருக்கிறேனே' என்கிறார்.

பயிற்சியின் வழியாக ஓர் ஒழுங்கு உருவாகிறது. அது இயல்புடனும் உண்மையான கலைஞனுக்கே தியானத் தன்மையுடன் சேரும்போது அது புதிய அழகியலுடன் பரிணமிக்கிறது.

நீங்கள் டிஜிட்டல் அழகியல் பற்றிக்கேட்டீர்கள். சமீபத்தில் எனது ஆசிரியர் பி.சி. ஸ்ரீராம் அவர்களைச் சந்தித்தபோது அவர் சொன்ன ஒரு விஷயம் இப்போது நினைவுக்கு வருகிறது. ஒளிப்பதிவு பற்றிப் பேச்சு வரும்போது, 'இப்போது எல்லாருமே நன்றாக ஒளிப்பதிவு செய்கிறார்கள். ஆனால் என்ன.. எல்லாம் ஒரே மாதிரி இருக்கு' என்றார்.

ஒருமுறை ஒளிப்பதிவாளர் ஜனுஸ் காமின்ஸ்கி 'என்னுடைய ஒவ்வொரு பிரேமிலும் என்னுடைய கையெழுத்து ஒளிந்திருக்கிறது' என்று சொன்னார். ஓர் ஓவியர் தான் வரைகிற ஒவ்வொரு படத்திலும் தனது கையொப்பம் இடுவதுபோல ஒரு தேர்ந்த ஒளிப்பதிவாளர் தான் உருவாக்குகிற ஒவ்வொரு சட்டகத்திலும் தனது மறை முகமான கையொப்பத்தை இடுகிறார். அதுதான் அடையாளம். அந்த அடையாளம் இல்லாமல் எல்லாருடைய ஒளிப்பதிவும் ஒரே மாதிரி இருப்பது ஏன்? ஒரு தனித்த அடையாளத்தை எங்கே தவற விட்டோம்?

இதன் காரணத்தை நம் சூழலின் வழியே யோசிக்கலாம். நம் ஊர்கள் அனைத்தும் ஒரே மாதிரி ஆகிவிட்டன. எங்கள் ஊரில் பீட்ஸா விற்கிறார்கள். மதுரையில் கெஞ்சுகி கோழிகள் வந்துவிட்டன. பொள்ளாச்சி பக்கம் ஒரு கிராமத்தில் வண்டிக் கடையில் சிக்கன் நூடுல்ஸும், தந்தூரி சிக்கனும் கிடைக்கிறது. உணவுப் பழக்கத்திலிருந்து உடை வரை நகரங்களைப் பார்த்து கிராமங்கள் நகல் செய்கின்றன. ஒருவிதமாகச் சகலவற்றையும் நகலெடுக்கிற சமூக அமைப்பில் நாம் இருக்கிறோம். Second hand Living என்று ஜே. கிருஷ்ணமூர்த்தி இதைத்தான் சொல்கிறார்.

பழக்கங்களில் இருக்கிற இந்த நகலெடுக்கும் தன்மை படைப்புத்துறையிலும் அதிகமாக இருக்கிறது. சென்னை வந்த புதிதில் லேண்ட்மார்க்கில் தான் *5C's of Cinematography* யைப் பார்த்தேன். அது வாங்குகிற விலையிலும் இருக்காது. இதற்காகவே லேண்ட் மார்க் அடிக்கடி போய் நின்றுகொண்டே முடிந்தவரை அதைப் படித்திருக்கிறேன். இப்போது எனது உதவியாளர் ஒரு பென் ட்ரைவ் தருகிறார். அதில் '5சி'

ஒளியில் எழுதுதல் | 101

உள்ளிட்ட சினிமா குறித்த முக்கியமான முன்னூறு நூல்கள் *ebook* ஆக இருக்கிறது. எதையும் நகல் எடுக்கலாம். எதையும் தரவிறக்கம் செய்யலாம். எல்லாவற்றுக்கும் ஓர் அப்ளிகேஷன் வந்துவிட்டது. இந்த வசதி தரும் சோம்பேறித்தனம் எதையும் நினைவில் வைக்க வேண்டிய தேவையையும் அழித்துவிடுகிறது.

ஒரு படம் நன்றாக இருக்கிறதே என்றால் 'சார் இது அந்தக் கொரியன் படம் என்கிறார்கள். 'யாரைத்தான் நம்புவதோ பேதை நெஞ்சம்' என்று பாடத்தான் முடியும். இதில் சோகம் என்னவென்றால் அது கொரியன் படமாகவும் இருக்காது. தமிழ்ப் படமாகவும் இருக்காது. ஏனெனில் நம் படங்களின் அமைப்பு (structure) அப்படி. நண்பர் ஒருவர்தான் சொன்னார் 'நீங்க துபாய் ரிட்டர்னா.' என்று வாசனையையும், லுங்கியையும் வைத்து ஒருவரை எளிதாகக் கண்டுபிடித்துவிட முடிவதைப்போல தமிழ்ச்சூழலுக்குப் பொருந்தாத ஒரு கதையமைப்பில் ஒரு படம் வந்தால் அது நிச்சயம் டவுன்லோட்தான். உண்மைதான் நம் படங்களில் இருக்கும் பாடல்கள், இடைவேளை, காதல் முதலான அமைப்பு இந்த நகல்களை எளிதாகக் காட்டிக் கொடுத்துவிடும். படம் நன்றாக இருக்கும். ஆனால் ஓர் அடையாளம் இருக்காது.

கதைதான் படத்தின் குணாதிசயத்தைத் தீர்மானிக்கிறது. ஓர் இயக்குநரின் குணாதிசயம்தான் படத்தின் கதையைத் தீர்மானிக்கிறது. இரண்டிலும் தனித்துவம் இருந்தால் அந்தப் படத்தின் ஒளிப்பதிவிலும் தனித்துவம் இருக்கும்.

நம் இயல்பு எது என்று கண்டுபிடிப்பதில்தான் இந்தத் தனித்துவம் என்பது இருக்கிறது. சாப்ளினுக்குள் நகைச்சுவை உணர்வும் அப்பாவித்தனமும் இயல்பாகவே இருந்தது. சிறுவயதில் அவரது அம்மா மேடையில் பாடும்போது திக்குகிறார். உடனே சாப்ளின் மேடை ஏறிப் பாடுகிறார். ஒரு சிறுவன் பாடியதைப் பார்த்ததும் பணத்தை மேடை நோக்கி வீசி எறிகிறார்கள். சாப்ளின் பாடுவதை நிறுத்திவிட்டுப் பணத்தைப் பொறுக்குகிறார். கூட்டம் சிரித்து ஆரவாரிக்கிறது. இந்த நிஜ வாழ்க்கைச் சம்பவம் சாப்ளின் படத்தின் ஒரு காட்சியைப் போலவே இருக்கிறது. எப்படி? அவர் தன் இயல்பு எது என்று கண்டறிந்தார். அதையே படமாகவும் ஆக்கினார். அந்த இயல்புதானே யாருக்கும் வாய்க்காத தனித்துவம்!

திரைத்துறையில் Trend setter என்கிற சொல் பத்து வருடத்துக்கு ஒருமுறை கேட்கும். இது எப்படி நடக்கிறது? ஒரு பாணியை நிறுவுகிறவர் யார்? பாணி என்பது என்ன? ஒரு தனித்துவமான படைப்பு பத்து வருடங்களுக்குத் தொடர்ந்து மாதிரிகளை உருவாக்குகிறது. அதை இன்னொரு தனித்துவமான படைப்பு வந்து உடைக்கிறது. பாணியை நிறுவுகிறவர் பிறகு என்ன ஆகிறார்? அவர் தனது பாணியையே திரும்பவும் நகல் எடுக்கிறார்.

இங்கு ஒரு வெற்றி சில சமன்பாடுகளை உருவாக்குகிறது. வணிகம் சார்ந்த தேவை கருதி அந்தச் சமன்பாடு ஒரு வார்ப்பை உருவாக்குகிறது. ஒரே வார்ப்பில் பல படங்கள் வருகின்றன. பிறகு இந்த அலையில் சிக்காமல் ஒருவர் தனித்துவத்துடன் வருகிறார். இன்னொரு புதிய பாணி உருவாகிறது.

குழந்தைகள் என்ன செய்தாலும் அழகாக இருக்கிறது. காரணம் அவர்கள் தர்க்கரீதியான விமர்சனங்கள் குறித்த எந்தக் கவலையும் இல்லாமல் சுதந்திரமாகத் தனக்குத் தோன்றியதைப் பதிவு செய்கிறார்கள். அதுதான் அழகியலின் துவக்கம் என்று நினைக்கிறேன். தனித்துவம். அந்த தனித்துவத்தின் வழியே ததும்பும் யதார்த்தம். இயல்பு. அதுதான் அழகு. எனவே சமச்சீர் போல சம நிலைபோல சம காலத்தில் தனித்துவம்தான் அழகியலின் முக்கியமான அம்சம் என்று நான் கருதுகிறேன்.

டிஜிட்டல் சினிமா வந்துவிட்ட சூழலில் யார் வேண்டுமானாலும் ஒரு கேமராவை இயக்க முடியும். இது வரவேற்கத்தக்க சுதந்திரம் என்றபோதும் ஒளிப்பதிவில் எந்த முன் தேடலும் அனுபவமும் இல்லாத ஒருவர் எதை வேண்டுமானாலும் பதிவு செய்ய முடியும்.

இதன் இணையான விளைவாக இன்னொன்றையும் நாம் யோசிக்க வேண்டும். தற்போது திரைப்படத்தின் ஆயுள் குறைந்து விட்டது. ஒரு படம் வெள்ளிக்கிழமை வெளியாகி ஞாயிற்றுக் கிழமைக்குள் முடிந்துவிடுகிறது. ஒரு வாரத்தைக் கடந்தால் பெரிய விஷயம். இவ்வாறு மூன்றுநாளில் முடிந்துவிடுகிற ஒரு திரைப்படத்தை எவ்வளவு செலவு குறைவாக உருவாக்க முடியுமோ அவ்வளவு நல்லது என்ற மன நிலையும் வந்துவிட்டது. Fast food மாதிரி Fast cinema.

முன்பு ஸ்டுடியோக்களில் ஒளியமைப்பு செய்யும்போது அதற்கெனத் தனி லைட்டிங் கால்ஷீட் இருக்கும். இப்போது ஸ்டுடியோ இல்லை. இயல்பான ஒளியிலேயே படத்தை எடுப்பதும் நல்ல விஷயம்தான். ஆனால் எது இயல்பு என்று அதன் தாத்பர்யம் புரிந்திருப்பது அவசியமில்லையா? கோடம்பாக்க மொழியில் சினிமாடோகிராபி பற்றிச் சொல்லும் போது ‘பொம்மை வருதா விடு. அவ்வளவுதான்’ என்பார்கள். எனக்குப் பொம்மை வேண்டாம். மனிதர்கள் வேண்டும். கண்ணில் பார்க்கிற மாதிரி, தொட்டு உணர்வது மாதிரி மனிதர்கள் திரையில் தோன்ற வேண்டும் என்று நினைத்துக் கொள்வேன். பொம்மை எப்படி மனிதனாக மாறும் என்கிற ரகசியம் இப்போதுதான் கொஞ்சம் புரிகிறது. ஆறு படம் எடுத்த பிறகுதான் எனக்கு அடிப்படையே புரிகிறது. பி.என் சுந்தரம் அவர்களின் சமீபத்து நேர்காணல் ஒன்றைப் படித்தேன். பிரமிப்பாக இருந்தது. 200 படத்திற்கு ஒளிப்பதிவு செய்திருக்கிறேன் என்கிறார். கடலை முதன் முறையாகப் பார்க்கிற குழந்தையின் வியப்புதான் எனக்கு. இனிமேல்தான் இந்தக் கடலில் இறங்க வேண்டும். குளிக்க வேண்டும். மூழ்கவேண்டும். பயணிக்க வேண்டும். முடிந்தால் முத்தெடுக்கவும் வேண்டும்.

சமீபத்தில் சந்திக்கும்போது பி.சி ஸ்ரீராம், தனது சிறுவயதில் மார்கஸ் பாட்லேயை சந்தித்ததைச் சொன்னார். ஹியூகோ படத்தில் அந்தச் சிறுவன் ஜார்ஜ் மெலிசை சந்திக்கிற காட்சிதான் என் நினைவுக்கு வந்தது. மேன்மக்கள் மேன்மக்கள்தான்.

இந்தச் சினிமாவும் ஒளிப்பதிவும் எத்தனை பிரமாண்டம். மார்க்கஸ் பாட்லே, வின்சென்ட் மாஸ்டர், பி.என். சுந்தரம், பி.லோக்நாத், பெயர் அறியாத எத்தனை மேதைகள், பி.சி ஸ்ரீராம், பாலுமகேந்திரா, அசோக் குமார், சொல்லாமல் விட்ட பெயர்கள் எத்தனை? இன்னொரு பக்கம் திரும்பினால் ஸ்டெரேரா, நிக்விஸ்ட், ஃப்ரடி யங், காமின்ஸ்கி, கிறிஸ்டோபர் டாயல். இது எத்தனை பிரமாண்டம்? இன்றைக்கும் வின்சென்ட் மாஸ்டரின் ஒவ்வொரு காட்சியைப் பார்க்கும் போதும் அதை ஓவியம் போலவே உணர்கிறேன். சமீபத்தில் அவரது பார்கவி நிலையத்தின் ஒரு பாடலைப் பார்த்தேன். அதன் கீழ்நிலைக் கோணங்களும் அதில் நடிகர்களை அவர் நிறுத்துகிற அழகும், சட்டகத்தை அவர் இயற்றுகிற அழகும் அப்படி இருக்கிறது.

குறிப்பாக முகங்களின் வண்ணமும் ஒளியும் தைலவண்ண ஓவியத்தின் அடர்த்தியுடன் இருக்கின்றன.

எந்த வசதியும் இல்லாமல் வியூஃபைண்டரை கூட நிமிர்த்த முடியாத கேமராவையும், குறைந்த வேகம் கொண்ட பிலிமையும் (இதில் கறுப்பு வெள்ளை வேறு) வைத்துக் கொண்டு எத்தனை அசாத்தியமான பங்களிப்புகள். பி.என்.சுந்தரம் சொல்கிறாரே மிட்செல் கேமராவை ட்ராலியில் இருந்து கையில் எடுத்துக் கொண்டு நகர்வது குறித்து. ஆச்சரியம்தான். அந்தக் கேமராவைத் தூக்குவதற்கே ஒரு பலம் வேண்டும். இதில் ஒரு காட்சியின் தொடர்ச்சியாக சலனமில்லாமல் கையில் தாங்கிப் படம் எடுப்பது எப்படி? ஆச்சரியம் இன்னும் நீங்கவில்லை. ஆனால் இப்போது கோப்ரோவும், ப்ளாக் மேஜிக்கும் வந்து விட்டது. பொம்மை எடுத்தாலே பொம்மை வந்துவிடும். மனிதர்கள் கேமராவுக்கு முன்னாலும் அவசியமில்லை. பின்னாலும் அவசியமில்லை. இங்கிருந்துதான் நீங்கள் கேட்கிற டிஜிட்டல் அழகியல் துவங்குகிறது.

எப்போதும் கேமரா அல்ல. அதன் பின் இருப்பவரே முக்கியமானவர். அவரே தனது அக அழகின் வழியே காட்சியாக வெளிப்படுகிறார். எனவே நம் இயல்பு என்ன என்று தெரிய வேண்டும். பிறகு கதையின் இயல்பு என்ன வென்று தெரிய வேண்டும். அந்த இயல்புதான், அந்த உண்மைதான் அழகு. அந்த உண்மையின் வழியே வெளிப்படும் அழகியலுக்கு டிஜிட்டல், பிலிம், கறுப்பு வெள்ளை, வண்ணம், என்றெல்லாம் பிரிவுகள் இல்லையென்றே நான் நம்புகிறேன்.

◐

படச்சுருளின் மறுபக்கம்

சொர்ணவேல்: இயக்குநர் பாலு மகேந்திரா அவர்களுடன் உங்களுக்கு ஒளிப்பதிவாளராக இருந்த உறவைப் பற்றி பேசுவோமா?

செழியன்: பதின் வயதுகளில் பாலுமகேந்திரா என்ற பெயர்ச் சேர்க்கை கேட்கும்போதே ஈர்க்கிற ஒன்றாக இருந்தது. அந்த வயதில் அவரது படங்களைப் பார்க்கையில் சூரிய உதயத்திற்கும் அஸ்தமனத்திற்கும் திரையரங்கத்தில் பலத்த கைதட்டல் விழும். மூன்றாம் பிறையின் முதல் பாடலில் வானத்தில் ஒளியின் தீற்றல் களையும் வண்ணங்களையும் பார்க்கும்போது கைதட்டுவார்கள். ஏன் கைதட்டுகிறார்கள் என்பது எனக்குத் தெரியாது. சூப்பர் போட்டோகிராபி என்று இடைவேளையில் பேசிக்கொள்வார்கள்.

பிறகு சில வருடங்கள் கழித்து அழகப்பா கல்லூரியில் மூன்றாம் பிறை படம் திரையிட்டார்கள். ஊட்டியின் அதிகாலைக் காட்சிகளுக்குக் கைதட்டல் விழுந்தது. எனக்குத் தெரிந்து தியேட்டரில் போட்டோ கிராபிக்காக கைதட்டல் வாங்கியது இருவர்தான். ஒருவர் பாலு மகேந்திரா. மற்றொருவர் பி.சி.ஸ்ரீராம். இதயத்தைத் திருடாதே படத்தில் கதவைத் திறந்ததும் பனிப்புகை வரும். பிறகு நடக்கும்போது ஷவிலிருந்து தண்ணீர் பீய்ச்சி அடிக்கும். இரண்டுக்கும் தியேட்டரில் கைதட்டல். அக்னி நட்சத்திரம் படத்தில் பி.சி.ஸ்ரீராம் என்று பெயர் போட்டதுமே கை தட்டினார்கள்.

எனவே ஒளிப்பதிவு என்றால் சூரியன் மறைவதைக்காட்ட வேண்டும். ஷவரிலிருந்து தண்ணீர் பீய்ச்சி அடிக்க வேண்டும் என்று நான் அப்போது புரிந்துகொண்டேன். ஒன்று பரந்த காட்சி. இன்னொன்று அண்மைக் காட்சி. இரண்டுக்கும் கைதட்டுகிறார்கள். ஒளிப்பதிவு என்றால் அப்போது பாலுமகேந்திரா, பி.சி.ஸ்ரீராம். இரண்டு பெயர்கள்தான் எனக்குத் தெரியும். ஏனெனில் அந்த வயதில் எனக்குப் போட்டோ கிராபியில் பெரிய ஆர்வம் இல்லை. சினிமா மிகவும் பிடிக்கும். சினிமா எடுக்க வேண்டும் என்ற ஆர்வம்தான் இருந்தது. ஓவியத்திலும் கவிதையிலும் திரைக்கதையிலும் தீவிரமான ஈடுபாடு இருந்தது. நண்பர்களின் யாஷிகா அல்லது க்ளிக் 3 கேமராக்களில் சில படங்கள் எடுத்திருக்கிறேன். பாரதிராஜா, பாக்யராஜ், மகேந்திரன், மணிரத்னம் ஆகியோரின் படங்கள் பிடித்தன. அவ்வளவுதான். ஆனாலும் சிலர் நுட்பமாக போட்டோ கிராபியைப் பற்றிப் பேசும்போது விருப்பமாகக் கேட்பேன்.

இவர்கள் இருவர் பெயர்கள் தவிர தவிர இன்னொரு பெயர் எனக்கு ஆறாம் வகுப்பு படிக்கும்போதே தெரியும். அது 'கர்ணன்'. ஜம்பு என்கிற ஜெய்சங்கர் படம் எங்கள் ஊரில் ஸ்ரீராம் தியேட்டரில் வந்தது. அப்போது நான் படித்த பள்ளியில் விடுதியில் படிக்கும் சில மாணவர்களும் இருந்தார்கள். ஜம்பு என்பது ஏ சர்டிபிகேட் படம். அப்போது ஏ சர்டிபிகேட் படம் என்றால் பெரிய 'ஏ' போட்டு கொட்டை எழுத்தில் 'அடல்ட்ஸ் ஒன்லி' என்று போட்டிருப்பார்கள். எனவே படம் பார்க்க வீட்டில் விட மாட்டார்கள். வீட்டுக்குத் தெரியாமல் நானும் நண்பனும் ஒருமுறை தியேட்டருக்குப் போனோம். வரிசையில் நின்று டிக்கெட் கொடுக்கிற இடத்தை நெருங்குகையில் 'டேய்.. நீ ராமலிங்கம் அண்ணன் மகன் தானே' என்று கவுண்டரில் இருந்தவர் கேட்டதும் தலைதெறிக்க ஓடி வந்துவிட்டேன். ஆனால் என்னுடன் படித்த விடுதி மாணவரில் சேகர் என்றொரு நண்பன் இருந்தான். அவன்தான் கர்ணனின் பெருமைகளைச் சொன்னவன். அவன் படம் போட்டதும் தியேட்டரின் கழிவறை வழியாக உள்ளே இறங்கி தியேட்டருக்குள் நுழைந்து டிக்கெட் எடுக்காமல் ஜம்பு படத்தைப் பார்த்துவிட்டான்.

அவன் படம் பார்த்துவிட்டு வந்து வகுப்பின் நடுவில் அமர்ந்து கதை அடித்ததில் எனக்குப் படத்தில் இருந்த எந்த விஷயமும்

நினைவில் இல்லை. கர்ணனின் பெருமைதான் நினைவில் இருந்தது.

"கர்ணன் கேமராவை எங்க வைப்பார் தெரியும்ல. கவட்டுக்குள்ளேயே வச்சிருவாரு.." என்றான் சேகர். தொடர்ந்து அவன் பெருமைகளைப் பேசிக் கொண்டே இருந்தான். கேமராவை தாவி ஓடும் வெள்ளை உடைப்பெண்கள், முகத்துக்கு நேராக மோதுவது போல் வரும் வண்டிகள், கேமராவை தாவும் குதிரைகள், இரண்டு காருக்கு நடுவில ஜெய்சங்கர் வருவான் பாரு..' என்று படத்தின் பெருமைகளைச் சொல்லிக் கொண்டிருந்தான்.

அப்போது ஸ்ரீராம் தியேட்டர் எதிரில் ஒரு சிறிய பெட்டிக் கடை இருந்தது. அங்கு பிலிம் துண்டுகள் கிடைக்கும். ஒவ்வொரு படம் வெளியாகும்போதும் அந்தப் படத்திலிருந்து வெட்டிய பிலிம் துண்டுகள் கிடைக்கும். ஐந்து காசுக்கு ஒரு பிலிம்.

சொர்ணவேல்: *சென்ற ஆண்டு டிசம்பர் மாதத்துடன் பிலிம் என்கிற மெடிரியல் யதார்த்தத்திலிருந்து விலகி டிஜிட்டல் ஊடகமாகச் சினிமா தன்னை முற்றிலுமாக அறிவித்துக் கொண்டுள்ளது. 1967 லிலிருந்து 2013 டிசம்பர் மாதம் வரை பிரசாத் லேப்பில் 3,800 படங்களை ப்ராஸஸ் செய்துள்ளார்கள். இது பெரிய ஹாலிவுட் ஸ்டுடியோஸுக்கு நிகரான சாதனை. அத்தகைய பிரசாத் லேப் தனது ப்ராஸஸிங் பிரிவின் மூடுதலை அறிவித்துள்ளது, இனி தமிழில் 'படத்தில்' படமெடுக்க நினைத்தால் அதைக் கழுவ அந்நிய மாநிலங்களுக்கோ பம்பாய்க்கோதான் செல்ல வேண்டும். அங்கும் நாம் பேசிக் கொண்டிருக்கும் இத்தருணத்திலேயே மாறுதல் நிகழலாம். இத்தருணத்தில் டிஜிடல் சினிமாவை எதிர்ப்பார்த்திருந்த கர்ணன் போன்ற ஒளிப்பதிவாளர்களின் அழகியலை சிந்திப்பது பிரசாத் லேப்பிற்கும் அங்கு தொடர்ந்து நல்ல பிரிண்டுகளுக்காக உழைத்து அரும்பணியாற்றியவர்களுக்கு நாம் செலுத்தும் அஞ்சலிதான்.*

செழியன்: ஆம். உதாரணமாக, ஜம்பு வந்தபோது அந்தப் படத்தில் வெட்டப்படும் பிலிம் துண்டுகளை வாங்க அந்தக் கடைக்குப் போனேன். நான் வாங்கிய பிலிமில் ஜெய்சங்கர் வானத்தைப் பார்த்துச் சிரித்துக்கொண்டிருந்தார். சேகர் பலமுறை முயற்சி செய்து ஒரு வெள்ளை உடை அணிந்த

பெண்ணின் படத்தை வாங்கி வந்தான். குண்டு பல்பில் தண்ணீர் நிரப்பி வேட்டியைத் திரையாகக் கட்டி உடைந்த கண்ணாடி வழியே ஒளியைப் பாய்ச்சி அதைப் பெரிதாகப் பார்க்க முயற்சி செய்தோம். ஆனால் கலங்கிய படம் தெரிந்ததே ஒழிய தெளிவான உருவம் திரையில் வரவில்லை. அசையும் படமாக ஓட்ட என்ன செய்யலாம் என்று யோசித்து துண்டு பிலிம்களை நூலால் வரிசையாக இணைத்தது எனக் குழந்தைத்தனமான பல விளையாட்டுகள்.

நான் ஜம்புவை பல வருடங்கள் கழித்துப் பார்த்தபோது நனைந்த வெள்ளை உடையில் ஓடுகிற குண்டுப் பெண்களும், இரண்டு லாரிகள் அருகருகாகக் கடந்து செல்வதும் லாரியின் சக்கரம் பிரதானமாகத் தெரிய புழுதி பறக்கும் சேஸிங் காட்சிகளும் இப்போது நினைத்தால் ஆச்சரியமாக இருக்கிறது. பள்ளம் தோண்டி கேமராவை கீழே வைத்திருக்க வேண்டும். *Vaccum base* அப்போது இருந்திருக்குமா தெரியாது. ஆனால் அந்த லோ ஆங்கிள் கோணங்களும் கேமராவின் இயக்கமும் மிட்செல் கேமராவை வைத்துக்கொண்டு அதிலும் நிமிர்த்த முடியாத வியூஃபைண்டரை வைத்துக்கொண்டு எப்படி எடுத்தார்களோ? இப்போது நினைத்தாலும் ஆச்சரியமாக இருக்கிறது.

அந்த வயதில் எதற்கெடுத்தாலும் அதெல்லாம் கேமரா டிரிக் என்று சொல்வதைக் கேட்டிருக்கிறேன். உதாரணமாக 'நடிகரும் நடிகையும் நெஜமாவே கட்டிப்பிடிக்க மாட்டாங்க தெரியும்ல.. அப்படிக் கட்டிப்பிடிக்கிற கட்டத்துல ஃபீலிங்க்ஸ் வந்திரும்ல. அதுனால ஹீரோ ஹிரோயினி ரெண்டு பேருக்கும் ஊசி போடுவாங்க..' என்று நண்பர் ஒருவர் சொன்னதைக் கேட்டிருக்கிறேன். இதைத்தொடர்ந்து சொல்லமுடியாத பல கதைகள் இருக்கின்றன.

"அப்ப ஒரு படத்துல எத்தனை ஊசிதான் போடுவாய்ங்க.."

"சில பேரு ஊசி போட ஒத்துக்க மாட்டாங்க.."

"அப்ப கட்டிப்பிடிக்கிற சீன் எப்படி எடுப்பாய்ங்க.."

"கேமரா டிரிக்தான்."

இந்த கேமரா டிரிக் என்ற வார்த்தை ஏதோ மாயாஜாலம் செய்வது போன்ற தோற்றத்தைத் தரும். ஒன்றாவது வகுப்பு படிக்கையில் எங்கள் பள்ளிக்கு மேஜிக் காட்ட ஒருவர் வந்தார்.

சிறிய டப்பாவில் மண் அள்ளிப்போட்டு கூட்டத்திலிருந்த மாணவன் ஒருவனை அழைத்து டப்பாவைக் குலுக்கச் சொன்னார். பிறகு அவர் டப்பாவை வாங்கிக் கவிழ்த்தார். மண் எல்லாம் சீனியாகக் கொட்டியது. எனக்கு ஆச்சர்யம். மண்ணை மட்டும் சீனியாக்க முடிந்தால் அதை விட உலகத்தில் பெரிய விஷயம் என்ன இருக்கிறது என்று நினைத்துக் கொள்வேன். ஒருமுறை என் அப்பாவிடம் இது குறித்துக் கேட்டேன். அந்த வயதில் வருகிற மாய மந்திர சந்தேகங்களுக்கு அப்பாதான் சுவாரஸ்யமாக விடை அளிப்பார். அவர் ஒரு பகுத்தறிவுவாதி என்பதும் காரணம். பேயைப் பற்றிப் பயந்தால் 'வேப்பமர உச்சியில் நின்னு பேயொன்னு ஆடுதுன்னு' என்ற வரிகள் வருகிற 'சின்னப் பயலே..' பாடலைப் பாடியும் காட்டுவார்.

"மண்ணை எல்லாம் சீனியா மாத்த முடிஞ்சா, அவர் ஏன் ஸ்கூலுக்கு வந்து மேஜிக் செய்றாரு.. ரேஷன்ல எதுக்குச் சீனி போடுறாங்க.. அவரை வச்சு ஊர்ல இருக்க மண்ணை எல்லாம் சீனியா மாத்திடலாமே.." என்றார். அது சும்மா தந்திரம் என்பதும் அந்த டப்பாவில் இரண்டு திறப்புகள் இருக்கும் என்று அப்பா சொன்னதும் புரிந்தது.

அந்த வயதில் மேஜிக்கிற்கு இணையாக எனக்கு பரவசம் கொடுத்த இன்னொரு விஷயம் சினிமாதான். ஆறு ஏழு வயதில் அப்பா எம்.ஜி.ஆர். படம் என்றால் தவறாமல் அழைத்துப் போவார். நெடுநாளாக நான் எம்.ஜி.ஆர் திரைக்குப் பின்னால் வந்து நடிக்கிறார் என்றுதான் நினைத்துக் கொண்டிருந்தேன். அதனால்தான் எம்.ஜி.ஆர் வந்தால் விசில் அடிக்கிறார்கள், கைதட்டுகிறார்கள் என்றும் நினைத்துக் கொண்டேன். இதன் பின்கதை சுவாரஸ்யமானது.

எம்.ஜி.ஆர் ஒருமுறை சிவகங்கை வந்திருந்தார். அப்போது எனக்கு நான்கு அல்லது ஐந்து வயது இருக்கும். சிவகங்கை சண்முகராஜா கலையரங்கில் சரியான கூட்டம். அப்போது அப்பா என் கையில் ஒரு மாலையைக் கொடுத்துத் தன் தலைக்கு மேல் என்னைத்தூக்கி மேடைமீது இறக்கி விட்டார். மேடையில் எம்.ஜி.ஆருக்கு மட்டும் நாற்காலி போட்டிருக்கிறார்கள். நான் அவரைப் பார்த்து மாலையுடன் நடந்து போகிறேன். அருகில் போனதும் அவர் உயரத்துக்கு மாலை போட எனக்குக் கை எட்டவில்லை. அவர் சிரித்துக்கொண்டே குனிகிறார். நான் மாலையை அவர் கழுத்தில் போட சிரித்துக் கொண்டே அவர்

மாலையை என் கழுத்தில் போட்டுத் தூக்கி மடியில் உட்கார வைத்துக் கொண்டார். கைதட்டலும் விசிலும் பறக்கிறது. அவர் மடியில் இருந்து பார்த்தால் கண்ணுக்கு எட்டியவரை கூட்டம். எனக்கொரு முத்தம் கொடுத்து என்னை மடியில் இருந்து இறக்கி விடுகிறார். இந்தக் காட்சி இன்னும் பசுமையாக நினைவில் இருக்கிறது.

அதற்குப் பிறகு எம்.ஜி.ஆர் படம் வந்தால் நான் அவரைப் பார்ப்பதாகவே நினைத்துக் கொள்வேன். என்னை மடியில் உட்காரவைத்துக் கொஞ்சி முத்தமிட்டவர் அல்லவா? இதனால் தெருவில் அப்போதே நான் பிரபலம். "எம்.ஜி.ஆர் உனக்கு என்ன வேணும்?" என்று யாராவது கேட்டால் 'பெரியப்பா' என்று சொல்லுவேன். மானசீகமாக அவ்வளவு நெருக்கம்.

அப்போது வள்ளி திருமணம், அரிச்சந்திர மயான காண்டம் முதலிய ஸ்பெஷல் நாடகங்கள் நடக்கும். அதில் நடிக்கும் நடிகர்கள் ஒப்பனை செய்வதற்காக மேடைக்குப் பின்னால் ஒரு கொட்டகை இருக்கும். அதில் ஒரு குண்டு பல்ப் எரிந்து கொண்டிருக்கும். நான் பார்த்த அமுதா திரையரங்கும் ஒரு டூரிங் தியேட்டர்தான். அதன் பின்னால் ஒரு கூரைக் கொட்டகை இருக்கும். அதில் ஒரு குண்டு பல்ப் எரியும். இடைவேளையில் சிறுநீர் கழிக்கப் போகும்போது திரைக்குப் பின்னால் யாரையும் போகவிட மாட்டார்கள். எம்.ஜி.ஆர் உள்ளே இருக்கிறார். அதனால்தான் அந்தப் பக்கம் போகவிடாமல் தடுக்கிறார்கள் என்று நினைத்துக் கொள்வேன். இதெல்லாம்தான் எனக்கு எம்.ஜி.ஆர் பின்னால் இருந்து நடிக்கிறார் என்ற விஷயத்தை உறுதிப்படுத்தி இருந்தது.

ஒருநாள் சிவகங்கையில் எம்.ஜி.ஆர் படம் ஓடிக் கொண்டிருந்தது. அப்போது வீட்டுக்கு வந்த மாமா ஒருவரிடம் "நாங்க இன்னிக்கி எம்.ஜி.ஆர் படம் பாக்கப் போறோம்' என்று சொன்னேன். உடனே அவர் "மதுரையிலும் ஓடுது. நான் அங்க பாத்துக்கிறேன்" என்றார். எனக்கு முதல் அதிர்ச்சி. சிவகங்கையில் எம்.ஜி.ஆர் படம் ஓடுகிறது. இவர் எப்படி மதுரையில் பார்ப்பார்? சிவகங்கையில் திரைக்குப் பின்னால் நடித்து விட்டு மதுரையிலும் போய் எப்படி நடிக்க எம்.ஜி.ஆருக்கு எப்படி நேரம் இருக்கும்? சிவகங்கையிலிருந்து மதுரைக்கு ஒரு ஜெயவிலாஸ் பஸ்தானே ஓடிக்கொண்டிருக்கிறது? இது எப்படி முடியும்? அப்பாவிடம் கேட்டேன்.

அவர் அன்று மாலை திரையரங்கத்திற்குப் போகும்போது பின்னால் திரும்பி என்னைப் பார்க்கச் சொன்னார். பின்னால் ஒரு சுவரிலிருந்து சதுரமான துளை வழியே ஒளிவெள்ளம். திரையரங்கில் புகைந்த பீடிப் புகையில் நடிகர்கள் திரையில் மாறும் போதெல்லாம் புகையில் தெரியும் ஒளியிலும் மாற்றம் நிகழ்ந்தது. சினிமா என்பது பிலிமில் பதிவு செய்கிற விஷயம் என்று அப்போதுதான் புரிந்தது. பிலிமில் எப்படிப் பதிய முடியும் என்று கேட்டேன். அப்பா கேமரா பற்றிச் சொன்னார். எனக்குப் புரியவில்லை.

சொர்ணவேல்: நாம் விகடன் டெலிவிஸ்டாஸ் மற்றும் அசோக் லெலெண்டுக்காக துண்டுப் படங்கள் எடுத்துக் கொண்டிருந்தபோது தங்கள் பெற்றோரின் பங்களிப்பைப் பற்றி கூறியிருக்கிறீர்கள். தங்களது தந்தையார் திரையரங்கில் பணியாற்றியிருப்பதைக் கூறியிருக்கிறீர்கள்.

செழியன்: ஆம். அப்பா படித்து ஆசிரியர் வேலைதேடும் காலத்தில் அமுதா திரையரங்கில் பொழுது போக்குவதற்காகப் பகுதிநேர வேலையாக டிக்கெட் கொடுத்திருக்கிறார். திரையரங்க உரிமையாளர் தெரிந்தவர் என்பதும் ஒரு காரணம். எனவே அவருக்கு அந்த திரையரங்கில் இருந்த எல்லோரும் தெரிந்தவர்கள் என்பதால் சிறிய பிலிம் துண்டை எடுத்துவந்து என்னிடம் காட்டினார். அதில் எல்லோரும் அசையாமல் இருந்தார்கள் என்பது இன்னொரு ஆச்சர்யம். இதில் அசையாமல் இருக்கிறவர்கள் எப்படி தியேட்டரில் அசைகிறார்கள் என்று கேட்டேன். பிலிமில் முதல் கட்டத்தில் எம்ஜியார் கையைத் தூக்குகிறார் என்றால் எல்லா பிலிமிலும் கையைத் தூக்கிக் கொண்டிருந்தார். “நல்லாப் பாரு.. கை கொஞ்சம் கொஞ்சமாகக் கீழ இறங்குதா”

“ஆமா” இது வேகமாக ஓடும்போது படத்தில் கைதூக்கிப் பேசுவது போலத் தெரியும் என்றார்.

“அப்ப சத்தம்?”

“ஓரத்தில நெளிநெளியா இருக்கு பாரு.. அதுல மெஷின் உரசுனா சத்தம் வரும்” என்றார். பிறகு ஒருநாள் அந்தப் படச்சுருளின் ஓரத்தில் நெளி நெளியாக இருக்கும் சவுண்ட்ராக்கை நான் ஒரு குச்சியை வைத்து உரசிப்பார்த்துச் சத்தம் வருகிறதா என்று பார்த்திருக்கிறேன். திரைப்படம் குறித்த ஒவ்வொன்றும் தெரியத்

தெரிய அது ஒரு மேஜிக் என்கிற என்னுடைய அபிப்ராயம் கலைந்தது.

பிறகு 'நாடோடி மன்னன்' வந்தது. அப்பா என்னை அழைத்துப் போனார். படம் பாதியில் வண்ணமாக மாறியது.

"எப்படிக் கலரா மாறுது?"

"அது கேமரா டிரிக்" என்று நண்பர்கள் சொன்னார்கள். திரும்ப அப்பாவிடம் கேட்டேன்.

"படம் பாதி எடுக்கும்போது கலர் பிலிம் கண்டு பிடிச்சிட்டாங்க, அதுனால கலர்ல எடுத்திருக்காங்க.."

"சரி ரெண்டு எம்ஜியார் வர்ராறே எப்படி?"

என் சந்தேகத்தை முதலில் தெரிந்தவர்களிடம் கேட்டேன்.

"அதெல்லாம் கேமரா டிரிக்.." திரும்பவும் அந்த ட்ரிக் குறித்து அப்பாவிடம் கேட்டேன். அவர் படம் பிடிக்கும்போது கேமராவின் லென்ஸின் ஒரு பகுதியை மறைத்து எடுப்பார்கள். பிறகு எடுத்த பகுதியை மறைத்து எடுக்காத பகுதியில் எடுப்பார்கள். எம்.ஜி.ஆர் வேறொரு உடையில் வந்து இன்னொரு எம்.ஜி.ஆராக நடிப்பார்"

"அப்ப.. ஒரு எம்.ஜி.ஆர் இன்னொரு எம்.ஜி.ஆரைத் தொடுறாரே எப்டி?"

"அது டூப். எம்.ஜி.ஆர் மாதிரியே வேஷம் போட்ட ஒருவர் முதுகைக் காட்டி நடிப்பார்.."

"டிரஸ் அவர் மாதிரி இருக்கும். முடி எப்படி அவர் மாதிரியே இருக்கு"

"அது டோப்பா.."

சினிமா இவ்வளவு ஏமாற்று வேலையா?

அதுபோலவே எம்.ஜி.ஆர் குதிரையில் வரும்போது தூரத்தில் தெரிவது 'டூப்' என்று அப்பாதான் சொன்னார். மலையில் இருந்து, அரண்மனையின் மேலிருந்து குதிக்கிற காட்சிகள் பொய் என்று அவர்தான் சொன்னார். எம்.ஜி.ஆரும் சரோஜாதேவியும் காரில் வரும்போது பின்னால் ஓடுவது நிஜ மரங்கள் அல்ல. அந்த

மரங்களை முதலிலேயே எடுத்துத் திரையில் ஓடவிடுவார்கள். பிறகு எம்.ஜி.ஆர் காரில் அமர்ந்து ஓட்டுவது போல நடிப்பார்.."

நான் வாயைத் திறந்து ஆச்சரியமாகக் கேட்டுக் கொண்டிருப்பேன். இதெல்லாம் தான் கேமரா ட்ரிக் என்று புரிந்து கொண்டேன்.

சொர்ணவேல்: ஆசிரியராக இருந்ததால் பேக் புரஜக்‌ஷன் பற்றியெல்லாம் தங்களுக்கு அருமையாகச் சொல்லிக் கொடுத்திருக்கிறார். அப்பொழுது சினிமா பார்த்த அனுபவங்களைப் பற்றிச் சொல்லுங்கள்.

செழியன்: அப்போது அப்பாவும் அம்மாவும் நாட்டரசன் கோட்டையில் பள்ளி ஆசிரியராக இருந்ததால் சில வருடங்கள் அங்கு தங்கி இருந்தோம். அங்கு ஒரு டூரிங் டாக்கிஸ் இருந்தது. புதுப்படம் வந்தால் மாட்டுவண்டியில் வந்து அறிவிப்பு செய்து துண்டு நோட்டீஸ் கொடுத்துக்கொண்டே தெருத் தெருவாகப் போவார்கள். எங்கள் வீட்டு அருகே அந்த மாட்டு வண்டி வருகையில் நோட்டீஸ் வாங்க சிறுவர்கள் வண்டியின் பின்னால் ஓடுவார்கள். அவர்களுடன் நானும் சேர்ந்துகொண்டு நோட்டீஸ் வாங்க ஓடுகிறேன். ஒவ்வொரு தெருவாக வண்டி போய்க் கொண்டிருக்க நான் பின்னாலேயே ஓடுகிறேன்.

அந்தந்த தெருவில் இருக்கிற பெரிய சிறுவர்கள் கூட்டத்தில் புகுந்து எளிதாய் வாங்கிக் கொள்ள நான் நோட்டீஸ் கிடைக்காமல் வெகுநேரம் பல தெருக்களைக் கடந்து வண்டி பின்னால் ஓடிக் கொண்டே இருந்தேன். எவ்வளவு தூரம் ஓடினேன் என்பது தெரியாமல் ஓடி கடைசியில் நோட்டீஸ் வாங்கி விட்டேன். வாங்கிய சந்தோஷத்தில் நின்று பார்த்தால் நான் ஊரின் எந்த இடத்தில் இருக்கிறேன் என்பது எனக்கே தெரியவில்லை.

நாட்டரசன்கோட்டையில் பெரிய பெரிய வீடுகள் இருக்கும். எல்லாத் தெருக்களும் ஒரே மாதிரி இருக்கும். என் வீட்டுக்குப் போக வழி தெரியாமல் நிற்கிறேன். எனக்கு அழுகை வந்துவிட்டது. கையில் நோட்டீஸுடன் கண்கலங்க நிற்கையில் ஒரு சந்தில் இருந்து அப்பா சைக்கிளில் வருகிறார். அவரைப் பார்த்ததும் வந்த சந்தோஷம் இருக்கிறதே. இசைக்கான தருணம். வார்த்தையில் எப்படிச் சொல்ல? என் சிறுவயதில் நினைவில் இருக்கும் சித்திரங்களில் இதுவும் ஒன்று. இது ஏதோ சினிமா பேரடைசோ படத்தில் எடுக்கப்படாத ஒரு காட்சி போல

இருக்கிறதா? நம் எல்லோரது வாழ்விலும் நடந்த ஒரு காட்சி அந்தப் படத்தில் இருப்பதுதான் அந்தப் படத்தின் உலகளாவிய வெற்றிக்கு காரணம் இல்லையா?

சிறுவயதில் இருந்தே சினிமா மேல் அளவில்லாத பிரியம் இருந்தது. அதற்கு அப்பாதான் காரணம். அவரை அமுதா திரையரங்கில் எல்லாருக்கும் தெரியும் என்பதால் முதல்நாள் புதுப்படத்திற்கு டிக்கெட் கிடைக்காத அளவுக்குக் கூட்டமாக இருந்தால், அப்பா பெயரைச் சொன்னால் உள்ளே விட்டு விடுவார்கள். அந்தப் பக்கம் போனால் சைக்கிள் கவுண்டரில் கூட்டம் இருக்காது. அங்கே 'ஆதாம்' என்பவர்தான் டிக்கெட் கொடுப்பார். அவரிடம் போய் அப்பா பெயரைச் சொன்னால் "வாங்க.. மருமகனே" என்று சொல்லி ஒரு டிக்கெட்டைக் கையில் திணித்து உள்ளே அனுப்பி விடுவார். என்றாலும், கூட்ட நெரிசலில் வியர்க்க விறுவிறுக்க நின்று, டிக்கெட் கிடைத்ததும் உள்ளே நுழைந்து தியேட்டரை நோக்கி மணலில் நடக்கும்போது வியர்வை காயும் விதத்தில் ஒரு காற்று அடிக்குமே.. ஆஹா.

சிவகங்கையில் இருந்த இன்னொரு திரையரங்கம் ஸ்ரீராம். அதன் உரிமையாளர் எனது குணா மாமாவுக்குத் தெரிந்தவர் என்பதால் மாலையில் அங்கு அவர் டிக்கெட் கொடுப்பார். அந்த நாட்களில் தியேட்டருடன் ஏதாவது ஒருவகையில் தொடர்பு வைத்துக்கொள்வது என்பது அப்போதைய இளைஞர்களுக்கு ஒரு விருப்பமாக இருந்திருக்க வேண்டும். இதனால் ஸ்ரீராம் தியேட்டரில் மாமா இருந்தால் டிக்கெட் வாங்காமல் படத்துக்குப் போகலாம். எனவே இரண்டு தியேட்டரிலும் வருகிற ஒரு படத்தையும் விடாமல் பார்த்திருக்கிறேன்.

அமுதா திரையரங்கில் மணல் போட்டிருப்பார்கள். அதில்தான் உட்காரவேண்டும். சிவகங்கையில் ஆறு எதுவும் இல்லாததால் ஆற்றுமணல் என்பதும் அதிசயம். எனவே அமுதா தியேட்டர் என்றால் நான் உள்ளே நுழைந்ததும் ஓடிப்போய் அந்த மணலில் ஒரு பல்டி அடிப்பேன். பிறகு மணலைக் குவித்து அதன் மேல் உட்காருவேன். பிறகு இடைவேளையில் நான் உட்கார்ந்திருக்கிற இடத்திற்கே வருகிற 'சாயா முறுக்கு'. சாயா முறுக்கு என்ற குரலை இன்னும் என்னால் நினைவு படுத்திப் பார்க்க முடிகிறது. இவ்வாறு அந்த வயதிலிருந்தே திரையரங்கம் மீது ஓர் உறவு இருந்துகொண்டே இருந்தது.

ஒளியில் எழுதுதல் | 115

எங்கள் வீட்டில் இருந்து தொண்டி செல்லும் நேர் சாலையில் பதினைந்து நிமிடம் நடந்தால் அமுதா தியேட்டர் வந்துவிடும். ஒரே சாலை. ரெண்டாவது ஷோ என்பது இரவு பத்து மணிக்குத் துவங்கி ஒருமணியளவில் முடியும். படம் முடிந்து அந்தச் சாலையில் ஆண்களும் பெண்களும் கூட்டம் கூட்டமாகப் பேசிக்கொண்டே நடந்து வருவார்கள். பாதி தூக்கத்துடன் படம் பார்த்து முடித்து நிலா வெளிச்சத்தில் சாலையில் நடந்து வீட்டுக்கு வருவது பிரமாதமான அனுபவம். இவ்வாறு வரும்போது படத்தின் நிறை குறைகளைக் கேலியும் கிண்டலும் சேர பேசிக்கொண்டு வருவார்கள். அதைக் கேட்டுக் கொண்டே கூட்டத்தில் நடந்து வருவேன். ஒரு திரைப்படத்தை விமர்சனரீதியாகப் பார்ப்பதற்கு இதுதான் என் அடிப்படையாக இருக்குமோ என்று கூட இப்போது நினைக்கிறேன்.

சொர்ணவேல்: இரண்டாம் ஆட்டம் முடிந்து நிலா வெளிச்சத்திலோ மேகம் சூழ்ந்த இருட்டிலோ அம்பை கிருஷ்ணா அல்லது முக்கூடல் சொக்கலால் தியேட்டரிலிருந்து ராத்திரி வேளையில் சைக்கிளில் நண்பர்களுடன் படங்களை பற்றி பேசி மகிழ்ந்தது அல்லது காராசாரமாக விவாதித்தது அல்லது திடீரென்று கண்ட குறுக்கே ஊர்ந்து செல்லும் மலைப்பாம்புக்கு வழிவிட்டு வாடகை சைக்கிளை நிறுத்திக் காத்திருந்தது போன்ற அனுபவங்கள் எனது சொந்த கிராமமான வழுதூரைப் பற்றிய இணையில்லாத சித்திரங்களாக எனது மனதில் ஓடுகின்றன. தங்களைப் போலவே சினிமா எனது நினைவோடையின் மையத்தில் இருக்கிறது.

செழியன்: மேலும் ஒவ்வொரு நாளும் படம் விட்டுப் போகிறவர்கள் எங்கள் வீட்டு வழியாகத் தான் போக வேண்டும். "மொத ஆட்டம் விட்டுட்டான். மணி ஒன்பதரை ஆச்சு. ரெண்டாம் ஆட்டம் விட்டுட்டான் மணி ஒண்ணாயிருச்சு" என்று திரையரங்கின் செயல்பாடுகளை வைத்தே மணி தெரிந்து கொள்கிற வழக்கம் என் அப்பத்தாவிடம் இருந்தது.

இரண்டாவது ஆட்டம் படம் ஓடுவது எங்கள் வீட்டுக்குத் தெளிவாகக் கேட்கும். பாட்டு வந்தால் ஒலி அளவைத் திரையரங்கில் அதிகப் படுத்துகிற வழக்கம் அப்போது இருந்தது. எனவே பாட்டு என்றால் துல்லியமாகக் கேட்கும். காற்றினிலே வரும் கீதம்தான். காற்று திசை மாறுகையில் ஒலியின் அளவு மாறும். படத்தின் உரையாடல்களில் சில கேட்கும். சில

காற்றில் அழிந்ததுபோல சற்றுத் தொலைவில் கேட்கும். உரையாடல்களையும், பாடல்களையும் இவ்வாறு தொலைவில் இருந்து கேட்பது புதுவகையான அனுபவம். நடுராத்திரியில் சிறுநீர் கழிக்க எழுந்தால் எம்.ஜி.ஆரோ சிவாஜியோ ரஜினியோ கமலஹாசனோ பேசிக் கொண்டிருப்பார்கள். பி.எஸ். வீரப்பாவின் சிரிப்பைக் கூடக் கேட்டிருக்கிறேன்.

சிவகங்கையில் இருந்த வீட்டில் தாத்தா அறையில் படுத்தால் சாலையை நோக்கிய சன்னல் இருக்கும். இந்த சன்னல் வழியாகப் படம் முடிந்து பேசிக்கொண்டே வீட்டு திரும்புபவர்களைப் பார்க்கலாம். இவ்வாறு ரெண்டாவது ஆட்டமோ முதல் ஆட்டமோ முடிந்து நடந்து வரும்போது கேமராவை பற்றி, நடிப்பைப் பற்றி, டைரக்ஷன் பற்றி, அந்தக் காட்சி எடுக்கும்போது நடந்த கிசுகிசுக்கள் பற்றி, ரஜினி மன நலம் பாதிக்கப்பட்டது பற்றிப் பேசிக்கொண்டே வருவார்கள். எனவே அந்த நாட்களிலும் பிறகும் கேமராமேன் என்கிற சொல் தெரிந்ததில் இருந்து முதலில் தெரிந்தது கர்ணன். பிறகு பாலுமகேந்திரா, பி.சி.ஸ்ரீராம். இந்த மூன்று பெயர்கள்தான். பிற்பாடு நிவாஸ், அசோக்குமார் தெரிந்தது. 'செவ்வந்திப்பூ முடிச்ச சின்னத்தா..' என்ற பதினாறு வயதினிலே பாடல் துவங்கும்போது கேமரா ஓர் இடத்திலிருந்து ஹம்மிங்கிற்கு ஏற்றார்போல திரும்பும். நீளமான *Panning shot* அது. அதுபோல 'கரகர வண்டி காமாட்சி வண்டி' என்கிற கிழக்கே போகும் ரயில் பாடலில் பஞ்சாலி தலைசுற்றி விழுகையில் ஒரு *Point of view shot.*

"யாரு கேமராடா".

"நிவாஸு"

"டக்கரா இருக்குல்ல"

பிறகு, உதிரிப்பூக்கள் படத்தில் அழகிய கண்ணே பாடலில் ஆடுகள் *Slow motion* இல் தாவும்போது கைதட்டல். பிறகு ஜானி படம் வந்தது. என் வானிலே பாடலில் வரும் *Slow motion shots.*

"இது யாரு கேமரா"

"அசோக் குமார்." இவ்வாறு மேலும் இரண்டு பெயர்கள். அவ்வளவுதான்.

சொர்ணவேல்: நிவாஸ், அசோக் குமார், பாலு மகேந்திரா ஆகியோர் அக்காலகட்டத்தில் ஒளிப்பதிவாளர்களுக்கு மரியாதையை மைய நீரோட்ட சினிமாவில் ஏற்படுத்தியவர்கள். அந்தவகையில் மிக முக்கியமானவர்கள்.

செழியன்: பாலுமகேந்திரா என்ற பெயருடன் எனக்குச் சேர்ந்து நினைவுக்கு வருவது பின் ஒளி (Back light). ஒருவிதமான முறுகல் மஞ்சளில் படர்ந்த ஒளி. அந்த நாட்களில் போட்டோகிராபி மேல் ஆர்வம் வருவதற்கு இந்த பின் ஒளியும் ஒரு காரணமாக இருக்கலாம். அதுபோல பின்னணி விவரணைகள் இல்லாமல் out of focusஇல் bouqueயாக பூசியது போன்ற பின்னணியில் தலையின் வெளி விளிம்புகள் மட்டும் அவரது படங்களில் பொன்னிறமாக ஒளிரும். நான் சிவகங்கையில் இருக்கும்போது இதுபோல பின் ஒளியில் நிழற்படங்களை எடுத்து அதை பிரிண்ட் செய்து பார்த்திருக்கிறேன்.

ஒருமுறை இதுபோல ஒரு படத்தை எடுத்துப் பெருமையுடன் கொடுத்தபோது அதை வாங்கிப் பார்த்தவர் சொன்ன விமர்சனம் என்னால் மறக்க முடியாதது.

"அய்யய்யே.. இது என்ன மாப்ள.... மண்ட பூராம் நரைச்சது மாதிரி எடுத்திருக்க.."

"மாமா.. இது பேக் லைட்"

"என்ன கருமமோ. எனக்கு இருக்க முடிய நல்லா கறுப்பா டச் பண்ணிக் குடுத்திரு.."

ஒளியின் ஒரு குறிப்பிட்ட தன்மையும் ஒரு கோணத்தில் சாய்ந்த நிலை மட்டுமே அதற்கு ஒரு முறுகிய பொன்னிறத்தைத் தருகிறது என்பது தாமதமாக எனக்குப் புரிந்தது. பின் ஒளி எனில் முகத்திற்கு எவ்வளவு ஒளியால் பூசி நிரப்பவேண்டும் (fill light). அதில் முதன்மை ஒளிக்கும் நிழலுக்கும் உள்ள விகிதம் (Contrast Ratio) என்ன என்பதெல்லாம் அப்போது தெரியவில்லை.

கல்லூரியில் படிக்கும்போது நண்பர்களுடன் ஊட்டிக்குப் போயிருந்தோம். ரயில் தண்டவாளத்தில் நண்பன் ஒருவனை அதே மஞ்சள் வெயிலில் நடந்து வரச் சொல்லி 'மூன்றாம் பிறை' ஸ்டில் மாதிரி எடுக்கலாம் என்று எடுத்தேன். பிறகு அதை பிரிண்ட் செய்து பார்த்தால் மஞ்சள் நிறம்தான் இருந்தது. உருவம் வெளிரி நிழல்போல இருந்தது. "பெரிய

பாலுமகேந்திரான்னு நெனைப்பு" என்று நண்பன் கேலியாகச் சொன்னான். பாலுமகேந்திரா என்னைப் பார்த்து ஏளனமாகச் சிரிப்பதாகப் புரிந்துகொண்ட அந்தத் தருணம்தான் அவருக்கும் எனக்குமான முதல் சந்திப்புப் புள்ளி.

அதன் பிறகு 'வீடு' படம் கறுப்பு வெள்ளை டிவியில் பார்த்தேன். படம் எனக்கு மிகவும் பிடித்திருந்தது. சன்னலோரம் தாத்தா ஈஸிசேரில் உட்கார்ந்திருக்கும்போது அவர் மேல் படுகிற ஒளியும் நிழலுமான சித்திரம் எனக்குப் பிடித்தது. இதுபோல ஒரு நிழற்படம் எடுக்க வேண்டும் என்று நினைத்துக்கொள்வேன்.

அந்தச் சமயத்தில் அன்னம் பதிப்பகத்தில் 'வீடு' என்ற தொகுப்பு வந்தது. அதைத் தொகுத்த பால்ராஜ் கென்னடி கி.ராவை கதவோரம் உட்கார வைத்து ஒரு படம் எடுத்திருந்தார். அதே ஒளியில் சாம்பலும் இருளும் சேர்ந்து வரைந்தது போன்ற நிழற்படம். இதே சமயத்தில் கோவில்பட்டி மாரீஸ் எடுத்த அன்னம் கதிரின் படம் ஒன்றைப் பார்த்தேன். சன்னலோரம் கதிர் சிரித்துக் கொண்டிருப்பது போன்ற படம். அப்போது 'வெயிலோடு போய்' என்ற தமிழ்ச் செல்வனின் சிறுகதைத் தொகுதிக்கு இசக்கி எடுத்த ஒரு கிராமத்தின் நிழற்படம் அட்டைப்படமாக வந்திருந்தது. இப்படியெல்லாம் நிழற்படம் எடுக்க வேண்டும் என்று நினைத்துக் கொண்டேன். என்னிடம் அப்போது கேமரா இல்லை. நண்பர்களிடம் இரவலாக வாங்கிப் படம் எடுத்துக் கொண்டிருந்தேன். என்றாலும் சரியான பின் ஒளியையும், சாம்பல் நிறச் சாயைகளையும் அதன் கருமை மாறாமல் பதிவு செய்வது என்பது எனக்குச் சவாலாகவே இருந்தது. அப்போது ஒரு ரோல் எடுத்து அதைக் கழுவ மதுரைக்குப் போக வேண்டும். லேப்பில் கொடுத்தால் அரைமணி நேரம் கழித்து வரச்சொல்லுவார்கள். எடுத்த படம் வருமா வராதா என்று தெரியாமல் டவுன்ஹால் ரோட்டில் சுற்றிக் கொண்டிருந்து லேப் வந்து நெகட்டிவ் வாங்கிப் பார்த்தால் எல்லாம் under exposed ஆக இருக்கும். இப்படி வேணும்னுதான் எடுத்தேன். பிரிண்ட் பண்ணிக்குடுங்கன்னா சொன்னா வினோதமாகப் பார்ப்பார்கள். அப்படியே பிரிண்ட் செய்து கொடுத்தாலும் நன்றாக bright செய்து பிரிண்ட் போட்டுக் கொடுப்பார்கள்.

இவ்வாறு ஒரு நல்ல நிழற்படத்துக்கு முயற்சிக்கும் போதெல்லாம் பாலுமகேந்திரா என்ற பெயர் தொலைவிலிருந்து என்னைத்

தொடர்ந்துகொண்டே இருந்தது. அவருடன் உள்ளுணர்வு சார்ந்த ஏதோ ஓர் இணைப்பு. அதன் தொடர்ச்சியாகச் சில சம்பவங்களை இப்போது நினைத்துப் பார்க்கிறேன்.

விடியோ ஒளிப்பதிவு குறித்து அறிந்து கொள்வதற்கான தேடலில் மதுரை யாதவ கல்லூரிப் பேராசிரியர் ஷாஜஹான் கனி அவர்களின் நட்பு கிடைத்தது. அவர் நடத்திய பயிற்சி வகுப்பில் நான் அவருக்கு உதவியாக இருந்தேன். அவரது வகுப்பு சுவாரஸ்யமாக இருக்கும். கேமராவை எப்படி நகர்த்தவேண்டும் என்பதற்கு ஓர் ஆங்கிலப் படத்தைத் திரையிட்டு உதாரணம் சொல்வார். ரிப்ளெக்டர் பற்றிப் பேசும்போது தெர்மாகோல் கிராமங்களில் இருக்காது. அதற்கு ஒரு வேட்டி போதும் என்று சொல்லி, தான் கொண்டுவந்திருந்த வேட்டியை வெயிலில் சாய்த்துப் பிடிக்கச்சொல்லி ஒளி எப்படிப் பிரதிபலிக்கிறது என்று செய்து காட்டுவார். முகத்தில் ஒளி பிரதிபலித்ததும் காட்சியின் தன்மை மாறுவது பார்ப்பதற்கே சுவாரஸ்யமாக இருக்கும்.

யதார்த்தமான ஒளியமைப்பு எப்படி இருக்க வேண்டும் என்பதற்கு பதேர் பாஞ்சாலியின் காட்சிகளைத் திரையிட்டு சுபர்தோ மித்ராவின் பெயர் சொல்லி உதாரணங்களை விளக்குவார். இருட்டுக்குள் அரிக்கேன் விளக்கை ஏந்திக்கொண்டு துர்காவின் அம்மா நடக்கிற காட்சியைத் திரையிட்டு அதன் ஒளியமைப்பில் இருக்கிற யதார்த்தம், கேமராவின் நகர்வு இரண்டையும் குறித்து விளக்கிக் கொண்டிருந்தார். அப்போது அவர் தமிழகத்தில் யதார்த்தமான ஒளிப்பதிவு பற்றிப் பேசும்போது பாலுமகேந்திராவின் ஒளிப்பதிவு பற்றிப் பேசினார். இயற்கை ஒளியைப் பயன்படுத்துவதில் அவருக்கு நிகர் அவர்தான் என்று சொல்லி அவர் படத்திலிருந்து சில காட்சிகளைத் திரையிட்டார்.

அதிகாலை ஒளியின் சிறப்பு பற்றிக் கூறிய அவர் அழகு என்பது தோற்றத்தில் இல்லை ஒளியில் இருக்கிறது. பாலுமகேந்திரா எடுத்தால் மட்டும் ஊட்டி அவ்வளவு அழகாக இருக்கிறதே ஏன்? அதிகாலையின் ஒளிதான் காரணம். அந்தச் சூட்சுமத்தைத் தெரிந்துகொள்ள விரும்புவர்கள் நாளை காலை ஐந்தரை மணிக்கு இங்கிருக்க வேண்டும். சூரியன் முதல் கிரணம் எழும்போது இந்த அரச மரத்தைப் படம் பிடிக்க வேண்டும் என்று சொன்னார்.

நான் சிவகங்கையில் இருந்து மதுரை யாதவா கல்லூரியில் நடக்கும் அந்தப் பயிற்சி வகுப்புக்குத் தினமும் போய்க் கொண்டிருந்தேன். அதிகாலை மூன்று மணிக்கு எழுந்து சிவகங்கையிலிருந்து நான்கு மணிக்கு மதுரைக்குப் போகிற முதல் பேருந்தைப் பிடித்து அண்ணா பேருந்து நிலையம், அங்கிருந்து கோரிப் பாளையம் சென்று ஊமச்சிகுளம் செல்லும் நகரப் பேருந்தில் ஏறி யாதவ கல்லூரியை அடைந்து கேமராவை எடுத்து அரசமரத்தின் அருகில் வருகையில் சூரியன் இன்னும் உதிக்கவில்லை. அங்கிருந்த துப்புரவுப் பணியாளர் பெருக்கிக் கொண்டிருந்தார். புழுதி கிளம்பிக் கொண்டிருந்தது. மாணவர்கள் யாரும் வரவில்லை. நான் மட்டுமே அங்கிருந்தேன்.

அடிவானம் சிவந்து கொண்டிருந்தது. பணியாள் தரையைப் பெருக்கும் சத்தம். சில பறவைகளின் ஒலி.. தவிர அதிகாலையின் அமைதி. நான் கேமராவை தயார் நிலையில் வைத்துக் கொண்டு சூரியன் வருகைக்காகக் காத்துக் கொண்டிருக்கிறேன். சூரியன் மெல்ல எழுகிறது. நான் அரசமரம் முழுமையாகத் தெரியுமாறு காட்சியை வைத்துப் பதிவு செய்யத் துவங்கினேன். மென்மையான ஆரஞ்சு நிறத்தில் மாய ஒளி பரவுகிறது. அங்கிருந்த புகை இருள் மெல்ல விலகுகிறது. ஒரு கணம். திரை உயர்வது போல ஒளி உயர்ந்து அரசமரம் முழுக்க ஒளிர்கிறது. அதன் ஒவ்வொரு இலையிலும் ஒளி. அசைந்து மேலெழும் தூசியில் கிரணங்கள் கலக்கின்றன. மரத்தின் பக்கக் கிளைகளில், வலப்பக்கத்தில், உயரத்தில் எனக் கிளைகளின் இடைவெளிகளில் புதிது புதிதாக விழுதுகள் தோன்றிக் கொண்டே இருக்கின்றன. பளிச்சென்று ஒரு கணம். அரசமரம் முழுக்க ஒளிவிழுதுகள். தூசிகள் அலையும் ஒளித்தூண்கள். என் உடலையும் தொட்டு ஆயிரம் கரங்களால் ஓர் ஆசீர்வாதம். ஒரு தரிசனம். உடல் சிலிர்த்தது.

அப்படி ஒரு காட்சியை நான் முதன் முறையாகப் பார்க்கிறேன். கேமராவிலிருந்து பார்வையை விலக்கிக் கண்களின் வழியே நேரடியாகப் பார்க்கிறேன். ஆன்மீக தருணம். சில நொடிகள்தான் அந்தக்காட்சி இருந்தது. சூரியனின் ஒன்பது புரவிகள் பூட்டிய தேர். அந்தப் புரவிகளை இணைக்கும் ஒளிக்கயிறு. சில நொடிகளில் விழுதுகள் அணைய நான் வானத்தைப் பார்த்தேன். மேகங்கள் நகர்ந்து சூரியனை மறைத்துக் கொண்டிருந்தது. முகம் மறைத்துப் புன்னகைக்கிற பெண்போல

சூரியனின் ஒரு மந்தகாசம். ஆழ்ந்த மௌனம். அமைதியாக நின்றுகொண்டிருந்தேன். மரம் அமைதியாக இருந்தது. சூரியன் மேல் மேகங்கள் நகர்ந்து கொண்டிருந்தன. ஒளிந்து விளையாடும் விளையாட்டு. சில நொடிகளுக்கு முன்னால் அப்படி ஒன்று நடந்ததற்கான சாட்சிகளே அங்கு இல்லை. அந்த இடத்திலேயே நின்று கொண்டிருந்தேன். நம்ப முடியாத ஏதோ ஒன்று அமானுஷ்யமாய் நடந்தது போலவே உணர்ந்தேன். ஏதோ ரகசியம் புரிந்ததுபோல இருந்தது. இதற்குப் பிறகு ஒளியைப் பற்றிய எனது புரிதல் மாறிவிட்டது.

சொர்ணவேல்: யாமினி கிருஷ்ணமூர்த்தியின் கோனாரக்கில் எடுக்கப்பட்ட ஜீ.வீ. ஐயரின் படத்தை இது நினைவுறுத்துகிறது. மது அம்பாட் கேமரா. பி. கிருஷ்ணமூர்த்தி ஆர்ட் டைரக்ஷன். சூரிய ஒளியைக் கொண்டே அச்சூரியனார் கோவில் தனது உயிர்ப்பை எய்துகிறது.

செழியன்: சமீபத்தில் ஓஷோ ஞானமடைந்த அனுபவங்களைப் படித்துக் கொண்டிருந்தேன். "அங்கு கவனிப்பவர் இல்லை. ஏனெனில் நீங்கள் கவனித்துக் கொண்டிருக்கவில்லை. நீங்கள் வெறுமனே இருக்கிறீர்கள். காட்சி நிகழ்கிறது." வெறுமனே இருப்பது என்றால் என்ன என்று இப்போது புரிகிறது. 'எதைப் பார்க்கிறாயோ அதை மட்டுமே பார்' என்கிறது புத்தம். நமது வாழ்வின் முழுமையான இருப்பையும் நடத்தையையும் வாழ்வையும் பாதிக்கும் அம்சங்களில் ஆறு விஷயங்களை ஜென் போதிக்கிறது. இதில் ஒன்று 'நேரடியாகக் கண்டுணர்தல்.' அந்தச் சூரிய உதயம் அப்படி ஓர் அர்த்தத்துடன் நிகழ்ந்தது.

சாதாரண சூரிய உதயம்தானே. அதற்கு இத்தனை விளக்கமா என்று கூடத் தோன்றலாம். எனது தொடர்ச்சியான பயிற்சியும் பல வருடங்களாக ஒளி குறித்த வெவ்வேறு வகையான தேடலின் நிறைவாக இது நிகழ்ந்தது. அகலிகையை ஒரு சொல் கல்லாக்கியது. இன்னொரு தொடுதல் உயிர்ப்பித்தது. புராணம்தான். கதைதான். ஆனாலும் ஒரு தொடுதலில் கல் உயிர்ப்பதைக் கற்பனை செய்ய அற்புதமாக இருக்கிறது. அதுபோல ஒளியின் வழியே ஒரு தொடுதல். பரஸ்பரம் கைகுலுக்கிக்கொள்வதுபோல ஒரு ஸ்பரிசம். ஒரு சிலிர்ப்பு.

வகுப்பறையைத் திறந்து நான் மட்டும் அமர்ந்திருந்தேன். எடுத்த காட்சியைப் பார்த்தேன். அந்த வயதில் அது எனக்குத் தீராத

ஆச்சரியம். சாதாரண கேமராவில் பதிவான அந்தக் காட்சி ஒரு திரைப்படத்தின் காட்சிபோல இருந்தது. வகுப்பு துவங்கியதும் ஆசிரியர் வந்து மாணவர்களுக்கு நான் எடுத்த அதிகாலைக் காட்சியைப் பெரிய திரையில் திரையிட்டுக் காட்டினார். எல்லோருக்கும் ஆச்சரியம். பாதிப்பேர் வெளியில் வந்து அந்த அரசமரத்தைப் பார்த்தார்கள். அது எதுவுமே தெரியாததுபோல் நின்று கொண்டிருந்தது. 'ஒளியே நீ இனியை' என்ற பாரதியின் வசனகவிதை நினைவுக்கு வந்தது. அவரது வசன கவிதையின் துவக்கமே 'காட்சி' என்ற தலைப்பிலிருந்துதானே துவங்குகிறது. அதிலும் ஒளி பற்றிப் பத்து அத்தியாயங்கள் எழுதுகிறார்.

"ஞாயிறே இருளை நீ என்ன செய்துவிட்டாய்?
ஓட்டினாயா? கொன்றாயா? விழுங்கிவிட்டாயா?
இருள் நினக்குப் பகையா?
அது நின் காதலியா?
ஒளியே நீ யார்?
ஞாயிற்றின் மகளா?
ஒளியற்ற பொருள் சகத்திலே இல்லை.
ஒளி என்பது குறைந்த இருள்"

ஒளியைப் பற்றிப் பாரதிக்கு ஏன் இத்தனை அவதானிப்புகள்?

"காலையிள வெயிலிற் காண்பதெல்லாம் இன்பமென்றோ?" என்கிறார். ஏன்? "உள்ளத்தில் உண்மை ஒளி உண்டாயின்.." என்று ஏன் எழுத வேண்டும்? Enlighten என்ற சொல் எதற்கு? "வெளிச்சம் நல்லது என்று தேவன் கண்டார்" என்கிறது ஆதியாகமம். ஏன்? ஒளியின் வேகத்துடன் பயணிக்கும்போது என்ன ஆகும்? நாம் மறைந்து விடுவோம் என்று ஐன்ஸ்டீன் எழுதுகிறார். 'அருட்பெரும் ஜோதி..' அது ஜோதிதான். அல்லது ஜோதி அதுதான். அதுதான் சகலமும். ஒளியை உணரும் தருணம்தான் விளக்கம். விளக்கு என்பதிலிருந்துதானே விளக்கம்? தமிழில் ஒரு சொல்லுக்குள்தான் எத்தனை அர்த்தம்?

சேவியர் தவமணி என்று ஒரு புகைப்படக்கலைஞர். மதுரையில் அவர்தான் எனக்கு கறுப்பு வெள்ளை நிழற்படக் கலையைக் கற்றுத் தந்தவர். அவர் அதிகம் படித்தவர் இல்லை. ஆனாலும் எளிமையாக அவர் சொல்கிற பல விஷயங்கள் அற்புதமாக இருக்கும். அவரிடம் பொருள்களைப் படம் பிடிக்கிற Product *shot* பற்றிய வகுப்பில் எப்படி ஒளி அமைக்க வேண்டும் என்று சொன்னார். "ஒளின்னா என்னய்யா... அதுலேயே அர்த்தம் இருக்குய்யா. ஒளின்னா ஒளிக்கணும். அவ்வளவுதான்." அவர் சொல்லிப் பத்து வருடம் கழித்து பிரசாத் ஸ்டுடியோவில் ஒரு காரைப் படம் பிடிக்கிறார்கள். நான் வேடிக்கை பார்க்கப் போகிறேன்.

தளத்தின் நடுவில் பெரிய கார் ஒன்று நிற்கிறது. ஹெச்.எம்.வி விளக்குகளை எங்கு வைத்தாலும் அது கார் மீது பிரதிபலிக்கிறது. காரின் மேல் விளக்குகள் வட்ட வட்டமாகத் தெரிகின்றன. படம் எடுப்பவர் புதிது என்று நினைக்கிறேன். திணறுகிறார். காரின் நிஜமான வண்ணம் படத்தில் வர மறுக்கிறது. ஒளி என்றால் ஒளிக்க வேண்டும் என்று சேவியர் சார் சொன்னது நினைவு வர எப்படி ஒளிக்கப் போகிறார்கள் என்று வேடிக்கை பார்த்துக் கொண்டிருந்தேன். முதல் நாள் எடுத்தது திருப்தியாக வராததால் மறுநாள் வேறொரு போட்டோ கிராபர் பம்பாயில் இருந்து வந்தார். வந்ததும் அவர் ஏற்கனவே இருந்த விளக்குகளை ஒன்றுமே செய்யவில்லை. காரை நோக்கித் திரும்பி இருந்த விளக்குகள் அனைத்தையும் சுவரை நோக்கித் திருப்பினார். விளக்குகள் முன்னால் கறுப்புத்துணியை வைத்து மறைத்தார். அவ்வளவுதான். கார் இப்போது அழகாக விளிம்புகளுடன் ஒளிர்கிறது. நான் சேவியர் சாரை நினைத்துக் கொண்டேன். ஒளி குறித்த என்ன எளிமையான புரிதல்.

அன்றைய விடியோ வகுப்பில் ஆசிரியர் ஷாஜஹான் கனி அதிகாலை ஒளியின் தன்மையைப் பற்றிப் பேசினார். பாலுமகேந்திரா இப்படித்தான் தனது காட்சிகளைப் படம் பிடிக்கிறார் என்று சொன்னார். நான் எடுத்த காட்சியை மாணவர்கள் திரும்பத் திரும்பப் பார்த்துக் கொண்டிருந்தார்கள். அன்று முதன் முறையாகப் பாலுமகேந்திரா என்னைப் பார்த்து ஸ்நேக பாவத்துடன் சிரிப்பதுபோல உணர்ந்தேன்.

இதற்கிடையில் சென்னை வந்து தியாகராய நகரில் தங்கினேன். சினிமாவில் சேர வேண்டும் என்பதுதான் குறிக்கோள். அப்போது நிறுவனம் சார்ந்த எய்ட்ஸ் பற்றிய விழிப்புணர்வுப் படத்திற்கு ஒரு திரைக்கதை எழுதி நண்பரிடம் கொடுத்திருந்தேன். அவர் இயக்குநர் ருத்தரய்யாவின் உறவினர் என்பதால் ருத்ரய்யாவிடம் அதைக் கொடுக்க அவர் என்னைச் சந்திக்க விரும்பினார். சந்தித்தேன். எனது திரைக்கதையில் இருக்கும் நிறை குறைகளை

வியந்து சொன்ன அவர் திரைப்படம் காட்சி மொழியால் ஆனது. உங்களுக்கு போட்டோகிராபி தெரியுமே. அதை நல்லா கத்துக்கிடுங்க, என்று சொல்லி என்னைத் திரைப்படக் கல்லூரியில் சேர்த்துவிட முயற்சி செய்தார். விண்ணப்பம் எல்லாம் வாங்கிவிட்டேன். ஏற்கனவே படித்ததற்கே வேலை கிடைக்கவில்லை. இனி திரும்பவும் படிப்பது சாத்தியமில்லை என்பதால் ஊர் திரும்பினேன்.

வந்ததும் நண்பரிடம் வட்டிக்குப் பணம் வாங்கி ஒரு ஜே.வி.சி. விடியோ கேமரா வாங்கினேன். வங்கியில் கடன் வாங்கி 'சலனம் ஒளிப்பதிவகம்' என்ற பெயரில் சிவகங்கையில் ஒரு ஸ்டுடியோ துவங்கினேன். துவங்கும்போதே இரண்டு வருடத்தில் மூடிவிடவேண்டும் என்பதுதான் ஏற்பாடு. ஏனெனில் நிழற்படக் கலையை முழுதுமாகப் பரிசோதித்துப் பார்க்க வேண்டும். விடியோவில் குறும்படங்கள் எடுத்துப் பார்க்க வேண்டும். அது அற்புதமான பரிசோதனைக் காலம். இரண்டு வருடம் என்று நான் நினைத்து விரும்பியதைச் செய்து முடிக்க நான்கு வருடங்கள் ஆகிவிட்டது. ஒளிப்பதிவைக் கற்றுக்கொள்ள நான் விரும்பியதை எல்லாம் படம் எடுத்தேன். காட்சிரீதியாக அப்போது பல சுவாரஸ்யங்கள் நிகழ்ந்தன.

இந்த நாட்களில் நாட்டரசன்கோட்டையில் நடக்கும் செவ்வாய்ப் பொங்கல் என்ற பண்டிகை பற்றி ஓர் ஆவணப்படம் எடுத்தேன். அது அங்கிருக்கும் கண்ணாத்தாள் கோயில் வாசலில் தைமாதம் ஐந்தாம்நாள் நடக்கும் பண்டிகை. அந்த நாட்களில் சாமியைப் படம் எடுத்தால் பதிவாகாது என்றொரு கருத்து இருந்தது. எடுத்துத்தான் பார்ப்போமே என்று கோயிலுக்குள் நுழைந்தேன்.

அது எப்படிப் பதிவாகாமல் இருக்கும்? நான் கோயிலின் வெளியில் இருந்து அதன் கோபுரம், தெப்பக்குளம், உள் மண்டபம் எல்லாம் எடுத்துக் கோயிலுக்குள் போகிறேன். கோயிலில் இருக்கும் அனைவரும் தெரிந்தவர்கள் என்பதால் அங்கே உள்ளிருக்கும் சிற்பங்கள் எல்லாம் எடுத்தபிறகு கண்ணாத்தாவை எடுக்கலாம் என்று தூரத்திலிருந்தே அணுகி (zoom) அம்பாளின் முகத்தை அண்மைக் காட்சியாகப் பதிவு செய்கிறேன்.

படம் எடுத்து முடித்து வெளியில் வந்து மண்டபத்தில் அமர்ந்து எடுத்த காட்சிகளை முதலில் இருந்து பார்க்கிறேன். கோபுரம்,

மண்டபம் எல்லாம் அழகாக இருக்கிறது. கோயிலின் உள்ளே எடுத்தக் காட்சிகளும் அழகாக இருக்கிறன. கர்ப்ப கிரகத்தில் இருக்கிற அம்பாளின் அண்மைக் காட்சி மட்டும் இல்லை. அதற்கு முன்னால் எடுத்த காட்சி இருக்கிறது. அதற்கு அடுத்து எடுத்தக் காட்சியும் இருக்கிறது. அம்பாளை எடுத்த காட்சியில் மட்டும் வெறும் கேசட் ஓடும்போது கோடுகோடாக வருமே அதுமாதிரி இருக்கிறது. ஒரு நொடி உடல் சிலிர்த்து விட்டது. எப்படி இது நிகழ்ந்தது?

எனக்கு அப்போது தெய்வ நம்பிக்கை இருந்தது. இது தொழில் நுட்பத்தில் நடந்த தவறா? கோயில் மண்டபத்தில் நான் மட்டும் தனியாக அமர்ந்திருந்தேன். சிறுவயதிலிருந்தே அந்தக் கோயிலில் விளையாடி இருக்கிறேன். எனவே அந்த இடத்தை நான் கோயிலாக உணர்ந்ததில்லை. அது ஒரு வீடு. கண்ணாத்தாள் என்பது தெய்வம் அல்ல. தோழி. அது எல்லோருக்கும் ஆத்தாதான். லா.ச.ரா சொல்கிற அம்பாள் மாதிரி அப்படி ஓர் உறவு சிறுவயதிலிருந்தே இருந்தது. அது எப்படிப் பதிவாகாமல் போகலாம். திரும்ப எடுக்கவேண்டும் என்று கோயிலுக்குள் போனேன். அலங்காரம் நடப்பதால் திரை போட்டிருந்தார்கள். அதிகாலை யாதவா கல்லூரியில், ஒரு காட்சியைப் பரிசளித்ததும் மேகத்துக்குள் மறைந்து சூரியன் மந்தகாசம் செய்தது போல திரைக்குப் பின்னால் இருந்து கண்ணாத்தாள் சிரித்திருக்கலாம்.

திரை விலகியதும் முதலில் எடுக்க வேண்டும் என்று காத்திருந்தேன். திரை விலகியதும் அம்பாளின் முகத்தை நெருக்கமான அண்மைக் காட்சியாக வைத்தேன். பதிவு செய்யுமுன் பார்த்தேன். சந்தனம் பூசிய முகத்தில் நிஜமாகவே முறுவல் தொனிக்கிறது. இது கேலியா? அல்லது ‘சரி.. இப்ப எடுத்துக்க’ எனும் சம்மதமா..? எடுத்தேன். இம்முறை பதிவானது.

சில நேரங்களில் வீட்டுக்குத் திரும்பும்போது குழந்தைகள் கதவுக்குப் பின்னால் ஒளிந்து கொண்டு ‘ப்பே..’ என்று பயமுறுத்துவர்கள். அதை எதிர்பார்க்காமல் நானும் பயந்து விடுவேன். உடனே அதைக் குழந்தைகள் சிரித்துக் கொண்டாடி “அப்பா திரும்பவும் வா நான் பயமுறுத்துறேன்” என்று ஒளிந்து கொள்ள திரும்பவும் நான் வருவேன். திரும்பவும் ‘ப்பே..’ சொல்ல இதில் பயம் இருக்காது. ஆனால் பயம் இருப்பதுபோல் நடிக்கவேண்டும். அதுபோல இரண்டாம் முறை

கண்ணாத்தாவைப் பதிவு செய்யும்போது அது பதிவானாலும் ஆகாவிட்டாலும் த்ரில் இல்லை. விளையாட்டில் இருக்கிற சுவாரஸ்யம் ஒருமுறை அதுவும் முதல்முறைதான் இல்லையா?

இதுபோலவே காட்சி சார்ந்த இன்னொரு அனுபவம். நண்பர் ஒருவர் தனக்கு வந்த வாய்ப்பை என்னிடம் கொடுத்து ஒரு திருமணத்தை விடியோவில் பதிவு செய்துதர முடியுமா என்று கேட்கிறார். சரி என்று ஒத்துக் கொண்டு போகிறேன். காளையார் கோயில் அருகே பழமையான கோயில். உருவாட்டி பெரிய நாயகி அம்மன் கோயில். அந்தக் கோயிலில்தான் திருமணம். பக்கத்து கிராமத்தில் இருக்கும் பெண் வீட்டில் நடக்கும் சடங்குகள் பதிவு செய்து அங்கிருந்து கோயிலுக்குப் போகிறோம். போகும் போதும் பதிவு செய்கிறோம். வண்டியிலிருந்து இறங்கியதும் கோயிலுக்கு வெளியே சில சடங்குகள் நடக்கின்றன. அதையும் பதிவு செய்கிறோம். பிறகு கோயிலுக்குள் நுழைகிறோம். கோயிலுக்குள் திருமணம் நடக்கிறது. ஒருமணி நேர நிகழ்வுகளுக்குப் பிறகு கோயிலுக்கு வெளியே வந்து கிளம்புகிறோம்.

திருமணம் முடிந்து வீட்டுக்கு வந்து எடுத்ததைப் போட்டுப் பார்க்கிறேன். அதிர்ச்சி. கோயிலுக்குள் நுழையும் வரை காட்சிகள் இருக்கிறது. திருமணம் முடிந்து கோயிலுக்குள் வெளியில் வந்ததும் எடுத்த காட்சிகள் இருக்கின்றன. கோயிலுக்குள் எடுத்த எந்தக் காட்சியும் இல்லை. கேசட் கோடு கோடாக ஓடுகிறது. தாலி கட்டுவது இல்லை. பிற முக்கியமான சடங்குகள் இல்லை. என்னை எடுக்க அனுப்பியவரிடம் என்ன பதில் சொல்வது? இது ஓர் அபசகுனமாகக் கருதப்படுமே. வேறு வழியில்லாமல் நண்பரிடம் உண்மையைச் சொன்னேன்.

அது சக்தி வாய்ந்த கோயில். அதுதான் அப்படி ஆயிருக்கும் என்று சொன்னவர் "பரவாயில்ல. தாலிகாட்டுறதை போட்டோவை வச்சு சமாளிச்சிடலாம்" என்றார். நல்லவேளை தப்பித்தேன் என்று நினைத்துக் கொண்டேன். சில நாட்கள் கழித்து அந்த நண்பரைச் சந்திக்கையில் "என்ன கேசட் குடுத்தீங்களா.. என்ன சொன்னாங்க?" என்று கேட்டேன். அவர் சொன்ன பதில் இன்னும் அதிர்ச்சியாக இருந்தது. "அவங்க கேசட் வாங்கவே இல்லை. ஏன்னா கல்யாணம் ஆன ஒருவாரத்திலேயே பொண்ணும் மாப்பிள்ளையும் பிரிஞ்சிட்டாங்க.." என்றார். இதை எப்படி எடுத்துக்கொள்வது? அதற்குப் பிறகு பல

திருமணங்கள் அங்கு நடந்திருக்கிறது. எடுத்துக்கொண்டுதான் இருக்கிறார்கள். எதுவும் நடக்கவில்லை.

இதுபோலவே காட்சிரீதியாக உள்ளுணர்வு சார்ந்த பல விஷயங்கள் நிகழ்ந்திருக்கின்றன. பாலுமகேந்திரா சார் விஷயத்திலும் இது நிகழ்ந்தது. இது உண்மையிலேயே உள்ளுணர்வா? இல்லை நடப்பதை நம் வசதிக்காக அப்படி வரிசைப்படுத்தி ஒரு தொடர்பை ஏற்படுத்திக் கொள்கிறோமா? தெரியவில்லை.

சொர்ணவேல்: வசதிக்காகத் தொகுத்துக் கொண்டதாகவே வைத்துக் கொள்ளலாம். நமது நினைவுகள் சார்ந்த மென்மையான கதையாடலாக விரிவதையே பாலு சாரும் விரும்பியிருப்பார்.

செழியன்: அதிகபட்சமாக அவருடன் பதினைந்து சந்திப்புகள் இருக்கலாம். பொழுது விடிவதற்கு முந்தைய இருளில் ஒரு பனிக்காலத்தில், பிறகு சில மேடைகளில், மெல்ல 'ஓம்' ஒலித்துக்கொண்டிருக்கும் சினிமாப் பட்டறையின் அவரது கீழ்த்தள அறையில் எனச் சொற்பமான சந்திப்புகள். தேன் கலந்த கறுப்புத் தேநீர் வரும். அதற்குப் பிறகு சில நிமிடங்கள் மௌனம். அவ்வளவுதான் எங்கள் சந்திப்பு முடிந்துவிடும்.

நான்கு முறை தொலைபேசியில் பேசி இருக்கிறார். உருக்கமாக இரண்டு கடிதங்கள் எனக்கு எழுதி இருக்கிறார். எனினும் எங்கள் உறவு அத்யந்தமானது என்றே நம்புகிறேன். 90களின் துவக்கம். சிவகங்கை அன்னம் பதிப்பகத்திற்கு வந்திருந்த அறிவுமதி அண்ணன் என்னிடம் ஒரு டைரியை கொடுத்தார். அழகிய அவரது கையெழுத்தில் எழுதிய கவிதைகளுக்கு இடையில் அழகான நிழற்படங்கள் இருந்தன. ஊட்டியின் பனியில் அதிகாலை வெயிலுக்கு முன் எடுக்கப்பட்ட அழகான நிலக்காட்சிகள். எல்லாம் பாலுமகேந்திரா சார் எடுத்தது என்று சொன்னார். எனக்குப் பிரமிப்பாக இருந்தது. அந்த வெண்ணிறமான டைரியை வாங்கி வந்து இரண்டு நாட்கள் என் வீட்டில் வைத்திருந்தேன்.

பிறகு காயிதே மில்லத் கல்லூரியில் புத்தகக் காட்சி நடக்கும்போது சென்னைக்கு இரண்டாவது முறையாக வந்தேன். அங்கு வந்த அறிவுமதி அண்ணன், "வா.. ஒரு இடத்துக்குப் போகலாம்" என்று என்னை சுஜாதா எடிட்டிங் அறைக்கு அழைத்துச் சென்றார். எனக்கு மிகவும் புதிதான அனுபவம். கையைப்

பிடித்து இருட்டுக்குள் அழைத்துச் சென்று அங்கிருந்தவரிடம், "சார் இப்ப வரமாட்டார்ல.." என்று உறுதி செய்துகொண்ட பின் "பாரு" என்று அவர் சொல்ல எனக்கு அவர் வந்துவிடுவாரோ என்று பதட்டமாகவே இருந்தது. சற்று நேரத்தில் என் முன்னால் ஒரு விதமான சத்தத்துடன் படம் ஓடத் துவங்கியது. சிறிய சதுரத்தில் படத்தைப் பார்க்கிற அனுபவம் அற்புதமாக இருந்தது. அர்ச்சனா, தாடி வைத்த ஒருவர். அவர்களுக்கிடையே ஒரு காட்சி. பிறகு, நான் வீடு படத்தில் பார்த்த சொக்கலிங்க பாகவதர் நெரிசலான சாலையில் ஒருவரிடம் வந்து முகவரி கேட்பார். முகம் தெரியாமல் திரும்பி நின்று ஒருவர் முகவரி சொல்வார்.

"செழியா.. முகவரி சொல்றது யாருன்னு தெரியுதா.."

"தெரியலண்ணே.."

"நான் தான். வேன்ல வச்சு தெரியாம எடுத்துட்டாரு.."

ஊரிலிருந்து வந்த நாளிலேயே, படம் வெளிவருவதற்கு முன்பு, அதுவும் எனக்குப் பிடித்த இயக்குநரின் படத்தைப் எடிட்டிங் அறையில் பார்க்கிறேன். திரைப்படத்தில் நேரடியாக எனக்கு நேர்ந்த முதல் அனுபவம் இதுதான்.

வெளியே வந்தாலும் எனக்குப் பெருமையும் பரவசமும் அடங்கவில்லை.

"படம் பேருண்ணே.."

"சந்தியா ராகம்"

"படம் ஓடுச்சே. அந்த மெஷின் பேரு.. என்னண்ணே"

"மூவியாலா.."

சினிமா ஆர்வத்தோடு எப்படியாவது சென்னை வந்துவிட வேண்டும் என்று துடித்துக் கொண்டிருக்கிற எனக்கு முதன்முதலாக ஒரு படத்தின் காட்சிகள் பார்க்க கிடைத்தன. அது பாலுமகேந்திராவின் படமாக இருந்தது. நிழற்படத்தில் ஆர்வம் கொண்டு சன்னலருகே கிடைக்கும் ஒளியில், வீடு படத்தில் அவர் எடுத்த நிழற் படங்கள்போல எடுக்கவேண்டும் என்று விரும்பிய நாட்களில் அவரது நிழற்படங்கள் என்

வீட்டுக்கே வந்தன. எல்லாம் தற்செயலானதுதான். எனினும் ஓர் அழைப்பு என்று புரிந்து கொள்கையில் அது பிடித்திருக்கிறது.

'காற்று' என்றொரு பாரதியின் வசனகவிதை இருக்கிறது. கயிறுகள் காற்றில் ஆடுவதை எழுதி இருக்கிறார். கயிற்றிடம் பேசுகிறார்.

"கயிற்றினிடத்தில் பேசினால் அது மறுமொழி சொல்லுமா?"
"பேசிப்பார் மறுமொழி கிடைக்கிறதா இல்லையா என்பதை."

இந்த வசன கவிதையின் ஒரு கயிற்றுக்குக் கந்தன் என்றும் இன்னொரு கயிற்றுக்கு வள்ளியம்மை என்றும் பெயர் வைக்கிறார்.

'சற்று நேரம் ஒன்றை ஒன்று தொடாமல் விலகி நின்று பாடிக்கொண்டிருக்கும்.
அப்போது வள்ளியம்மை தானாகவே போய்க் கந்தனைத் தீண்டும்'

இயற்கையான விஷயங்களோடு நம் கற்பனை சேரும்போதுதான் அது கவிதையாகிறது.

எனக்குப் பாரதியின் இந்த வரிகளைப் படிக்கும்போது அப்பாஸ் கியாரஸ்தமியின் *Five Long Shots* என்ற படம் நினைவுக்கு வந்தது. கடற்கரையில் ஒரு மரத்துண்டு கிடக்கிறது. அலையில் அது அங்கும் இங்கும் உருண்டு இரண்டாக உடைகிறது. பாரதி பெயர் வைத்ததுபோல ஒன்றிற்குக் கந்தன். மற்றொன்றிற்கு வள்ளியம்மை என்று பெயர் வைத்துவிட்டால் அந்த மரத்துண்டுகள் அலையினால் ஒன்றையொன்று சந்திப்பதும், தொடுவதும் பிரிவதும்தான் படம். பாரதி காற்றை எழுதி இருப்பதைப் போல கியாரஸ்தமிக்கு அலை. கலைஞனின் படைப்பு நிலையில் இருக்கிற பைத்திய நிலை இதுதான் என்று நினைக்கிறேன். நாமாக ஒன்றை உருவகித்துக் கொள்ளும்போது அங்கு ஒரு காட்சி நிகழ்கிறது. அதுபோலவே நான் கோயிலுக்குள் படம் எடுத்ததை நினைக்கிறேன். பாலுமகேந்திராவைச் சந்தித்ததையும் நினைக்கிறேன். தர்க்கம் கடந்து ஒன்றை அறிவது அல்லது உணர்வது இதுவே உள்ளுணர்வு என்று நினைக்கிறேன். இதை வெறும் கற்பனையாகப் பார்க்க முடியவில்லை. *Insight* என்று சொல்லலாமா? நான் நினைப்பது சரியா?

அதன் பிறகு சில வருடங்கள். உதவி இயக்குநர் ஆகலாம் என்று சென்னைக்கு வந்து விட்டேன். தங்கி இருந்த தியாகராயநகர் புத்தகக் கடையில் குளிக்கத் தண்ணீர் இருக்காது. எனவே திருவான்மியூரில் இருந்த நண்பர் வீட்டுக்குப்போய் தினமும் குளித்துவிட்டு வர வேண்டும். மேசையில் முழங்கையை ஊன்றி உறுதியான இருவர் பலம் பார்ப்பது போல நம்பிக்கையும் அவநம்பிக்கையும் ஒன்றையொன்று பலம் பார்க்கிற பருவம். அப்போது நண்பர் ஒருவர் எய்ட்ஸ் விழிப்புணர்வு குறித்த தொண்டு நிறுவனத்தில் வேலை செய்து கொண்டிருந்தார். அந்த நிறுவனத்தில் விளம்பரப் பலகைகள் எழுதும் வேலை கிடைத்தது. அந்த வேலையைப் பார்த்துக் கொண்டிருக்கும்போது மகாலிங்கபுரத்தில் இருந்த பிலிமாலயா பத்திரிகை அலுவலகத்தில் லே அவுட் டிசைனருக்கு உதவியாளராகச் சேரும் வாய்ப்பு கிடைத்தது.

முதல் நாள் வேலைக்குப் போனதும் தலைமை டிசைனர் 'வரையத் தெரியுமா அல்லது தலைப்புகள் எழுதுவீர்களா?' என்று கேட்டார். இரண்டும் தெரியும் என்று சொன்னேன். இன்டியன் இங்க்கில் தூரிகை தொட்டு அப்போது ஆதிமூலம், மருது இருவரும் எழுதுவது மாதிரி வேகமும், வீச்சும் சேர்ந்த தொனியில் இரண்டு தலைப்புகள் எழுதிக் கொடுத்தேன். கொஞ்சம் இளக்காரத்துடன் புன்னகைத்த ஓவியர், "இதெல்லாம் இந்தப் பத்திரிகைக்குச் சரி வராது. ஃபாண்ட் டைப்பில எழுதுவீங்களா?" எழுதிக்காட்டினேன். கொஞ்சம் முகம் இறுகி, "சரி.. படம் வரைங்க பாப்போம்.." என்று ஒரு படத்தைக் கொடுத்தார். அதில் பாலுமகேந்திரா கைகட்டி நின்றுகொண்டிருந்தார்.

அப்போதே மேசையில் சாய்பலகை வைத்துக் கொஞ்ச நேரத்தில் கோட்டோவியமாக வரைந்து கொடுத்தேன். தலைமை டிசைனர் வாங்கிப் பார்த்து நல்லாயிருக்கு என்று சொல்லித் தனது மேசை இழுப்பில் வைத்துக் கொண்டார். அந்த நாட்களில் நண்பர்களை எதிரில் அமரவைத்து அரைமணி நேரத்தில் உருவப்படம் வரைந்து கொடுப்பது என் பழக்கங்களில் ஒன்றாக இருந்ததால் நான் வரைந்து கொடுத்த படம் அழகாக இருந்தது. முதன்முதலாக நான் வரைந்த படம் பத்திரிகையில் வரப்போகிறது என்ற கனவுடன் மறுநாள் அலுவலகம் போனேன்.

“இந்தப் படம் எப்படி இருக்கு பாருங்க” என்ற டிசைனர் அவர் வரைந்த படத்தைக் காட்டினார். அதுவும் நன்றாக இருந்தது. ஆனால் அது வரைந்த படம் இல்லை. நிழற்படத்தை மங்கலாக ஜெராக்ஸ் எடுத்து அதன் மேல் சில கோடுகளும் புள்ளிகளும் வரைந்து கீழே அவர் கையெழுத்துப் போட்டிருந்தார். “இதுதான்.. இப்படி வரைங்க..” என்றார். எனக்குக் கோபம் வந்தது. சில நிமிடங்களில் ஒன்றும் சொல்லாமல் எழுந்து நடந்தேன். மகாலிங்கபுரத்திலிருந்து தியாகராய நகர் பேருந்து நிலையம் வரை கோபத்தில் நடந்தே வந்தேன். இனி இந்த வேலையே வேணாம் என்று முடிவெடுத்தேன். சேர்ந்த இரண்டு நாள்களில் வேலையை விட்டதற்குக் காரணம் அந்த நிழற்படம்தான். அதுவும் ஒரு சமிக்ஞை என்றே புரிந்துகொள்கிறேன்.

பிறகு ஊருக்குத் திரும்பப் போய் போட்டோகிராபியை இன்னும் ஆழமாகக் கற்றுக்கொண்டு ஆறு வருடங்கள் கழித்துத் திரும்பவும் சென்னை வந்தேன்.

வந்த ஒரு வாரத்தில் இயக்குநர் சீமான் அறிமுகம் கிடைத்து. அவரது ‘வீரநடை’ படத்தில் உடன் இருக்கிற வாய்ப்பும் கிடைத்தது. படத்தின் அலுவலகமான முத்து மூவிஸ் பிரசாத் லேப் எதிரில் இருந்தது. காலையில ஐந்து மணிக்கெல்லாம் அலுவலகத்துக்கு வரச் சொல்லியிருந்தார்கள். எனது திரையுலக வாழ்வின் முதல் நாள் படப்பிடிப்பு. ஊரில் இருந்திருந்தால் அம்மாவிடமும் அப்பாவிடமும் ஆசீர்வாதம் வாங்கி இருக்கலாம். நான் தங்கி இருந்த ஆழ்வார் திருநகர் அறையிலிருந்து அதிகாலை நான்கு மணிக்கெல்லாம் தயாராகி விருகம்பாக்கம் வழியாக நடந்து வருகிறேன். சாலிகிராமத்தைக் கடக்கையில் மணி நான்கரை இருக்கலாம். ஆள் நடமாட்டம் இல்லாத சாலையில் சோடியம் விளக்கின் வெளிச்சம். அது பனிக்காலம் என்பதால் சோடிய விளக்குக்குக்குக் கீழே பனி மூட்டம் இருந்தது.

சாலிகிராமத்தின் ஒரு தெருவிலிருந்து வளைந்து கே.கே.சாலையில் நுழைகிறேன். சற்றுத் தொலைவில் ஆஜானுபாகுவான ஒரு மனிதர் முண்டாசுடன் வேகமாக என்னை நோக்கி நடந்து வந்து கொண்டிருந்தார். யாருமற்ற சாலையில் நானும் அவருமே இருந்தோம். அவர் என்னைக் கடந்த சில நொடிகளில் பார்த்த உருவம்போலத் தெரிகிறதே என்று நின்றேன். ’பாலுமகேந்திரா சார்..’ மனதில் உதித்த ஒரு நொடியில் அவர் என்னைக் கடந்து சந்தில் வளைகிறார். எதுவும் பேசவில்லை. ஒரு வணக்கம் கூட

சொல்லவில்லை. அழைக்கும் தூரத்தில் சோடியம் விளக்கின் மஞ்சள் ஒளியைத் தொடரும் மித இருளில் வேகமாக நடந்து போய்க்கொண்டிருந்தார். ஒரு நிமிடம் அப்படியே நின்று பார்த்துக் கொண்டிருந்தேன். மனதுக்குள் ஒரு வணக்கம். இதுவும் தற்செயலான நிகழ்வுதானா?

அந்த நாட்களில் வாய்ப்புக்காக பி.சி ஸ்ரீராம் அவர்களைச் சந்தித்துக் கொண்டிருந்தேன். பிறகு அவரிடம் உதவியாளராகவும் சேர்ந்துவிட்டேன்.

அடுத்த ஆறு வருடங்களில் ஓசூரில் தமிழ்நாடு முற்போக்கு எழுத்தாளர் சங்கத்தின் திரைப்பட சங்கத்தைத் துவங்குவதற்கான சிறப்பு விருந்தினராகப் பாலுமகேந்திரா சாருடன் நானும் மேடையில் இருந்தேன். நான் பேசும்போது பேல பெலாஸின் சினிமாக் கோட்பாட்டில் படித்த *misen scene* என்கிற பதத்திற்கான செயல்முறை விளக்கத்தை முதலில் நான் 'மூடுபனி' படத்தில்தான் பார்த்தேன் என்று துவங்கி அவரது திரைமொழி குறித்துப் பேசினேன். அன்று இரவு விருந்துக்குப் பிறகு இருவரும் ஒரே காரில் பயணிக்கும் போது "செழியன் நான் போறதுக்கு முன்னால உன் படத்தைப் பாக்கணும்ப்பா.. ஸ்க்ரிப்டை இப்பவே எழுத ஆரம்பி" என்றார்.

'கல்லூரி' படம் பார்க்க அவரை அழைத்தேன். அவருக்குப் படம் பிடிக்கவில்லை. கடுமையான விமர்சனங்களைச் சொன்னார். ஒளிப்பதிவு பற்றிக் கேட்டேன். "பஸ்ஸுக்குள்ள நீ ஏன்ப்பா லைட் போட்ட?" என்று கேட்டார். அந்தப் படத்தில் பேருந்திற்குள் பல காட்சிகள் இருந்தன. அதில் ஒரு காட்சியில் மட்டுமே செயற்கை விளக்கைப் பயன்படுத்தியிருந்தோம். அதற்கான காரணத்தையும் சொன்னேன்.

பேருந்துக் காட்சிகளை ஒன்பதுமணிக்கு மேல் எடுக்கலாம் என்று இயக்குநரிடம் சொல்லி இருந்தேன். அவரும் ஒத்துக்கொண்டார். ஒன்பது மணி வரை வேறு காட்சிகள் எடுத்து ஒன்பது மணிக்கு மேல் சூரிய வெளிச்சம் வந்ததும் இயற்கை ஒளியில் பேருந்துக்குள் எடுத்தோம். கடைசி நாளில் பேருந்தில் எடுக்க வேண்டிய காட்சிகள் தவிர வேறு எடுப்பதற்குக் காட்சிகள் கிடையாது. ஏழுமணிக்கு முதல் காட்சியே பேருந்துக்குள் எடுக்க வேண்டும். அதுதான் காரணம் என்றேன். "உன் காரணம் எதுக்குப்பா.. இந்த ஒரு பிரச்சினைக்காகத் தான் நான் டைரக்டராவே

ஆனேன். நாம விரும்புற நேரத்தில எடுக்கலாம் இல்லையா.. நல்ல போட்டோகிராபி பண்ணனும்னா சீக்கிரம் டைரக்டர் ஆயிரு..” என்றார்.

“வேற எதாவது குறை..” என்று தயங்கிக் கேட்டேன்.

“லென்ஸ் தேர்ந்தெடுக்கிறதில நீ இன்னும் கவனமா இருக்கணும்ப்பா” என்றார். அப்புறம் ப்யூஜில 500ஜி ன்னு ஒரு ஸ்டாக் வந்திருக்கு. அதை 85 போட்டு டே லைட்ல யூஸ் பண்ணிப்பாரு அற்புதமா இருக்கு” என்றார். “நீ க்ளாஸ் ரூம்க்குள்ள அந்த ஸ்டாக் யூஸ் பண்ணியிருக்கலாம். அங்கயும் லைட் போட்டிருக்க..”

பிறகு தென்மேற்கு பருவக் காற்று படம் பார்க்க வந்தார். பார்த்து முடித்ததும் “நாளைக்கு இன்ஸ்ட்டியூட் வாப்பா” என்றார். போனேன். “அந்த நைட் ஷாட்ஸ்ல ப்ளாக் லெவல்ஸ்லாம் அமேஸிங்.. *I saw the real night.* அந்த லோ லைட்ல மூவ் வேற பண்ற.. ரொம்ப நல்லாப் பண்ணியிருக்கப்பா..”

நான் பெருமிதமாக உணர்ந்த தருணம். திரும்ப அவரே பேசினார்.

“எல்லாம் சரிப்பா.. இந்த டி.ஐ *(Digital Intermidiate)* ங்கிற கருமத்த நீயும் ஏம்ப்பா பண்ணுற.. ஸ்கின் டோன்ல இன்னும் கவனம் வேணும் செழியன்... கன்சிஸ்டன்ஸி இல்ல.. அப்பப்ப மாறுது.. அது டி.ஐ குழப்பமா இல்ல, மேக்கப் பிரச்சினையா.. ஒரு ஷாட்ல செவப்பா இருக்கா. இன்னொரு ஷாட்ல பிங்க் ஏறுது. ஏன் உனக்குக் கறுப்புத்தோல் கிடைக்கலையா” என்றார். நான் விளக்கம் எதுவும் சொல்லவில்லை.

“டி.ஐ இல்லாமல் இனி படம் எடுக்கமுடியாது சார். திரையிடலில் க்யூப் முதலான டிஜிட்டல் நுட்பம் வந்த பிறகு டி.ஐ என்பது அவசியம்” என்று மட்டும் சொன்னேன்.

“என்னமோ சொல்லுப்பா. நாம பிடிவாதமா.. வேணாம்னு சொல்லணும். நான் படம் எடுத்தா டி.ஐ பண்ண மாட்டேன்ப்பா.. எல்லாரும் டி.ஐ பண்றேன்னு பெயிண்ட் அடிச்சமாதிரி கலரை மாத்துறாங்கப்பா.. மரத்துக்குக் கலரை மாத்துறான். புல்லை ஒரு படத்துல ப்ரௌனா மாத்திட்டான்ப்பா..” என்று சிரித்தார்.. “எதுக்கு இவ்வளவு கலர்.. *you know the virginity of the frame..* அதைக் கலர மாத்தி என்னென்னமோ கண்றாவி பண்ணி அது வேணாம்ப்பா..” என்றார்.

பிறகு அவரது கதை நேரம் திரைக்கதையை நூலாக வெளியிடவேண்டும் என்று வம்சி பதிப்பகத்திலிருந்து கேட்டதற்கு அதை யார் வெளியிடவேண்டும் யார் பெற்றுக்கொள்ள வேண்டும் என்பதைச் சொல்ல ஒருமாதம் யோசித்திருக்கிறார். ஒருமாதம் கழித்து "ராமகிருஷ்ணன் வெளியிடட்டும், செழியன் வாங்கட்டும்" என்று சொல்லி இருக்கிறார். அந்த விழாவில் பேசும்போது "சினிமாவை நம்மைப்போல நேசிக்கிற ஒருவரைச் சந்திக்கும்போது ஒரு அன்பும் பாசமும் வரும். செழியனைப் பார்க்கும்போது எனக்கு அப்படித்தான் தோணுது" என்றார். நான் அந்த மேடையிலேயே அவரைப் பற்றி ஓர் ஆவணப்படம் எடுப்பது குறித்துச் சொன்னேன். அவர் பேசும்போது அதை மறுத்துவிட்டார்.

பரதேசி படம் எடுப்பது முடிவானதும் அவரைச் சந்தித்தேன். "சந்தோஷம்ப்பா.. நீ அவன் கூட இந்தப் படத்தில முழுமையா இரு." என்றார். கறுப்புத் தேநீர் வந்தது. "ஒரு படம் எடுக்கப் போறேன்ப்பா.. ஒரு 70 வயசில ஒரு ஆள் வேணும். போன வாரம் தெருவில ஒருத்தரைப் பார்த்தேன். அவர்தான் இது" என்று சுவரில் சாய்த்து வைக்கப்பட்டிருந்த ஒரு போட்டோவைக் காட்டினார். வழுக்கைத் தலையுடன் தீர்க்கமாகப் பார்த்துக் கொண்டிருந்த ஒரு முதியவரின் படம் அவர் சாயலில் இருந்தது. தொப்பி இல்லாமல் அவரை நான் பார்த்தது இல்லை என்பதால் என்னால் உறுதியாகச் சொல்ல முடியவில்லை. எனவே சந்தேகத்துடன், "சார்.. இது நீங்கதானே." "நான் இல்லப்பா.." என்றார்.

அவர் புருவத்தை ஒட்டிய மச்சத்தைப் பார்த்து அது அவர்தான் என்று நான் புரிந்துகொண்டதும் அவரது பற்களின் நுனி மட்டும் தெரியும் ஒரு குறும்பான புன்னகை. பரதேசி படத்தின் பாடல் வெளியீட்டில் பேசும்போது, "எனது நண்பர் செழியன்" என்றார். "படம் எப்பதான்ப்பா காட்டுவ.. ரொம்ப ஆர்வமா இருக்கேன்" என்றார். பரதேசி படம் பார்த்துவிட்டு வெளியில் வந்ததும், "செழியன் எங்க?" என்று கேட்டார். நான் அருகில் வந்ததும் என் கையை இறுகப் பற்றிக் கொண்டார். சில நொடிகள் கையைப் பற்றிக்கொண்டே இருந்தார். எதுவும் பேசவில்லை.

தியேட்டரில் இருந்து நேராகப் பாலாவின் அலுவலகம் வந்தார். பாலாவுடன் கொஞ்ச நேரம் பேசியபிறகு என்னை அழைத்தார். போனேன். "வாப்பா.. செழியன். extraordinary work.

உன்கிட்ட என்ன பேசுறதுன்னு தெரியல. *D.I.* ரொம்ப அழகா பண்ணியிருக்க. பண்ணுனதே தெரியல.. *Skin Tones* மாறாம கலரை அழகா மாத்திட்ட.. அது இந்தப் படத்துக்கு ரொம்ப பொருத்தமா இருக்கு. *Exposure, Composition* எல்லாத்திலயும் ஒரு *consistancy* இருக்கு.. அந்த நைட் ஷாட்ஸ் எல்லாம் லேண்டர்ன் யூஸ் பண்ணுனியா.. நைஸ்.. எவ்வளவு இருக்கணுமோ அவ்வளவு வெளிச்சம்தான் இருக்கு.. ரொம்ப நல்லாப் பண்ணியிருக்க செழியன். *amazing work. I am expecting you will get a National Award this year."*

"தேங்க்ஸ் சார்"

"ஸ்டெடிகேம் ரொம்ப அழகா பயன்படுத்தி இருக்க. அந்த பர்ஸ்ட் ஷாட் ரொம்ப நல்லா இருக்கு. ஆனா அந்தக் கணக்கெடுக்கிற சீன்ல ஏம்ப்பா இப்படியும் அப்டியும் ஆட்டுற. மூவ்மெண்ட்ஸ்ல கொஞ்சம் கவனமா இருப்பா. அப்டியே அழகா ஸ்டேட்டிக்கா வச்சு எடு. எதுக்குப்பா தேவையில்லாம மூவ் பண்ணனும். உனக்குத் தெரியுமே செழியன். ஏன் அப்டிப் பண்ணுன?" என்று கேட்டார். பாலாவும் உடன் இருந்தார். "இல்ல சார். நான்தான் அப்படி இருக்கட்டும்னு விரும்புனேன்" என்று என் மேல் சொன்ன தவறைப் பாலா சமாளித்தார். சில நொடிகள் அமைதியாகத் தலைகுனிந்து இருந்தார். "மூவ்மெண்ட்ஸ் வேணாமே பாலா" என்றார்.

பிறகு டைம்ஸ் ஆஃப் இந்தியாவின் நேர்காணலில் எது நல்ல ஒளிப்பதிவு என்று அவரிடம் கேட்டிருந்தார்கள். "கதையோடு சேர்ந்து இருக்க வேண்டும். அதுதான் சிறந்த ஒளிப்பதிவு" என்று சொன்னார். உங்களுக்குப் பிடித்த ஒளிப்பதிவாளர்கள் யார் என்று கேட்டிருந்தார்கள். இரண்டு பேரைப் பிடிக்கும். அவர்கள் செழியன், சந்தோஷ் சிவன் என்று சொல்லி இருந்தார்.

ஒரு வருடத்துக்கு முன்னால் தொலைபேசியில் *Balu sir* என்ற பெயர் ஒளிர்ந்தது.

"செழியன், பாலுமகேந்திரா பேசுறேன்ப்பா.."

"சார்"

"உனக்கொரு கடிதம் எழுதி இருக்கேன். அதைக் கொடுக்கணும்.."

"சார் நான் நேர்ல வந்து வாங்கிக்கிறேன்."

“இல்லப்பா என்னால பேச முடியல” குரல் தழுதழுத்தது. “உன் அட்ரஸ் சொல்லு.”

“எஸ்.எம்.எஸ். அனுப்பவா சார்”

“அதெல்லாம் எனக்குப் படிக்கத் தெரியாதுப்பா.. சொல்லு.” சொன்னேன். கொஞ்ச நேரத்தில் வீட்டில் இருந்து கடிதம் வந்ததைச் சொல்ல தொலைபேசி வந்தது. வரவழைத்துப் படித்தேன். எனது “முகங்களின் திரைப்படம்” நூலைப் படித்திருக்கிறார். படித்ததும் ஒரு கடிதம் எழுதி என் வீட்டு வாசலில் காரில் இருந்துகொண்டு வீடு எண் அறிவதற்காக முகவரி கேட்டிருக்கிறார்.

கடிதத்தைப் படித்துவிட்டு உடனே சந்தித்தேன். “நேர்ல பார்த்துக் குடுக்கணும்னு வீட்டுக்கு வந்தேன். நீ இல்ல” என்றார். கொஞ்ச நேர உரையாடலுக்குப் பிறகு,

“சந்தியா ராகம் படத்தை இன்ஸ்டியூட்ல ஸ்க்ரீன் பண்றோம். நீ வந்து படம் பத்திப் பேசணும்” என்றார். திரையிடல் என்று அவர் சொன்ன நாளில் நான் கிளம்பிக் கொண்டிருக்கும்போது அவரிடமிருந்து அழைப்பு வந்தது.

“சார் கிளம்பிட்டேன்.”

“வாப்பா. ஞாபகப்படுத்தறதுக்காகக் கூப்பிட்டேன்” என்றார். சந்தியா ராகம் திரையிட்டுப் பேசினேன்.

வழியும் கண்ணீரைத் துடைத்துக் கொண்டே இருந்தார். அடிக்கடி, “வாப்பா.. உனக்கு எதாவது படம் பாக்கணும்னா நல்ல தியேட்டர் மேல இருக்கு. வந்து பாரு..” என்பார். பிறகு சந்திக்கும் தருணங்களில் பேசும்போதெல்லாம் அடிக்கடி கண் கலங்கினார். தனது உடல்நிலை குறித்துப் பேசினார்.

ஈஷா யோக மையத்தில் ஒருமுறை நான் பாவஸ்பந்தனா என்ற வகுப்பில் கலந்து கொண்டேன். மூன்று நாள் வகுப்பின் முடிவில் மனம் ஒருவிதமான திரவ நிலையை அடைந்தது. ஒரு பாடலைக் கேட்டால் கண்ணீர் வழிகிறது. ஒரு நாய்க் குட்டியைப் பார்த்தால் கண்ணீர் வழிகிறது. நடு இரவில் விழித்தால் கண்ணீர் வருகிறது. ஒருவிதமாகத் தன்னை அறிகிற அல்லது மரணத்தை உணர்கிற மன நிலைதான் அது. எதற்கும்

நெகிழ்ந்துபோவது. எனக்குத் தெரிந்து அவர் தனது கடைசி நாட்களில் இதே நெகிழ்ச்சியுடன் இருந்தார்.

வீடு படத்தைப்பற்றி நான் எழுதுகிறேன் என்று சொன்னேன். எழுது என்று சொல்லி வீடு, சந்தியா ராகம் படங்களின் டிவிடிக்களை கொடுத்தார். பிறகு வீடு படத்தின் 25ஆம் ஆண்டு நிறைவு விழாவாக பிரசாத் ஸ்டுடியோவில் திரையிடல் நடந்தது. ஹரிஹரன் பேசினார். பாலா, அர்ச்சனா, அறிவுமதி அண்ணன், படத்தில் பங்கு கொண்ட இன்னும் சிலர் இருந்தார்கள். அந்தச் சந்திப்பு மிகவும் நெகிழ்ச்சியுடன் இருந்தது. அந்தச் சந்திப்பு முடிந்து கிளம்பி காரில் ஏறும்போது அவர் அருகில் போனேன். "நீ எப்ப வந்த செழியன்.." என்றார். குரலில் ஒரு கோபம் இருந்தது. காரில் ஏறியதும், "நீ எப்பதான் எழுதுவ.. சப் டைட்டில் போட்டு ஏதாவது வெளிநாட்டுப் படம்னா எழுதுவ."

"சார் எழுதிட்டேன். இந்த மாசம் உயிர் எழுத்தில வருது" என்றேன். அதற்கு எதுவும் பதில் சொல்லவில்லை. கிளம்பிவிட்டார்.

வீடு கட்டுரை பிரசுரமானதும் இரண்டாவது கடிதம் எழுதினார்.

நேரில் சந்திக்கையில், "இந்தப் படத்தை நான் எடுக்கும்போது இதெல்லாம் யார் கவனிக்கப்போறாங்கன்னு நான் நினைச்ச பல விஷயங்கள நீ கவனிச்சு எழுதிட்ட. ரொம்ப சந்தோஷம்ப்பா."

பேச்சு வீடு படம் பற்றியே இருந்தது. அந்த "மழை எப்படி சார்?" எழுதும்போது இந்தக் காட்சிக்கு மழை வேண்டும் என்று குறிச்சிருந்தேன். மழை வந்தது" என்றார். "நாம ஒரு விஷயத்தை நேர்மையா செய்யும்போது இயற்கை ஹெல்ப் பண்ணுதுப்பா. இது மாதிரி மூன்றாம் பிறை க்ளைமாக்ஸில் மழை வந்தது. சத்மா க்ளைமாக்ஸ் எடுக்கும்போது காலையில் நல்ல வெயில். கமல் கிட்ட சொல்லிக்கிட்டே இருந்தேன். மழை வரணுமேன்னு. சாயந்திரம் சரியா மழை வந்தது. சிலது அப்டித்தான் நடக்கும்"

தலைமுறைகள் படம் பிரசாத் லேப்பில் திரையிடும்போது அழைத்தார்.

"சார் நான் முதல் நாளே பாத்துட்டேன் சார்."

“பாத்தா என்னப்பா. இன்னொரு தடவ பாக்க மாட்டியா. என் கூட சேர்ந்து பாக்கலாம் வா. பிரசன்ன விதானகே பாக்கிறேன்னு சொல்லி இருக்கார்.. நீயும் வா.”

படம் பார்த்து முடிந்ததும் பிரபலங்கள் அதிகம் இருந்ததால் நான் சொல்லாமல் வந்து விட்டேன். வந்த பத்து நிமிடத்தில் அழைப்பு வந்தது. “ஒரு அஞ்சு நிமிஷம் நம்ம இன்ஸ்ட்டியூட்டுக்கு வந்துட்டுப் போறியா.”

போனேன். அவர் அறையில் தனியாக அமர்ந்திருந்தார். “வாப்பா செழியன். படம் முடிஞ்சு எல்லாரும் போய்ட்டாங்க. நான் இங்க வந்துட்டேன். இந்தத் தனிமை என்னைக் கொல்லுதுப்பா.. ஒரு அஞ்சு நிமிஷம் இருக்கியா.”

நான் படத்தைப் பற்றிப் பேசத் துவங்க, “படம் முடிஞ்சிருச்சுப்பா. அதைப்பத்தி பேச என்ன இருக்கு. ரெவ்யூஸ் நல்லா வந்திருக்கு.. சசிக்குமார் நல்லா விளம்பரம் பண்ணிட்டான். இந்த நேஷனல் அவார்டுக்கு அனுப்பீட்டா வேலை முடிஞ்சது. அதை விடுப்பா.. நான் உங்கிட்ட கொஞ்சம் பெர்சனலா பேசணும்ப்பா.” என்று பேசத் துவங்கினார். கறுப்புத் தேநீர் வந்தது. அவரது தனி வாழ்க்கை குறித்தும் திரை வாழ்க்கை குறித்தும் எதையும் பொதுவில் பகிர்ந்துகொள்ள முடியாத விஷயங்களை மூன்று மணி நேரம் பேசினார். இடையிடையே அவர் கண்கலங்கித் தழுதழுக்க நானும் உடைந்து அவரைக் கையெடுத்து வணங்கினேன்.

“வீட்ல ரெண்டு நாய் இருக்குப்பா. சுப்ரமணி, வள்ளின்னு. ரெண்டு நாளைக்கு முன்னாடி அதுங்கள கூப்பிட்டுப் பேசிட்டு இருந்தேன். டேய் எனக்கு முன்னால போயிராதீங்கடா. என்னால தாங்க முடியாதுடான்னு” குரல் உடைந்தது.

“என் வாழ்க்கை நேர்த்தி இல்லாம இருக்கலாம்ப்பா. ஆனா என் படங்கள்? எனக்குப் பிடிச்சது மாதிரிப் பண்ணிட்டேன். காம்ப்ரமைஸ் இருக்கு. இல்லைன்னு சொல்லல.. ஆனா வீடு, சந்தியாராகம் மாதிரி இன்னும் நிறைய பண்ணியிருக்கலாம்”. ஓர் அமைதி. “இந்த வீடுதான் இன்னிக்கு இன்ஸ்டிட்யூட்டா மாறிருக்கு. எல்லாமே ஒரு திட்டத்தோடதான் நடக்குது பாரு. இன்னும் நாலஞ்சு படத்துக்கு ஸ்கிரிப்ட் எழுதி வச்சிருக்கேன். அதை எடுக்கமுடியுதா பாக்கலாம்.”

“கண்டிப்பா எடுப்பீங்க சார்.”

“தெரியலப்பா. முன்ன வீட்டச்சுத்தி வாக்கிங் போவேன். இப்ப விழுந்துருவனோன்னு பயமா இருக்கு. பண்ணனும். இந்த 5டி எனக்கு ரொம்பப்பிடிச்சிருக்கு. நான் நினைச்ச மாதிரி படங்கள் எடுக்க இதுதான் சரியான கேமரா. என் வேல முடிஞ்சிருச்சுப்பா.. என் படங்கள உங்க கிட்ட குடுத்துட்டேன். இனி நான் செய்ய என்னப்பா இருக்கு. எல்லாம் செஞ்சாச்சு. உன்னை மாதிரி யங்க்ஸ்டர்ஸ்தான் இதை அடுத்த இடத்துக்கு எடுத்துட்டுப் போகனும்.”

இருவரும் அமைதியாக அமர்ந்திருந்தோம். “சாரிப்பா. ரொம்ப நேரம் பேசிட்டேன்.” இரவு மணி பத்து ஆகி இருந்தது. நான் எழுந்தேன்.

“தேங்க்ஸ்ப்பா.. அடிக்கடி வா.. நீ வந்தா கொஞ்சம் நல்லா இருக்கு.”

“வர்றேன் சார்.”

“வந்ததுக்கு ரொம்ப தேங்க்ஸ்ப்பா” என்று திரும்பவும் நன்றி சொன்னார். நான் கிளம்பி அறையின் கதவருகே நின்றேன். தலைகுனிந்து அமர்ந்திருந்தார். குரலில் இன்னும் அந்தக் கலக்கம் இருந்தது.

“வர்ரேன் சார்”

“வாப்பா... ரொம்ப தேங்க்ஸ் பா” என்று குனிந்து கொண்டே சொன்னார்.

மனதளவில் ஒரு விடைபெறல். திரும்புகையில் மிகவும் மனக்கலக்கமாக இருந்தது. வீட்டுக்கு வந்ததும், “சார் ரொம்ப நாள் இருக்காமாட்டாருன்னு தோணுது” என்றேன். இரவு வெகு நேரம் அவர் என்னிடம் பேசிய விஷயங்களை யோசித்துக் கொண்டிருந்தேன். சில விஷயங்களை மட்டும் குறிப்புகளாக எழுதினேன். அந்த மன அழுத்தத்திலிருந்து விடைபெற எழுதுவதைத் தவிர வேறு வழி எனக்குத் தெரியவில்லை. ஊருக்குப் போய் என் அப்பாவைப் பார்க்க வேண்டும் என்று தோன்றியது. அந்த இரவு சஞ்சலம் மிக்கதாக இருந்தது.

அதுதான் கடைசி. கூட்டம் குறைந்ததும் அவர் உடல் இருந்த கண்ணாடிப் பேழையை நெருங்கினேன்.

"வாப்பா செழியன்" என்ற அவரது தீனமான குரல் கேட்டது."

"வந்ததுக்கு ரொம்ப தேங்க்ஸ்ப்பா."

அவர் கொடுத்த வீடு, சந்தியா ராகம் படங்கள் என் புத்தக அடுக்கில் இருந்தன. வெள்ளை நிறத்தில் அவருக்கே பிடித்த எழுத்துருவில் பாலுமகேந்திரா என்று அச்சிட்டப்பட்ட உறை. அதன்மேல் *Good copy* என்று அவரது கையெழுத்திலேயே எழுதி இருக்கிறார். திறந்தால் தனது படத்தின் பிரதியை எப்படிப் பார்க்க வேண்டும் என்கிற விளக்கம். உறையின் உள்ளே *contrast-90, brightness-45, Sharpness-50, color-0,* என்று எழுதி ஒட்டப்பட்ட காகிதம்.

சினிமாவை நேசிக்கிற ஒவ்வொருவருக்கும் அவர் ஒரு *Alter Ego* தான். எனவே அந்த இழப்பு ஒருவிதமான வெறுமையைக் கொடுத்துக் கொண்டே இருந்தது. ஒருமுறை சத்யஜித் ரே அவரைப் பார்க்க சாலிகிராமம் வீட்டுக்கு வந்திருக்கிறார். பால சரஸ்வதி ஆவணப்படம் எடுக்கும்போது என்று நினைக்கிறேன். அப்போது இருவரும் மெரினா போய் அமர்ந்து பேசிக்கொண்டிருந்ததைச் சிலாகித்துச் சொல்லி இருக்கிறார். மறுநாள் மாலை மெரினா போனேன். சூரியன் மறைந்தும் வானத்தில் சிவப்பு இருந்தது. கரையோர விளக்குகள் எரியத் துவங்கின. இந்தக் கடற்கரைக் கூட்டத்தில் அவரும் ரேயும் எங்கு உட்கார்ந்திருக்கிறார்கள் என்று நினைத்த கணத்தில் கண்ணீர் வழிந்தது. பத்து நாட்கள் ஆனபிறகு அவரது சினிமாப் பட்டறைக்குப் போயிருந்தேன். "ஏண்டா நீ பூக்க மாட்டேன்கிற.. எல்லோருக்கும் மாதிரி உனக்கும்தானே தண்ணி ஊத்துறேன்" என்று அவர் கோபமாகத் திட்டியிருந்த அரளிச் செடி மஞ்சள் மலர்களாகப் பூத்திருந்தது. சாப்பிடும் நேரத்துக்கு இப்பவும் அவரைத்தேடி அந்தப் பூனை வருவதாக மாணவர்கள் சொன்னார்கள்.

'*creativity* என்று எழுதி அதன் கீழே 'படைப்பாற்றல்' என்று வகுப்பு எடுப்பதற்காகக் கடைசியாக அவர் எழுதிய எழுத்துக்களுடன் ஒரு வெற்றுப் பலகை வகுப்பறையில் இருந்தது. இந்த 70 வயதுக் கிழவர் மாதிரி ஒருத்தர் வேணும்ப்பா" என்று

அவர் காட்டிய கறுப்பு வெள்ளைப் படத்துக்குப் பொட்டு வைத்து வாசலில் வைத்திருந்தார்கள்.

அப்போது வெளியில் வந்து கைபேசியில் ஓர் எண்ணைத் தேடிக் கொண்டிருந்தேன். தற்செயலாக Balu Sir என்ற எண் இருப்பதைப் பார்த்தேன். பார்த்துக்கொண்டே இருந்தேன்.

கடைசிச் சந்திப்பு தவிர மற்ற சந்திப்புகளில் அவர் சினிமாவைப் பற்றி மட்டுமே பேசினார். அல்லது வாசிப்பைப் பற்றியும் புத்தகங்கள் பற்றியும் பேசினார். ஒட்டுமொத்த சினிமாவும் ஒருவழியில் இயங்கிக் கொண்டிருக்கும்போது சில மாற்று வழிகளைச் செய்து பார்த்தார். ஓர் ஆசிரியர் வந்திருந்தார். வேறென்ன சொல்ல? பொருந்தவில்லையே என்று ஒரு காட்சிக்குச் சரியான லென்ஸ் மாற்றும்போது அவர் நினைவு வரும். கேமராவை தேவையற்று நகர்த்தலாமா என்று நினைக்கும்போது வேணாம்ப்பா என்று அவர் சொன்னது நினைவு வரும். ஆசிரியர்கள் கற்றுத் தருவது என்ன? செய்வதைத் திருந்தச் செய்வதற்கான பொறுப்புணர்வைத்தானே.

⓪

அதிகாலையின் பொன்னிற ஒளி

அதற்கு முன்பே நான் பைசைக்கிள் தீவ்ஸ் பார்த்திருந்தேன். மதுரையில் நண்பர்களின் அறையில் சிறிய தொலைக்காட்சிப் பெட்டியில் தந்தையும் மகனும் தொலைந்த சைக்கிளைத்தேடி அலைவதைப் பார்க்கும்போதுதான் எனக்குத் திரைப்படம் குறித்த உண்மையான புரிதல் ஏற்பட்டது. படம் முடிந்து சிவகங்கைக்குப் பேருந்தில் திரும்பும்போது என் மனதில் சில கேள்விகள் திரும்பத் திரும்ப வந்துகொண்டே இருந்தன. ஒரு திரைப்படம் இப்படியும் இருக்குமா? இது போல திரைப்படங்கள் ஏன் தமிழில் இல்லை?இந்தக் கேள்வியோடு அதுவரையில் தமிழ்த்திரைப்படங்கள் மீது எனக்கிருந்த ஈர்ப்பும் கலையத்துவங்கி இருந்தது.

அதற்குப்பிறகு எனக்குப் பிடித்ததெல்லாம் அகாலத்தில் தூர்தர்சனில் வரும் படங்கள். அப்போது என் சித்தி வீட்டில் ஒரு கறுப்பு வெள்ளைத் தொலைக்காட்சி இருந்தது. வெள்ளிக்கிழமை ஒலியும் ஒளியும் பார்க்க பாட்டி வீட்டிலிருந்து மூன்று கிலோமீட்டர் தள்ளி இருக்கிற சித்தி வீட்டுக்கு நடந்தே போவேன். அந்த நாட்களில் ஞாயிற்றுக்கிழமைகளின் மதியத்தில் அல்லது இரவு பதினோரு மணிக்குமேல் சில படங்கள் வரும். காக்கைகள் கரையும் சத்தத்துடன் யாருமேயில்லாத தெருவில் இந்தக் கடைசியிலிருந்து அந்தக்கடைசி வரை ஒருவர் நடந்து போகிற நீண்ட காட்சிகளையும் நான் ரசித்துப் பார்த்துக்கொண்டிருந்தபோது சித்தி

வீட்டிலிருந்த அனைவரும் என்னை வினோதமாகப் பார்க்கத் துவங்கினார்கள். அதன் பிறகு இது மாதிரிப்படங்கள் தொலைக்காட்சியில் வந்தால், 'அண்ணே உங்க படம்' என்று தங்கைகள் நகைப்புடன் எழுந்து செல்ல நான் மட்டுமே தொலைக்காட்சியின் முன்னால் இருந்தேன். டெல்லியில் திரைப்பட விழா நடக்கும்போது அதில் வருகிற படங்கள் தூர்தர்சனில் வரும். அதில் பெயர் நினைவில் இல்லாத பல வெளிநாட்டுப் படங்களையும் பிறவி, தாசி முதலான இந்தியப் படங்களையும் பார்த்தேன்.

அப்போதுதான் *Deep Focus*, சலனம், பதேர் பாஞ்சாலி, சார்லி சாப்ளின், மக்களைத் தேடும் கலைஞன், மரபை மீறிய சினிமா, மதுரை நன்மை தருவார் சந்தில் அன்னம் புத்தக நிலையம், பேலபேலாஸின் சினிமாக்கோட்பாடு, எல்லாம் அறிமுகமாகி இருந்தது. எல்லா அறிமுகங்களும் எனக்குள் இருந்த ஒரு கேள்வியை மேலும் மேலும் வளர்த்துக்கொண்டே இருந்தன. தமிழில் ஏன் இதுபோல ஒரு படம் கூட இல்லை? தமிழில் ஏன் யாருமே இது மாதிரிப்படங்களை எடுப்பதில்லை?

இந்தப் பருவத்தில்தான் ஒருநாள் சித்தி வீட்டின் சிறிய கறுப்பு வெள்ளைத் தொலைக்காட்சியில் அந்தப் படத்தைப் பார்த்தேன்.

'என்னண்ணே தமிழ்ல பேசுறாங்க... அர்ச்சனால்லாம் இருக்கா.... படம் பேரு..?'

'வீடு'.

படம் பேரே வீடா?"

'ஆமா'

'உங்க படமா?' என்று அதே நகைப்புடன் தங்கைகள் எழுந்து செல்ல நான் மட்டும் பார்த்தேன்.

படம் முடிந்து பாட்டி வீட்டுக்கு நடந்தே வந்தேன். வழிநெடுக கண்கள் கலங்கிக்கொண்டே இருந்தன. இத்தாலிய மொழியில் சைக்கிளைத் தேடுவதும் தமிழில் வீடு தேடுவதும் அந்த வயதில் எனக்குள் ஏதேதோ இணைப்புகளை உருவாக்கின. நான் விரும்பியது மாதிரி ஒரு படம் அதுவும் என் மொழியில்..

இந்தப்படம் ஏன் என்னை வசீகரிக்கிறது? ஏன் கலங்க வைக்கிறது? படத்தில் இருப்பது போலவே எனக்கு ஒரு தாத்தா இருந்ததும் அந்த நாட்களில் அப்பா எங்களுக்கென ஒரு வீடு கட்டிக் கொண்டிருந்ததும் நான் கட்டடப்பொறியியல் படித்துக் கொண்டிருந்ததும் மனதுக்கு மிகவும் நெருக்கமாக இந்தப்படத்தை உணர்வதற்கான காரணமாக இருந்திருக்கலாம். அந்தப் பெண்ணுக்கும் இளைஞனுக்கும் இடையிலானது எத்தனை யதார்த்தமான காதல் கதை. இருவரும் அன்பை உணர்கிற தருணங்களில் ஓர் இசை வருமே? அது ஏன் இப்படி நெகிழ்த்துகிறது? இளையராஜாவின் பாடல்கள் இல்லாமல் வெறும் இசையா? அது என்ன ஆல்பம்? பிறகு அது how to name it என்று தெரிந்ததும் உடனே கேசட் வாங்கிப் படத்தில் வருகிற அந்த இசையை மட்டும் திரும்பத் திரும்பக் கேட்டேன். கேட்கும் போதெல்லாம் படத்தின் காட்சிகள் என் நினைவில் ஓடத்துவங்கின.

படம் முடிந்து பல வருடங்கள் கழித்தும் சில காட்சிகள் சித்திரம் போல என் மனதில் இருந்தன. நிழற்படத்தின் மீது காதல் கொண்டு கேமராவுடன் சுற்றிய அந்த நாட்களில் இந்தப் படத்தின் காட்சிகளில் இருந்த ஒளியமைப்பும் என்னை வசீகரித்திருந்தது. பட்டுச்சேலையை வாங்க முடியாமல் சன்னலருகே நின்று அர்ச்சனா தண்ணீர் குடிக்கிற காட்சி. கடிதம் எழுதும் தாத்தாவின் முதுகிலிருந்து நகர்கிற காட்சி. அந்த மழையின் சாம்பல் நிறம். குடையின் கீழே இருவரும் நிற்பது. இருளும் ஒளியுமான சில துண்டுக்காட்சிகள். தாத்தாகட்டிய வீட்டைப் பார்க்க வருகிற காட்சி. அங்கு துவங்குகிற இசை- என்று படத்தில் திரும்பத் திரும்ப நினைத்துப்பார்க்க என் நினைவில் வீடு படம் ஓடிக்கொண்டே இருந்தது. ரஜினி படமும் கமல் படமும் வந்துகொண்டிருந்த காலத்தில் நான் பார்க்கிற நண்பர்களிடம் எல்லாம் 'வீடு' பாத்தீங்களா என்று கேட்டுக் கொண்டிருந்தேன். திரும்பவும் படத்தைப் பார்க்க வேண்டும் என்பது என் தீராத ஆசையாக இருந்தது. ஆனால் இந்தப் படத்தை எங்கு போய்ப் பார்ப்பது?

பிறகு விடியோ கற்றுக்கொண்டேன். என் அன்பிற்குரிய பேராசிரியர் ஷாஜஹான் கனி, மதுரை யாதவா கல்லூரியில் வகுப்புகள் நடத்தினார். அப்போது ஒரு மாணவர் 'சார் பாலுமகேந்திரா ஒளிப்பதிவு மட்டும் அழகாக இருக்கிறதே

ஏன்?' என்று கேட்டார். அதற்கு ஆசிரியர், 'இதற்குப் பதில் சொல்லவேண்டுமெனில் நாளை அதிகாலை சூரியனின் முதல் கிரணம் வரும்போது வெளியிலிருக்கும் அரச மரத்தடியில் எல்லோரும் இருக்க வேண்டும்' என்று சொன்னார். சிவகங்கையிலிருந்து மூன்று மணிக்கு எழுந்து மதுரைக்குப் போகும் முதல் பேருந்தைப்பிடித்துக் கோரிப்பாளையத்தில் இறங்கி ஊமச்சிகுளம் நகரப்பேருந்தைப் பிடித்து யாதவா கல்லூரி வருகையில் வைகறை. சூரியன் இன்னும் உதயமாகவில்லை. கேமரா என்னிடம் இருந்ததால் அரச மரத்தடியில் காத்திருந்தேன். அப்போது அங்கு மாணவர்கள் யாருமில்லை. ஆசிரியரும் இல்லை.

சூரியன் வருவதற்காக அடிவானம் சிவந்துகொண்டிருந்தது. அங்கிருந்த பணியாள் ஒருவர் நீண்ட வாரியலுடன் அரசமரத்தடியில் கிடந்த இலைகளைப் பெருக்கத் துவங்கினார். மெல்லத் தூசி எழும்பியது.

உதயம் உணர்ந்து நான் கேமராவை தயார் நிலையில் வைத்திருந்தேன். ஆரஞ்சு நிறத்தில் சூரியன் எழ, முதல் கிரணங்கள் தூசி மிதந்த அரசமரத்தின் வழியே ஆயிரம் விழுதுகளாகச் சிதறின. நான் பதிவுசெய்தேன். அன்றைய வகுப்பில் அசிரியர் நான் எடுத்த காட்சியைக் காட்டியதும் எல்லோருக்கும் வியப்பு. 'பாலுமகேந்திரா சார் போட்டோகிராபி மட்டும் அழகா இருக்குன்னா அதன் ரகசியம் இதுதான்' என்றார் ஆசிரியர். மாணவர்கள் வெளியில் வந்து அந்த மரத்தைப் பார்த்தார்கள். காட்சியின் அழகு வடிவங்களில் இல்லை. ஒளியில் இருக்கிறது. அந்த ஒளியின் சூக்குமம் அதிகாலையில் இருக்கிறது. எனவே அதிகாலையில் உலகைப் பாருங்கள்.

ஏற்கனவே ஒரு நிழற்படக்காரனாக அதிகாலையும் அதன் ஒளியும் எனக்குப் பரிச்சயம்தான் என்றாலும் அன்று உணர்ந்த பாடம் புதுமையானது. அந்த அதிகாலையின் பொன்னிற ஒளியின் ஆசிரியராகப் பாலுமகேந்திராவே இருந்தார்.

பருவங்களும் பொழுதுகளும் கடந்து சென்றன. நான் சென்னைக்கு வந்தேன். சந்திக்க விரும்பும் மனிதர்களின் பட்டியலில் ரகசியமாகப் பாலுமகேந்திரா என்ற பெயரையும் வைத்திருந்தேன்.

ஒளிப்பதிவு உதவியாளராகும் தீவிர முயற்சியில் என் ஆசிரியர் பி.சி ஸ்ரீராமைச் சந்தித்துக்கொண்டிருந்தேன். எப்போது நிகழும் என்று தெரியாமல் வாய்ப்புக்காகக் காத்திருப்பது மட்டுமே சாத்தியமாகியிருந்த அந்த நாட்களில் தற்காலிகமாக ஒரு பகுதி நேர வேலையில் சேர்ந்தேன். அப்போது மகாலிங்க புரத்தில் இருந்த பிலிமாலயா பத்திரிக்கையில் வடிவமைப்பு ஓவியரின் உதவியாளராகச்சேர்ந்தேன். சேர்ந்த முதல் நாளே அந்த அங்கிருந்த தலைமை ஓவியர் 'உருவப்படங்கள் வரையத் தெரியுமா' என்று கேட்டார். தெரியும் என்றேன். இதை வரையுங்கள் என்று அவர் கொடுத்தது தொப்பியுடன் தலை குனிந்திருக்கும் பாலுமகேந்திரா அவர்களின் படம். வரைந்து கொடுத்தேன். நான் வரைந்த படம் முதன்முதலாக அச்சில் வருகிற ஆர்வத்துடன் மறுநாள் அலுவலகம் போனேன். 'செழியன் இது எப்படி இருக்கு பாருங்க' என்று தலைமை ஓவியர் தான் வரைந்த படத்தைக் காட்டினார். வாங்கிப்பார்த்த போது எனக்கு அதிர்ச்சியாக இருந்தது. அந்த ஓவியர் வரையவில்லை. நிழற்படத்தை ஜெராக்ஸ் எடுத்து அதன்மேல் புள்ளிகள் வைத்து அதைத் தான் வரைந்தது என்று காட்டினார். அந்த போலித்தனத்தின் மீது கோபம் வர அன்று மாலையோடு வேலையை விட்டேன். மூன்று நாட்களே பணிசெய்த என் வேலையிலிருந்து விலகினேன். மகாலிங்கபுரத்திலிருந்து தியாகராயர் நகர் பேருந்து நிலையம் வரை நடந்து வரும்போது, 'இதெல்லாம் தேவையில்லாத வேலை. சினிமாவைத் தவிர எந்த வேலையும் செய்யாதே' என்று அன்று நான் எடுத்துக்கொண்ட மன உறுதிக்கும் பாலுமகேந்திராவே மறைமுகமான காரணமாக இருந்தார்.

என் அன்பிற்குரிய இயக்குனர் சீமான், 'என்கூட இருங்க.. சும்மா வேடிக்கை பாருங்க..' என்று சொல்லித் தனது 'வீரநடை' படத்தில் உடனிருக்கும் வாய்ப்பை அளித்தார். படப்பிடிப்பு சென்னையில் துவங்கியது. முதல் நாள் படப்பிடிப்புக்குப் போகிறோம் என்கிற பரவசம். அதிகாலை நான்கு மணிக்கெல்லாம் எழுந்து தயாராகிச் சாலிகிராமத்திருந்த என் அறையிலிருந்து கிளம்பி முத்து மூவிஸ் அலுவலகம் நோக்கி நடந்து வந்துகொண்டிருந்தேன். மணி அப்போது அதிகாலை ஐந்து இருக்கலாம். தெருவில் நடமாட்டமில்லை. தெரு விளக்கின் வெளிச்சத்தில் நான் நடந்து வந்த போது தெருவின் எதிர் முனையில் இருந்து திடகாத்திரமான ஒரு உருவம். தலைப்பாகை

கட்டிய அந்த மனிதர் நடைப்பயிற்சிக்காக வேகமாக நடந்து வந்துகொண்டிருந்தார். இருவருக்குமான தொலைவு குறைந்து கொண்டே வந்து அருகில் அவர் வருகையில் இது யாரோ பார்த்த முகமாக இருக்கிறதே என்று யோசிக்கும்போதே 'பாலுமகேந்திரா' என்று நினைவு வர நின்றேன். என் முதல் முதல் நாள் படப்பிடிப்புக்காக நான் செல்லும்போது எதிரில் வருகிறார். பிரமிப்பு கலையாமல் நின்று பார்த்துகொண்டே இருந்தேன். தெருவிளக்கின் மஞ்சள் ஒளியில் தூரத்தில் அவர் வேகமாக நடந்து போய்க் கொண்டிருந்தார்.

நான் இருக்கிற சாலிகிராமத்தில்தான் அவரும் இருக்கிறார் என்பதில் ஒரு சிலிர்ப்பு. ஒருநாள் இதுகுறித்துப் பேசிக்கொண்டிருக்கையில் 'வாங்க செழி அவர்கிட்ட நான் கூட்டிப்போறேன்' என்று சீனி என்னை அழைத்துப் போனான். சாலிகிராமம் பேருந்து நிலையம் அருகில் இருந்த ஒரு தனி வீடு. மாடிப்படிகள் ஏறி உள்ளே நுழைந்ததும் என் மதிப்பிற்குரிய பாலுமகேந்திரா இரண்டு கைகளின் விரல்களையும் பிணைத்து மோவாய் தாங்கி உட்கார்ந்திருந்தார். அந்தச் சந்திப்பு சுவாரஸ்யமமாக இல்லை. வெறுமனே ஒரு பிரபலத்தைப் பார்த்துத் திரும்புகிற மகிழ்ச்சியும் அடிமனதில் ஏமாற்றமும் இருந்தது.

பாலுமகேந்திரா என்கிற பெயரை நான் எப்போதும் அதிகாலையின் ஒளியுடன் சேர்ந்தே உணர்கிறேன்.. சிறுவயதில் திரையரங்கம் முழுக்க கைதட்டல்களுடன் பார்த்து வியந்த சூரியோதயங்கள், அடிவானங்கள், பனிமிதக்கிற வைகறைகள், அடிப்பெண்ணே பாடலில் நனைந்த ஷோபாவின் புன்னகை, விபச்சார விடுதியில் அமர்ந்திருக்கிற கமலஹாசனின் மௌனம், நல்லதோர் வீணை செய்தே பாடலில் பாண்டி பஜாரில் நடந்து செல்லும் ரேவதி, அழியாத கோலங்களில் அந்த மூக்குக் கண்ணாடியின் அண்மைக் காட்சி, யாத்ராவின் கார்த்திகைச் சுடர்கள், இருள் என்பது குறைந்த ஒளியெனச்சொல்லும் சிறைக் காட்சிகள், 'கனவு காணும்' பாடலில் ஆட்டோவில் படுத்திருக்கிறவரின் கால்கள். வீட்டுக்குள் கேமரா மட்டும் நகர்ந்து செல்கிற நீண்ட காட்சி. *(Misen scene)*, கறுப்புத்திரையில் ஓடும் சத்தமில்லாத டைட்டில்கள், அதிர்ந்து பேசாத மனிதர்கள், மெல்லிய அங்கதம், பின்னொளி, சன்னல் ஓரம், ஈரமான மலைநகரம், தூங்கி எழுந்தது போல ஒப்பனை இல்லாத முகங்கள். பெரிய கண்களுடன் பெரிய பொட்டும் வைத்துப்

பருத்தி உடை அணிந்த மாநிறப் பெண்கள், என ஒருபுறம் அழகின் உபாசகம். இன்னொரு புறம் படைப்பின் காத்திரம். காட்சியின் இயைபில் நேர்த்தி. துடைத்துக் கழுவிய ஒழுங்கு. இன்னொருபுறம் நவீனம், தகுநயம் (style). பாலுமகேந்திரா என்றால் திரைமொழியில் ஓர் ஆழ்ந்த மௌனம், அதுவும் விசும்பல் இல்லாமல் கண்ணீர் மட்டும் ரகசியமாய் வழிகிற மௌனம், நதி நீரின் சிலிர்ப்பில் சத்தமில்லாமல் அடி ஆழத்தில் புரளும் கூழாங்கற்போல காமம். வணிகத்தின் விளிம்புகள் தெரிந்து நுனி உடையாமல் பென்சில் சீவுகிற லாவகத்தோடு மௌனமும், காமமும், அன்பும், காதலும் இயைந்து பின்னுகிற பூத்தையல் அவருடையது. லா.ச.ராவின் 'புத்ர' படிக்கையில் காய்ச்சல் வந்தது. மூன்றாம் பிறை பார்த்ததும் அதுவே நிகழ்ந்தது.

அதன்பிறகு அவருடன் ஓர் அறிமுகம் கிடைத்தது. பொன்னியம்மன் கோயில் சந்து அலுவலகத்தில், சாலிகிராமம் சினிமாப்பட்டறையில் கறுப்புத் தேநீரும் தேனும் கலந்த சில சந்திப்புகளில் அவரைப் பார்க்கும்போதெல்லாம் இரண்டு விஷயங்கள் அவரிடம் கேட்பேன். ஒன்று நீங்கள் எப்படி திரைப்படத்தை உருவாக்குகிறீர்கள் என்பதைப் பதிவு செய்வதன் வழியே உங்கள் ஆளுமையை நிறுவுகிற ஆவணப்படம் ஒன்றை எடுக்க வேண்டும். இரண்டு - 'வீடு' படத்தைத் திரும்பப் பார்க்க வேண்டும். 'நெகடிவ் போயிருச்சுப்பா.. டிவிடி கூட இல்ல' இதுதான் அவரது பதிலாக இருந்தது. நான் எனது கட்டுரைகளில் தமிழின் சமரசமே இல்லாத படங்களாக எனக்குத் தெரிபவை அக்ரஹாரத்தில் கழுதை, வீடு, சந்தியா ராகம் என்று எழுதிக்கொண்டிருந்தேன். ஆனால் துரதிஷ்டவசமாக இந்த மூன்று படத்தையும் திரும்பப் பார்க்கப் பிரதிகள் இல்லை.

கடந்த மாதத்தின் ஒருநாள் என் அன்பிற்குரிய பாலுமகேந்திரா அவர்களைச் சந்தித்த போது எனக்கு அவர் இரண்டு குறுந்தகடுகள் கொடுத்தார். ஒன்று வீடு. இன்னொன்று சந்தியா ராகம். வீட்டுக்கு வந்ததுமே சந்தியா ராகம் பார்த்துவிட்டேன். ஆனால் வீடு படத்தைப் பார்க்க ஏதோ ஒரு மனத்தடை இருந்தது. காரணம் அது என் தனிப்பட்ட நினைவுகளோடு சம்பந்தப்பட்டிருக்கிறது. சென்னை வந்த புதிதில் ஒருநாள் தியாகராய நகர் பேருந்து நிலையம் எதிரில் இருக்கும் அஞ்சல் நிலையத்தில் கடிதங்கள் வாங்குவதற்காகப் போனபோது இன்னொருபுறம் ஒரு நீண்ட வரிசை நின்றது. அதில் சொக்கநாத

பாகவதரும் நின்றுகொண்டிருந்தார். நான் ஓரமாக நின்று அவரைப் பார்த்துக்கொண்டே இருந்தேன். வரிசை மெதுவாக நகர அவரும் மெதுவாக நகர்ந்துகொண்டிருந்தார். மழிக்கப்படாத முகத்துடன் படத்தில் இருப்பதுபோலவே நேரிலும் இருந்தார். போய்ப் பேசி இருக்க முடியும் என்றாலும் பார்த்துக்கொண்டே இருந்தேன். ஏனெனில். அது வீடு படத்தின் ஒரு காட்சி போலவே நிகழ்ந்து கொண்டிருந்தது.

என் மேசையில் வீடு படத்தின் குறுந்தகடு ஒருமாதமாக இருந்தது. தொலைவில் நின்று சொக்கநாத பாகவதரையும் அதிகாலையில் நடந்து சென்ற பாலுமகேந்திரா அவர்களையும் பார்த்துக்கொண்டு நின்றது போல வீடு படத்தின் குறுந்தகடையும் பார்த்துக்கொண்டிருந்தேன். படத்தைப் பார்க்க விருப்பமாய் இருக்கிறது. ஆனால் பார்க்கும் மன நிலை கூடிவரவில்லை. ஒரு பொழுதில் இனிமேல் பார்க்காமல் தாங்காது என்கிற கணம் தாகம் போல வரும். கதவை அடைத்துக் கொண்டு அப்போதுதான் பார்க்க முடியும். ஏனெனில் படம் பார்ப்பது அதுவும் பிடித்த படத்தைத் திரும்பவும் பார்ப்பது என்பது பழைய தோழியைச் சந்திப்பது போல. அதற்கென ஒரு நேரமும் மனமும் கனிய வேண்டும். சில முன் தயாரிப்புகள் வேண்டும். இப்போது இந்த வீட்டைத்திறந்தால் பழைய காலத்தையும் நான் சேர்த்துத் திறக்க வேண்டும். இன்று என் தாத்தா இல்லை. அப்பா ஆசையாய்க் கட்டிய வீடு அம்மா இல்லாமல் பூட்டிக் கிடக்கிறது. தங்கைகள் மனதளவில் வெகுதொலைவில் இருக்கிறார்கள். இறந்தகாலத்தில் இருக்கிற எல்லா நினைவுகளையும் சேர்த்துத் திறக்க வேண்டுமா? முடியுமா?

எல்லாவற்றுக்கும் ஒரு நாள் வரவேண்டுமே.. அந்த நாள் வந்தது.

அலுவலகம் போனபோது ‘இன்னிக்கு வீடு படத்தோட ஸ்க்ரீனிங் இருக்கு போகலாமா?’ என்று பாலா கேட்டார். நேரே கிளம்பி பிரசாத் அகாடமியில் இருக்கும் திரையரங்கத்திற்கு வந்தோம். ‘படம் இப்பதான் போட்டாங்க. சார்... அரை மணிநேரம் இருக்கும்’ என்று எங்களை அழைத்துச் சென்ற மாணவன் சொல்ல கதவைத் திறந்து பாலா நுழைந்தார். அவருக்கு இடம் இருந்தது. நான் கதவருகே நின்றேன். இமைக்கும் நேரத்தில் அந்த ஒரு காட்சிதான் பார்த்தேன். எனக்குப்பிடித்த இசைக்கோர்வையில் சென்னையின் மழைத் தெருக்களில் அந்த இளைஞனும் பெண்ணும் நடந்துகொண்டிருந்தார்கள்.

அரங்கம் அமைதியாக இருந்தது. திறந்த கதவருகே இருளில் நின்ற நான் திரும்ப வெளியில் வந்தேன்.

'பாதியிலிருந்து எப்படிப் பார்க்க முடியும்?'

'என்னைப் பார்க்காமல் காத்திருக்க வைத்தாய். இப்போது உன்னைச் சந்திக்கும் மனநிலை எனக்குக் கூடிவரவில்லை. தேடி வந்ததற்காக ஒரு *Frame* பார்த்தாய். போதும் வெளியில் இரு.'

'ஒருமணி நேரம் காத்திருக்க வேண்டுமே..'

'நான் உன்மேசையில் ஒரு மாதம் காத்திருந்தேனே..'

வெளியில் வந்தேன். இடையிடையே கதவு திறக்கும் போது அந்த இசைக்கோர்வை கூடக் கேட்காத தொலைவில் காத்திருந்தேன். அருகில் இருந்துகொண்டே பிடித்தவரைப் பார்க்காமல் பார்க்கமுடியாமல் தவிர்ப்பதும், தவிப்பதும் ஒரு அற்புதமான உணர்வு. அது அப்போது எனக்குப் புரிந்தது.

படம் முடிந்ததும் அரங்கத்தில் விளக்குகள் எரிய வெறும் திரையின் முன் எளிய சந்திப்பு நடந்தது. 'இன்று பாகவதர் இல்லை செந்தாமரை இல்லை' என்று பாலு சார் பேசத்துவங்குகையில் திரும்பவும் நான் வெளியில் வந்தேன்.

படத்தை முழுதாகப் பார்க்கும் தாகத்துடன் வீட்டுக்கு வந்தேன். கறுப்புத்திரையில் நடுங்கும் எழுத்துக்களுடன் 'வீடு'. பாகவதரின் பாடல். எழுத்துகள் முடிந்து படம் துவங்குகிறது. ஒளியையும் நிழலையும் ஒரு விகிதத்தில் கலந்து அவர் பதிவுசெய்திருக்கிற நேர்த்தியில் முதல் சட்டகத்திலிருந்து எனக்கான பாடமும் துவங்குகிறது. கதை எளிமையானதுதான். இருக்கிற வீட்டைக் காலி செய்யச் சொல்லிக் கடிதம் வருகிறது. வாடகை வீட்டிலிருந்து இன்னும் அதிக வாடகைக்குப் போவதற்குப் பதிலாகச் சிறிதாக ஒரு வீடு கட்டினால் என்ன? என்ற யோசனையுடன் வீடு கட்ட முயற்சி எடுக்கிறார்கள். நடுத்தரக் குடும்பத்தின் இயலாமைகள், எளிய விருப்பங்கள், அதில் ஏற்படும் தடைகள், இருளில் செல்லச் செல்ல வெளிச்சம் துலங்குவது போல அந்தக் கஷ்டத்தின் ஊடாக நம்பிக்கைகள். வீடு கட்டிமுடிக்கப் போகையில் என்ன நடக்கிறது? ஒரு திறந்த முடிவு. ஒரு வரிக்கதை இதுதான்.

'வீடு கட்டிப்பார்' என்கிற பழைய தமிழ்ப் பழமொழியின் விரிவான திரைவடிவம்.

எல்லோரது வீட்டிலும் இதுதானே நடக்கிறது? யாரால்தான் வீட்டை எளிதாகக் கட்டி முடிக்க முடியும்? இதில் சிலாகித்துச் சொல்ல என்ன இருக்கிறது?

ஒரு திரைக்கதையில் எது உயிர்ப்பைக் கொடுக்கிறது? கதாபாத்திரங்கள். அவர்களின் குணாதிசயங்கள். அவர்களின் உணர்வுகளில் ஏற்படும் ஏற்றத்தாழ்வுகள். மாற்றங்கள். எனவே வீடு படத்தைப் பற்றிச் சொல்வதற்கு நிறைய இருக்கிறது.

இயல்பு வாழ்க்கையில் ஒரு மனிதன் தனது குணத்தைப் பெரும்பாலான நேரங்களில் மாற்றிக்கொள்கிறான். ஆனால் அதையே திரைக்கதையாக மாற்றும்போது சில வருடங்களை அல்லது சில மாதங்களைச் சில மணிநேரங்களில் சொல்ல வேண்டும். ஒரு இயக்குனருக்கும் திரைக்கதையாளருக்குமான சவால் இந்தத் திரை நேரத்தில்தான் இருக்கிறது. வணிகப் படங்கள் இந்தத் திரை நேரத்தை மறக்கவைக்கவே முயற்சி செய்கின்றன. படத்தொகுப்பின் வேகமும், அதிகமான அண்மைக்காட்சிகளும் கதை நடக்கும் காலம் இடம் இரண்டையும் மழுப்பி விடுகின்றன. எனவே கதை நிகழ்கிற 150 நிமிடங்களை விரைவில் கடந்துவிடுவது போன்ற ஒரு பிரமையை ஏற்படுத்தவே வணிகப்படங்கள் முயல்கின்றன. அதுதான் அவற்றின் சமன்பாடு, தந்திரம், யுக்தி எல்லாம்.

ஆனால் திரைமொழியை ஓர் ஆளுமையுடன் கையாள்கிற இயக்குனருக்கு அது வணிகப்படமாக இருந்தாலும் எதையும் மழுப்பும் அவசியம் ஏற்படுவதில்லை. ஏனெனில் அவர் காலத்தை மறக்க வைக்க முயல்வதில்லை. காலத்தில் நிலைநிறுத்தவும் காலத்தில் செதுக்கவும் விரும்புகிறார். வீடு படம் பார்த்து 20 வருடங்கள் கழித்தும் அதன் காட்சிகள் மனதில் நிற்கின்றன. எப்படி? ஏன்? ஒரு நல்ல படம் நமது ஆழ்மனதில் ஒரு நினைவைப்போல நம் வாழ்க்கையில் நடந்த சம்பவம் போல ஓர் அனுபவமாகத் தங்கிவிடுகிறது. ஏனெனில் படம் பார்க்க நம் வாழ்க்கையின் இரண்டு மணிநேரத்தைச் செலவழிக்கிறோம். இந்த இரண்டுமணி நேரத்தில் ஒரு மனிதரைச் சந்திப்பதைப் போல திரைப்படத்தையும் சந்திக்க வேண்டும். வேடிக்கை

மட்டுமே பார்க்கையில் ஒன்றும் நடப்பதில்லை. ஈடுபடும்போதே அது அனுபவமாகிறது. 'வீடு'அவ்வகையான ஒரு அனுபவம்.

முதலில் கதாபாத்திரங்களின் குணாதிசயத்தை எடுத்துக் கொள்ளலாம். குணாதிசயம் என்பது என்ன? செயல்கள். இந்தக் கதாபாத்திரம் பற்றிய இலக்கணத்தை வகுக்கிற மேலை நாட்டு திரைக்கதை ஆசிரியர்கள் ஒரு கதாபாத்திரத்துக்கு மூன்று விதமான குணங்கள் இருக்கவேண்டும் என்கிறார்கள். ஒன்று வீட்டில் இன்னொன்று வெளியில் அல்லது அலுவலகத்தில் மூன்றாவது வீட்டிலோ அல்லது அலுவலகத்திலோ தனிமையில் இருக்கும்போது அந்தக் கதாபாத்திரம் என்ன செய்யும்? இப்போது படத்தின் முதன்மைக் கதாபாத்திரமான சுதாவை எடுத்துக்கொள்ளலாம். கதையின் முதல் காட்சியில் பணத்தை எண்ணிப் பார்க்கையில் அறிமுகமாகிறாள். வீடு மாற்றினால் ஏறும் வாடகையைக் குறித்துக் காதலனிடம் பேசுகிறாள். பேருந்தில் பயணிக்கும்போதும் உணவகத்தில் சாப்பிடும்போதும் அவள் பணத்தையும் செலவையும் மட்டுமே கணக்கிடுகிறவளாக இருக்கிறாள். தங்கை திருமணத்திற்காகச் சேமிக்கிறாள். ஆனாலும் அவள் பணத்தை மட்டுமே பிரதானமாகக் கருதுபவள் அல்ல. தாத்தா கோபியைக் குறைத்துப் பேசும்போது 'பேங்க் பேலன்ஸ் பார்த்தா லவ் பண்ண முடியும்' என்று கோபப்படுகிறாள். அதில் இயல்பும் இருக்கிறது. குணாதிசயமும் இருக்கிறது. இந்த முரண்தான் சுதா.

ஒரு வாடகை வீட்டுக்குப் போகும்போது வாடகையைக் குறைக்க என்ன தொனியில் வேண்டிக் கேட்கிறாளோ அதே தொனியில் இடத்தை விற்கும்போது 'ஒரு 5000 கூடக் கெடச்சா' என்று கேட்கிறாள். தங்கை தனக்காக ஒரு அறை கூடுதலாகக் கேட்கும்போது யோசிக்கிறாள். மழை பெய்ததால் 150 ருபாய் மோட்டருக்கு செலவாயிருச்சு என்கிறாள். எப்போதும் பணம் குறித்துப் பேசுகிற அவள் தனது நகையை அடகு வைக்கிறாள். விற்கவும் முடிவு செய்கிறாள். ஆனாலும் தன் காதலன் தனது தங்கைக்காக வைத்திருக்கும் பணத்தை எடுக்க அவள் சம்மதிப்பதில்லை. அதற்காகக் கோபிக்கிறாள். தங்கை பட்டுப்பாவாடை கேட்கும்போது முதலில் மறுக்கிறாள். பிறகு அலுவலகத்துக்குப் போகாமல் அவளுக்கான பட்டுப் பாவாடையுடன் காத்திருக்கிறாள். ஆனால் தனக்கான ஒரு பட்டுப்புடவை பரிசாக வரும்போது அவளால் ஏற்றுக்கொள்ள

முடிவதில்லை. அதை மறுக்கவும் முடிவதில்லை. அங்கும் பணத்தைக் கணக்குப் பார்க்கிறாள். அழுகிறாள். ஆனாலும் அதே புடவையை விருப்பமாகக் கட்டிக்கொண்டு தன் காதலனைப் பார்க்க வருகிறாள். நடுத்தரக் குடும்பத்தைச் சேர்ந்த பெண்ணின் முரண்கள் அதுதான். விருப்பத்துக்கும் இயலாமைக்கும் இடையிலான தவிப்பு. வீட்டில் சிமிண்ட் திருடிய பொறியாளரைத் தட்டிக்கேட்க அவளுக்குத் தைரியம் இருக்கிறது. ஆனால் அலுவலகத்தில் தன்னையே கேட்கிற அதிகாரியை எதிர்த்து எதுவும் செய்ய முடிவதில்லை. காதலனிடம் அழமட்டுமே முடிகிறது.

ஒரு கதாபாத்திரத்தில் எத்தனை வண்ணங்கள். எத்தனை ஏற்றத் தாழ்வுகள். ஒரு நடுத்தர வயதுப் பெண்ணின் தாய்மை, ஏழ்மை, சிக்கனம், பெருந்தன்மை, காதல், கோபம், இயலாமை என சகல பரிமாணங்களும் ததும்பி நிற்கிறபோது அந்தக் கதாபாத்திரம் உயிர் பெறுகிறது.

அதுபோல தங்கையை எடுத்துக்கொண்டால் வாடகைக்கு வீடு பார்க்கும்போதும் தனக்கான அறையைக் கேட்கிறாள். வீடு கட்டும் செலவுகள் குறித்துக் கலங்கி நிற்கும்போதும் தனக்கான தனி அறையைக் கேட்கிறாள். அந்தக் கஷ்டத்திலும் பட்டுப்பாவாடை கேட்கிறாள். பிறகு சமாதானம் கொண்டு பழைய பாவாடையை எடுத்து வைத்துவிட்டுப் பள்ளிக்குப் போகிறாள். பிறந்த நாளுக்கு வடை பாயசம் கேட்கிறாள். பிறந்த நாளுக்கு அக்காவுக்கு வந்த புடவையை விரித்துத் தன்மேல் வைத்து அழகு பார்க்கிறாள். அந்த வயதுக்குரிய பிடிவாதம் இருந்தாலும் அக்கா பட்டுப்பாவாடை வாங்கித் தரும்போது கலங்குகிறாள். தாத்தாவுக்கு இரவு மருந்து கொடுக்கிறாள். 'என்னையும்' என்று தாத்தா மடியில் வந்து குழந்தையைப்போல படுத்துக்கொள்கிறாள். 'உங்க அவங்க' என்று செல்லமாகக் கேலி பேசுகிறாள். 'என்னம்மா ஸ்கூல்ல இருந்தா.. இல்ல அங்கிள் ஆபீஸ்ல இருந்து' என்று கிண்டல் செய்கிறாள். அவள் வயதுக்குரிய தன்முனைப்பும், குறும்பும், கோபமும், தன் நலமும், செயல்களின் வழியே எவ்வளவு அழகாக அந்தக் கதாபாத்திரத்தை உயிர்ப்பிக்கிறது.

தாத்தா கதாபாத்திரம் முழுப்படத்திற்கும் இதயமாக இருக்கிறது. ஓர் ஓய்வு பெற்ற பாட்டு வாத்தியார். எப்போதும் பாடிக்கொண்டே இருப்பார். வீடு நம்மால கட்டமுடியுமா என்று பேத்தியிடம்

கேட்பார். அவள் தாத்தாவைத் திட்டியதும் 'சரிம்மா இப்படி வா' என்பார். பேத்தி நகையை விற்கிறேன் என்று சொன்னதும் குடும்பத்தலைவராக முடிவு எடுப்பார். கண்டிப்பும் தாராளமும் கனிவும் கோபமும் எத்தனை சாயைகளில் வெளிப்படுகிறது.

'அவனுக்கே அவ்வளவு சுமை. அவந்தான் ஒத்தாசை பண்ணப் போறானுக்கும்.. இப்படிப் போய் ஒருத்தனைப் புடிச்சியே' என்று பேத்தியைத் திட்டுகிற அவர், கோபி வீட்டுக்கு வரும்போது 'சுதாவை நீ கட்டிக்கிருவீல்ல.. இந்துவும் உன் தங்கச்சி மாதிரிதான்' என்று கலங்குகிறார். முதுமையின் இயலாமையும். கோபமும், வாழ்க்கை குறித்த பாதுகாப்பின்மையும் அன்பிலிருந்தே துவங்குகிறது.

சமீபத்தில் மைக்கேல் ஹெனகேயின் *Amour* பார்த்தேன். உடல் நலமில்லாத தன் மனைவிக்கு உணவு ஊட்டுகிற அதே கைதானே அவளை அடிக்கவும் செய்கிறது. கோபம் கூட அன்பின் தீவிர நிலைதானே.

கோபி ஆதரவாக இருக்கிறான். பேருந்தில் சுதா அழும்போது 'எல்லோரும் பாக்கிறாங்க' என்று சொல்கிற அவன்தான் உணவகத்தில் தன் பணத்தை ஏற்றுக்கொள்ள மறுக்கையில் கோபப்பட்டு எல்லோரும் இருப்பதைப் பொருட்படுத்தாமல் கத்துகிறான். எல்லோருக்கும் அவரவருக்கான தருணங்கள் இருக்கின்றன. அன்பு செய்யவும் கோபம் காட்டவும் காரணங்கள் இருக்கின்றன.

தாத்தாவின் பாடலுடன் படம் துவங்குகிறது. கடிதம் வந்ததும் பாடல் நிற்கிறது. பிறகு மின்சார ரயிலின் சத்தம். திரைக்கதையில் *exposition* என்றொரு விஷயம் குறித்துப் படித்திருக்கிறேன். கதையின் துவக்கத்திலேயே கதாபாத்திரங்களை அறிமுகப்படுத்த வேண்டும். அவர்கள் யாரென்று இயல்பாகச் சொல்ல வேண்டும். 'வீடு காலி செய்யச்சொல்கிறார்கள். 125 ரூபாய் வாடகையிலிருந்து 1000 ரூபாய் வாடகை கொடுக்க முடியாது. நீ பாட்டு வாத்தியார் பென்ஷன் வாங்குற, உன் பேத்தி (உறவும் சொல்லப்பட்டு விட்டது) வேலை பாக்குறா..' முதல் காட்சியிலேயே கதையின் முக்கியமான பிரச்சினையும் கதாபாத்திரங்களும் தெளிவாக வெளிப்பட்டு விடுகிறது. அந்த தங்கை வீட்டில் இருந்தால் அவள் என்ன செய்கிறாள் என்ற குழப்பம் வரும். எனவே

அவள் சீருடை அணிந்து பள்ளிக்குபோகிறாள். பெரியவர்கள் பேசிக்கொண்டிருக்கும்போது பள்ளியிலிருந்து திரும்புகிறாள்.

இந்த exposition என்பது, கதைக்குள் இருக்கிற விஷயங்களைத் தர்க்க ரீதியான கேள்விகளை விளக்க சரியான இடத்தில் தேவை கருதி மட்டுமே சொல்ல வேண்டும். தேவையில்லாமல் பேசினால் அது தவறு. கதாபாத்திரம் யாரென்று சொல்ல வேண்டுமே என்று வலிந்து சொன்னால் அது அபத்தம். வீடு பார்க்கும் இடத்தில் நாங்க மூணுபேர்தான் என்று சுதா சொல்லும்போது வீட்டுக்காரர் 'ஏன் இவங்க அம்மா அப்பா..' என்று கேட்கிறார் 'ஆக்ஸிடண்ட்ல போயிட்டாங்க' என்று தாத்தா சொல்கிறார். இந்தத் தகவலைப் படத்திற்குள் சொல்லியே ஆக வேண்டும். வேறு எந்த இடத்தில் சொல்லி இருந்தாலும் இது திணிக்கப்பட்ட ஒன்றாக இருந்திருக்கும். அதுபோல அய்யங்கார் தன் வீட்டினை மாதச் சம்பளத்தில் எப்படிக் கட்டினேன் என்று உணவகத்தில் சொல்கிற காட்சி, வீடு கட்டுவதில் இருக்கிற நடைமுறைகளை வெளிப்படுத்துகிறது. அதுபோலவே பொறியாளர் வீடு கட்டுவதற்கான சம்பிரதாயங்களை விளக்குகிற காட்சி. படத்தில் எங்கு தேவையோ அங்கு விளக்கம் இருக்கிறது. வானம் தோண்டுவதில், தளம் போடுவதில் விளக்க ஒன்றுமில்லை. ஆனால் பூமி பூஜையில் பதிவு செய்யவேண்டிய நம் கலாச்சாரம் இருப்பதால் விளக்கம் இருக்கிறது.

கடைசியில் 'இந்த இடத்தை கவர்ன்மெண்ட் அக்கொயர் பண்றதா இருக்கு..' என்று அதிகாரி சொல்ல 'அக்கொயர் பண்றதுன்னா..' என்று கோபி கேட்கிறான். அப்படி ஒரு விஷயம் கதாபாத்திரத்துக்கும் தெரியாது. பார்வையாளருக்கும் தெரியாது. இங்கு உரையாடலுக்கான தேவை இருக்கிறது. விளக்க வேண்டும். ஆனால் அதற்கான ஒரு அளவு இருக்கிறது. ஒரு திரைக்கதையாசிரியருக்கு மிகவும் சவாலானதே இந்த வெளிப்பாடு (exposition) தான். அது இப்படம் முழுக்க மிகத் திறமையாகக் கையாளப்பட்டுள்ளது. அதிகாரி தன் மனைவி ஊருக்குப் போயிருப்பதாகச் சுதாவிடம் சொல்வதும் ஒருவகையான வெளிப்பாடுதான்.

ஆனால் தனக்குக்கீழே வேலைபார்க்கிற பெண்ணிடம் ஒரு அதிகாரி மனைவியைப்பற்றி எப்படிப் பேச முடியும்? அதற்குத்தான் பகிர்ந்துகொள்ள காபி இருக்கிறது. இதுபோல உரையாடல்களால், காட்சிக்குள் இருக்கும் உப பொருட்களால்

படம் முழுக்க திரைக்கதையின் முக்கியமான கூறாகிய exposition வெளிப்படும் இடங்கள் நேர்த்தியானவை.

திரைக்கதையில் இன்னொரு முக்கியமான கூறு என்று ஆசிரியர்கள் வரையறுப்பது நம்பகத்தன்மை (credibility). தர்க்க ரீதியாகப் பார்வையாளருக்கு எந்தச் சந்தேகமோ கேள்விகளோ வராமல் கதை சொல்ல வேண்டும். இதற்குக் கதையில் எதும் தற்செயலாக நிகழவே கூடாது. கதைக்குள் நிகழ்வது கதாபாத்திரத்தின் இயல்பாக இருக்க வேண்டும். திடீரெனக் கதையைத் திருப்புவதற்காகப் புதிதாக ஒரு விஷயம் செய்தால் அது நம்பகத்தன்மையை இழக்கும்.

Life is beautiful படத்தில் சிறுவனைக் குளிக்க அழைத்தால் அவன் ஒரு பெட்டிக்குள் போய் ஒளிந்துகொள்வான். பின்பாதியில் ரசாயனக் குளியலில் இருந்து தப்பிப்பதற்காக அதேபோலவே ஒளிந்து கொள்வான். கதைக்குள் ஒரு செயல் நடந்தால் அது கதாபாத்திரத்தின் பழக்கமாக நிகழ்வதே சிறந்ததாக இருக்கும். உதாரணத்துக்கு வீடு படத்தில் தாத்தா செய்தித் தாளைக் கையில் வைத்திருப்பார். 'வங்கக் கடலில் புயல்' என்ற செய்தி அதில் இருக்கும். புயலினால் மழை வரப்போகிறது என்பதைச் சொல்ல இது ஓர் இடைச்செருகல். (insert) ஆனால் அதே தாத்தா கதையின் பின்னால் செய்தித்தாளைச் சத்தமாகப் படிக்கிறார். 'ஏன் தாத்தா டிவி நியூஸா வாசிக்கிற' என்று சுதா சொல்கிறாள். (அப்போது தாத்தாவின் முக பாவனையைக் கவனியுங்கள்) இந்தக் காட்சியில் அவர் ஏன் செய்தித்தாள் படிக்க வேண்டும். இந்தச் செய்தித்தாள் படிக்கும் பழக்கம் தாத்தாவுக்கு இல்லையென்றால் அது அவரது குணாதிசயம் இல்லையென்றால் முன்பு காட்டிய 'வங்கக் கடலில் புயல்' என்பது ஒரு மூன்றாந்தரமான இடைச்செருகல் ஆகி இருக்கும். எனவே கதையின் பின்னால் நடப்பதற்கான குணத்தொடர்ச்சி முன்னால் இருக்கிறது. இது போலவே அதிகாரி, பொறியாளர் என்று இருவருக்கும் அவரது செயல்களில் எல்லாம் ஒரு குணாதிசயத் தொடர்ச்சி இருக்கிறது. கதையில் எதுவும் தற்செயலாக நிகழ்வதே இல்லை.

தாத்தா முதலில் குடை கொண்டு வரும்போது குடையை விரிக்கச்சொல்லி ஒரு காய்கறிக்காரன் சொல்லுவான். தாத்தா குடையை விரிப்பார். அதே குடையைப் பின்னால் அவர் பேருந்தில் மறந்து செல்லுவார். ஒரு பொருளாக

இருந்தாலும் குணமாக இருந்தாலும் அதன் இருப்பு காட்சிக்குள் உணர்த்தப் படாவிட்டால் அது தற்செயலாகிவிடுகிறது. அதுபோல ஒரு மேஸ்திரியின் பொறுப்பில் முழுக்கட்டடமும் ஒப்படைக்கப்படுகிறது. படிக்காத மேஸ்திரியால் அது முடியுமா என்ற கேள்விகள் நமக்கு வரக்கூடும். எனவே அந்த வரைபடத்தை வைத்துக்கொண்டு அந்த மேஸ்திரி இது என்ன என்று குழம்புகிறான். மங்கா அதைத் தெளிவு செய்கிறாள். தர்க்கரீதியான சந்தேகங்களை அடைப்பதற்கு இதுபோல யதார்த்தமான விஷயங்கள் நிறைய கதைக்குள் இருக்கின்றன.

கட்டப்பட்ட வீட்டைக் குடிநீர் வாரியம் கையகப்படுத்தப் போகிறது என்றால் அதற்கான முன் தொடர்ச்சி கதையில் இருக்கிறதா? அல்லது தற்செயலாக நடக்கிறதா? சம்பந்தப்பட்ட இடத்தில் ஒரு கிணறு இருக்கிறது. ஏன்? அந்தக் கிணற்றில் அங்கிருக்கும் பெண்கள் தண்ணீர் தூக்க வருகிறார்கள். எதற்கு? இடத்தை வாங்குவதற்காகப் பார்க்க வருகிற ஒரு பணக்காரர் அந்த இடத்திலிருந்து மூன்றாவது வீட்டிலிருக்கும் அவரது நண்பர் இரண்டு கிணறு வெட்டி இந்த ஏரியாவுக்கே தண்ணீர் விநியோகிப்பதைச் சொல்கிறார். ஏன்? அந்த இடத்தின் தண்ணீரை வாங்கிக் குடித்தும் பார்க்கிறார். எதற்காக?

எல்லாவற்றுக்கும் மேலாக அந்த இடத்தின் பின்னணியில் மெட்ரோ வாட்டரின் தொட்டி ஒன்று கதையின் துவக்கத்திலிருந்தே இருக்கிறது. எதற்கு? 'ஒரு கதையில், சுவரில் துப்பாக்கி இருக்கிறது என்று எழுதினால் கதை முடிவதற்குள் துப்பாக்கி வெடிக்க வேண்டும்..' என்றொரு மேற்கோள் இருக்கிறது. இதையே நாம் தலைகீழாகச் சொன்னால் ஒரு கதையில் துப்பாக்கி வெடிக்கிறது என்றால் கதையில் முன்பே அது பற்றிச்சொல்லி இருக்க வேண்டும். கதையின் பின்னால் வளரப்போகிற பிரச்சினை ஒரு விதையைப்போல காட்சிக்குள் ஒளிந்திருக்கிறது. தாத்தா கடைசியில் வாசலில் அயர்ந்து உட்காரும்போது இந்த மெட்ரோ வாட்டர் என்று எழுதப்பட்ட தொட்டி மட்டுமே அவரது பின்னணியாக இருக்கிறது. இவ்வளவு நுட்பமாக ஆழ்பிரதி எனப்படும் *subtext*, ஒரு திரைப்படத்தை இரண்டாவது முறை மூன்றாவது முறை பார்க்கிற பார்வையாளனுக்கு அதன் ரகசியங்கள் அவிழ்க்கிற இடமாக இருக்கிறது. எனவே நவில் தொறும் தன்மை திரைக் கதையில் இருக்க வேண்டும் எனில் கதைக்குள் எதுவும்

தற்செயலாக நிகழக் கூடாது என்கிற திரைக்கதைக் கோட்பாடு மிக அழகாக இப்படத்தில் இருக்கிறது. திரைக்கதை என்றால் என்ன? என்ற கேள்விக்குப் பிரபலமான மேற்கோள் இருக்கிறது. ‘எழுதுங்கள்.. திரும்ப எழுதுங்கள்.. திரும்பத்திரும்ப எழுதுங்கள்’ என்பதுதான் அது. அவ்வாறு திரும்பத் திரும்ப நேர்த்தியாக எழுதப்பட்ட திரைக்கதைக்குள்தான் அற்புதங்கள் நிகழும். வீடு படத்தில் அது நிகழ்கிறது.

கதையில் ஒன்று நிகழ்ந்தால் அதற்கான மறு செயல் நிகழவேண்டும். பதேர் பாஞ்சாலியில் துர்கா திருடிய முத்துமாலையை ஒளித்து வைத்தால் கதையின் பின்பாதியில் அப்பு அதனைக் கண்டெடுக்க வேண்டும். சுதா நகையை வங்கியில் அடகு வைக்கிறாள். இன்னொரு சந்தர்ப்பத்தில் ஒரு பெண் ‘வளையல் புதுசா..’ என்று கேட்பாள். ‘கவரிங்கா’ என்று திரைக்கு வெளியில் இருந்து இன்னொரு பெண்ணின் ஏளனமான குரல் வரும். அதுபோலவே தாத்தா உயில் எழுதினால் அதை சுதா படிக்க வேண்டும். ஒரு செயல் மறு செயலைச்சந்திக்கும் போதுதான் உணர்வு முழுமை அடைகிறது. இந்த இருப்பின் வட்டம் (*circle of being*) என்ற திரைக்கதையின் கோட்பாடும் தெளிவாக ஒரு பாடம் போல படத்தில் இருக்கிறது.

இந்தப் படத்தின் உரையாடல்களை மட்டும் கவனிப்பது இன்னொரு சுவாரஸ்யமான அனுபவம். சுதாவின் அலுவலகத்தில் ஒரு பெண் திரும்பி, ‘ப்ளாட்னா பரவாயில்லையா..’ என்று கேட்பாள். அதற்கு முன்பு பேசப்பட்ட விஷயங்கள் நமக்குத் தெரிந்தவை. எனவே உரையாடல் பாதியிலிருந்து துவங்குகிறது. இதுபோல கதையின் பல காட்சிகள் நமக்குத் தெரிந்த விஷயத்தை விட்டு விட்டுத் தெரியாத விஷயத்திலிருந்தே துவங்குகின்றன. அந்த இடங்களில் உரையாடல் பாதியிலிருந்து துவங்கும் அல்லது உரையாடலே இருக்காது. உதாரணமாகச் சுதா அலுவலகத்தில் தொலைபேசிக்காக எழுதுவருகிற காட்சிகளைச் சொல்லலாம். இந்து பட்டுப் பாவாடை கட்டி வரும்போது தாத்தா ‘உங்க அம்மா மாதிரியே இருக்க’ என்று கலங்குகிறார். சுதா, ‘வரும்போது எல்லார்கூடயும் சேர்ந்து வா..’ என்று சொல்கிறாள். உரையாடல் நேரடியானதுதான் என்றாலும் இந்துவின் உடை சார்ந்து இருவரது பார்வையும் அவரவர் இயல்பிலேயே இருக்கிறது. நாயர் தங்கள் நண்பர் இறந்ததைச் சொல்கிறார். ‘அவனுக்கு என்னாச்சு..’ ‘வயசாச்சு’

இந்தக் காட்சியின் துவக்கத்தில் சிறுமி தனது பிறந்தநாள் என்று வருகிறாள். வயதையும் மரணத்தையும் உரையாடலின் வழியே உணர்வதற்கான இடமாக இந்தக் காட்சி இருக்கிறது.

படத்தொகுப்பு குறித்தும் கற்றுக்கொள்வதற்கு நிறைய இடங்கள் படத்தில் இருக்கின்றன. பொறியாளர் இந்த இடத்தில் Entrance வைத்துக்கொள்ளலாம் என்றதும் அடுத்த காட்சி வரைபடத்தில் நுழையும் கதவு நோக்கி இருக்கிறது. பஞ்சாயத்து அலுவலகத்தில் ஒரு கை மறைந்து லஞ்சம் வாங்குகிறது அடுத்த காட்சி இன்னொரு கை பூமி பூஜை செய்வதற்கு நீள்கிறது. ஒருவிஷயம் முடிந்ததும் அடுத்த விஷயத்திற்குத் தாவுகிற நேர்த்தியை படத்தின் ஒவ்வொரு காட்சியும் எங்கு முடிகிறது எங்கு துவங்குகிறது என்பதைக் கவனிப்பதன் மூலம் உணரமுடியும். (தற்காலத்தில் இது அதிகம் பழகிவிட்டது என்றாலும் இந்தப் படம் எடுக்கப்பட்ட காலத்தையும் அப்போது தமிழில் இருந்த படத்தொகுப்பு உத்திகளையும் இணைத்துப் பார்த்தே இதைப்புரிந்து கொள்ள வேண்டும்.) இவ்வளவு நேர்த்தியாகத் துரிதமாக இருக்கிற படத்தொகுப்பு ஒரு இடத்தில் கவனிக்க வைத்தது. சுதா கடன் கேட்டு வந்ததும் அவள் தோழி இல்லையென்று சொல்கிறாள். ஏமாற்றத்துடன் சுதா போனதும் தோழி கதவைச்சாத்துகிறாள். கதவைச்சாத்தியதும் சுதாவின் கோணத்தில் காட்சி முடிந்து விடுகிறது. ஆனால் கதவைச்சாத்திய தோழி நடந்து வந்து வருத்தத்துடன் அமர்வது வரை காட்சி நீடிக்கிறது. கதையின் மையக் கதாபாத்திரங்களை மட்டுமே பின் தொடர்ந்து செல்வது ஒரு நல்ல படத்தின் குணமல்ல. கதைக்குள் வசிக்கிற மற்றவர்களுக்கும் உணர்வு இருக்கிறது. சுதாவுக்கு மட்டுமல்ல மங்காவுக்கும் கட்டட வேலை செய்யும்போது காதலனை இழந்த கதை இருக்கிறது.

இவை தவிர கதைக்குள் நிகழ்கிற செயல்களைக் கவனிக்கும்போதும் அதிலிருக்கிற விவரணைகள் ஆச்சரியப் படுத்துகின்றன. 'இன்னொரு அறை வேணுமா இப்படி வச்சுக்கலாம்' என்று குரல் மட்டும் ஒலிக்க காட்சியில் இருக்கும் விரல்கள் வரைபடத்தின் முனையில் இரண்டுமுறை தட்டிவிட்டு முன்னகர்கின்றன. தாத்தா வீட்டுக்குள் நுழையும் முன் எந்தக் காலை எடுத்து வைப்பது என்று தயங்கி வலது காலை வைக்கிறார். அதற்கு முன்பு அவர் கிளம்பும்போது சுவரில் தொங்குகிற படத்தை ஏன் சரி செய்கிறார்? நண்பர் இறந்த செய்தி கேட்டு முறத்துடன் நடந்து

வரும் அவர் அதைப் படுக்கையில் வைக்க முன் வந்து ஏன் பிறகு வேறொரு இடத்தில் வைக்கிறார்? பட்டுப்புடவை வாங்கி வந்ததற்காகச் சுதா கோபப்பட்டுக் கத்தும்போது தாத்தா வந்து பார்த்துவிட்டு ஒன்றும் சொல்லாமல் செல்கிறார். தாத்தா இறந்த பிறகு சுதா, தாத்தாவின் உடமைகளை எடுத்துப்பார்க்கிறார். அப்போது அவரது பெட்டியைத் தனது முந்தானையால் துடைக்கிறாள். தாத்தா முத்தம் கொடுத்ததும் பக்கத்து வீட்டுச் சிறுமி கன்னத்தைத் துடைத்துக் கொள்கிறாள். அதிகாரி தான் குடிக்கிற காபி கோப்பையைக் கொடுக்கிறார். சுதா வேறொரு கோப்பையை எடுக்கிறாள். இந்தச் செயல்களுக்கு நாமாக அர்த்தம் கற்பித்துக்கொண்டால் கூட இயக்குனர் இதுபோல சிறிய செயல்களைக் காட்சிக்குள் அனுமதிப்பது ஏன்? அவை சிறிய செயல்கள்தான் என்றாலும் குணம் சார்ந்த எத்தனை அழகான தருணங்களை உருவாக்குகின்றன. அதுதான் திரை மொழியின் பரிவர்த்தனை. திரை மொழியின் அற்புதம்.

'ஒரு கதைக்களனை உருவாக்குங்கள். அந்தக் களத்தில் உயிர்ப்பான கதாபாத்திரங்களை உலவ விடுங்கள். பிறகு அவர்கள் தங்களுக்குள் என்ன செய்கிறார்கள் என்பதை வேடிக்கை பார்த்து எழுதுங்கள். ஒரு ஆசிரியராக உங்களுக்கு இருக்கிற உரிமை அவ்வளவுதான்' என்று நாவல் குறித்து ஒரு மேற்கோள் இருக்கிறது. அன்பின் அற்புதமான வெளிப்பாடுகளில் ஒன்று கொடுப்பது. சில்ரன் ஆஃப் ஹெவன் படத்தில் அதில் இருக்கிற எல்லோரும் யாருக்காவது எதையாவது கொடுத்துக்கொண்டே இருப்பார்கள். உன்னதமான திரைப்படங்கள் அனைத்திலும் இந்தக் குணத்தை மனிதாபிமானத்தைப் பார்க்க முடியும். இந்தப்படம் முழுக்க பிறருக்காக யாராவது எதையாவது கொடுத்துக்கொண்டே இருக்கிறார்கள். கோபி கதை முழுக்க சுதாவுக்காக எல்லாம் தருகிறான். தாத்தா பணம் தருகிறார். தனது சேமிப்பு அனைத்தையும் தருகிறார். மங்கா மல்லிகைப்பூ தருகிறாள். சுதா அவளுக்குப் பழைய புடவை தருகிறாள். தங்கைக்குப் பட்டுப்பாவாடை தருகிறாள். தங்கை தாத்தாவுக்கு மருந்து தருகிறாள். பேருந்தில் செல்லும்போது கூட ஒரு சிறுமி எழுந்து தாத்தாவுக்கு இடம் தருகிறாள். இடம் வாங்குகிறவர் 5000 அதிகமாகக் கேட்கையில் 'ஓகே' என்கிறார். இது கதைக்குள் வலிந்து நடக்கவில்லை. அதன் இயல்பில் நிகழ்கிறது. ஒவ்வொரு கதாபாத்திரங்களுக்கும் ஒரு குணாதிசயம் இயல்பாக

அமையும்போது அன்பும் விட்டுக்கொடுத்தலும் அதன் வழியே ஒரு பூரணமும் படம் முழுக்க மலர்ந்து நிற்கிறது.

கதையில் இசை துவங்கும் இடங்களைக் மட்டுமே கவனிக்கலாம். ஒரு திரைப்படத்தில் இசையின் பங்கு என்ன என்பதைக் கற்றுக்கொள்ள இந்தப் படத்தில் நல்ல உதாரணங்கள் இருக்கின்றன. அதுபோல மின்சார ரயிலின் சத்தம் வருகிற இடங்களையும் கவனித்தால் ஒலிக்குறிப்புகள் மிகச்சரியான இடத்தில் படத்தின் உணர்வோடு சேர்வதைப் புரிந்துகொள்ள முடியும். சுதாவும் கோபியும் அன்பை உணர்கிற தருணங்களில் வருகிற இசைதான் தாத்தா வீடு பார்க்க வருகையில் வருகிறது. இரண்டு மனிதர்களுக்கு இடையிலான அன்பை ஒரு முதியவருக்கும் வீட்டுக்குமான உணர்வாக மாற்றுவதில் இசை எத்தனை அற்புதம் செய்கிறது!

தற்போது வருகிற ஒரு படம் நன்றாக இருக்கிறது என்று சிலர் சொன்னால் ஏன் நன்றாக இருக்கிறது என்று கேட்கத்துவங்குவேன். அதற்கு அவர்கள் சொல்கிற அடிப்படையான பதில் படம் வேகமாக இருக்கிறது. எனவே நன்றாக இருக்கிறது. எதனால் வேகமாக இருக்கிறது? படத்தொகுப்பும் கேமராவின் நகர்வும் வேகமாக இருந்தால் படமும் வேகமாக இருக்குமா? இல்லை. கதை முன் நகரவேண்டும். அதற்கு கதையில் நம்பகமான பிரச்சினைகள் (Conflicts) வேண்டும். ஒரு திரைப்படத்தைப் பிரச்சினைகளே இயங்க வைக்கின்றன. முன் நகர்த்துகின்றன. படத்தின் இயக்குனர் வெற்றிகரமான வணிகப்படங்களும் எடுத்தவர் என்பதால் வீடு என்கிற இந்தப் படமும் தனக்கே உரிய வேகத்துடன் இயங்குகிறது. வாடகை வீடு காலி செய்ய வேண்டியது முதல் பிரச்சினை. சொந்த வீடு கட்டலாம் என்றதும் ஒரு நம்பிக்கை துளிர்க்கிறது. வீடு துவங்கியதும் மழை ஒரு பிரச்சினை. பிறகு பொறியாளர் ஒரு பிரச்சினை. பட்டுப்பாவாடையும் பட்டுச்சேலையும் பிரச்சினைகள். மேல் தளம் போடுவதில் பணப்பிரச்சினை. தாத்தாவின் இழப்பு ஒரு பிரச்சினை. கடைசியில் வீடும் ஒரு பிரச்சினை.

இத்தனை பிரச்சினைகளை அடுத்து ஒரு நம்பிக்கை எங்கிருந்தாவது துளிர்த்துக்கொண்டே இருப்பதில்தான் படத்தின் மொத்த லயமும் இருக்கிறது.

திரும்பவும் பார்க்கையில் இந்த இருபது வருட தமிழ்ப்படங்கள் கேளிக்கையின் பெயரால் நம் மனதில் பூசிய மசகையும், களிம்பையும் கழுவிச் சுத்தம் செய்து ஒரு புத்துணர்ச்சியையும் நம்பிகையையும் துலங்கவைக்கிற வேலையை 'வீடு' செய்கிறது. இத்தனை வருடங்கள் கழித்துப் பார்க்கையில் படத்தில் இருக்கிற பல தருணங்கள் ஆச்சரியப்பட வைக்கின்றன. *Pianist* படத்தில் கடைசியில் நாயகன் பியோனோவை பார்க்கிற இடம், *Cinema Paradiso* வில் அல்பிரதோ பழைய தியேட்டருக்குள் தனியாக நிற்கிற இடம், *Children Of Heaven* னில் சிறுவன் கண்ணாடிக்குள் இருக்கிற காலணிகளைப் பார்க்கிற இடம், *Road Home*ல் அந்தப்பெண் பள்ளியைத் தொலைவிலிருந்து பார்க்கிற இடம், என்று இந்தக் காட்சிகள் உருவாக்கும் அற்புதமான திரைப்படத் தருணங்களுக்கு இணையான காட்சியாக வீடு படத்தில் தாத்தா பூசாத செங்கல் சுவரை ஒரு பேரனைப்போல தடவிப்பார்க்கிற இடத்தைச் சொல்ல முடியும்.

படத்தில் அண்மைக்காட்சிகள் சொற்பமாகவே இருக்கின்றன. 'ஒரு இயக்குனர் யாரென்பதை அவரது அண்மைக் காட்சியைப் பார்த்தே சொல்லிவிட முடியும்' என்று பேலாபேலாஸின் மேற்கோள் இருக்கிறது. அதிலும் குறிப்பாகத் தாத்தா தனது முதுமையை உணர்ந்து உயில் எழுதுமுன்பு யோசிக்கிற அண்மைக் காட்சி முக்கியமானது. அதுபோல வீடு பார்க்க வருகையில் தாத்தா மொட்டை மாடிக்கு வந்ததும் ஒரு *wide shot* இருக்கிறது. இதுபோல காட்சியின் அளவை அது அண்மையா? அகன்றதா? எந்த இடத்தில் எது அது ஏன்? என்பதையும் கவனிக்கும்போது தெரிந்து கொள்வதற்கான பாடங்கள் இருக்கின்றன. ஒளியும், அதன் உடன் சேர்ந்த நிழலும், மழையின் சாம்பல் நிறமும், இருளும் கதையில் இருக்கிற உணர்வை மிகவும் அழுத்தமாகப் பதிவு செய்கிறது. படத்தில் இருக்கும் வீடு சார்ந்த அரசியலும், அங்கதமும் இன்றைக்கும் பொருந்துவதாக இருப்பதே இந்தப்படத்தின் இன்னொரு சிறப்பு. படம் முழுக்க பெண்மை அதன் முழு வலிமையோடு இருக்கிறது.

இன்று தமிழில் தென்படுகிற யதார்த்த சினிமா நோக்கிய நகர்தலை, இருபத்தைந்து வருடத்துக்கு முன்பாகவே பாலுமகேந்திரா ஒரு முரட்டுத் துணிச்சலுடன் செய்திருக்கிறார். அந்தக் காலத்தில் நிலவிய வணிகச்சூழலில் எந்தச் சமரசமும் இல்லாமல் தன் கலை வாழ்க்கையின் எதிர்காலத்தைப் பணயம்

ஒளியில் எழுதுதல் | 163

வைத்து இப்படி ஒரு முயற்சியைச் செய்து பார்த்திருக்கிறார் என்பது இன்றும் நம்பமுடியாத அதிசயமாகவே இருக்கிறது. ஒரு அக்ரஹாரத்தில் கழுதை, ஒரு வீடு, ஒரு சந்தியாராகம் பிறகு? இந்தக் கேள்வியைப் பின் தொடரும் வெறுமைக்கான பதிலும் பழியும் நம்மிடமே இருக்கிறது. மூன்றாந்தரமான கேளிக்கையும் மலினமும் சிறந்ததாகக் கொண்டாடப்படுவதே நம் சாபம். ரசனை வறண்ட இந்தப் பாலையில் நீங்கள் ஒதுங்க நினைத்தால் பூசப்படாத சுவர்களுடன் இந்த ஒற்றை வீடு இருக்கிறது.

சென்ற முறை என் அன்புக்குரிய திரு பாலுமகேந்திரா அவர்களை அவரது சினிமாப் பட்டறையில் சந்தித்தேன். வீடு படத்துக்காகக் கட்டிய இந்த வீடுதான் இப்போது அவரது திரைப்படக் கல்லூரியாகவும் இருக்கிறது என்பது எத்தனை தற்செயலான ஒற்றுமை. 'சார்... இந்த வீட்டில் தாத்தா சுவரைத் தடவிப்பார்க்கிற இடம் எது?' என்று அவரிடம் கேட்டேன். ஒரு குழந்தையைப் போல ஆர்வமுடன் படிகளில் ஏறி வந்து 'இங்கதான் செழியன்' என்று அந்தச் சுவரில் கைவைத்துத் தடவினார். அந்த இசை எனக்குள் பரவ என் கண்கள் ஏனோ கலங்கி வழியத் துவங்கின.

உயிரெழுத்து
ஜனவரி 2013

⓪

வாசிப்பும் ஒளிப்பதிவும்

திரைப்படத்தைப் புதிதாக அணுகுபவர்களுக்கு அதன் தொழில்நுட்பம் சார்ந்த சில அச்சங்களும் சந்தேகங்களும் இருக்கின்றன. அதன் அடிப்படியான கூறுகள் என்ன? உதாரணத்துக்கு ஒரு காட்சி அண்மைக் காட்சியா, தூரக் காட்சியா என்பதை எப்படி முடிவு செய்வது? ஓர் அண்மைக் காட்சிக்குக்குப் பிறகு தொலைவுக் காட்சி வைக்கலாமா? ஒளிப்பதிவில் பயன்படுத்தப்படும் லென்ஸ்களை எப்படித் தேர்ந்தெடுப்பது? ஒரு காட்சி என்பது என்ன? அது எவ்வளவு நேரம் இருக்கலாம்? ஒரு காட்சிக்கு என்ன மாதிரியான ஒளி அமைப்பு செய்யவேண்டும்? என்பது மாதிரி பல சந்தேகங்கள் இருக்கின்றன.

ஒரு காட்சியை எடுக்கும்போது கேமராவை எவ்வளவு உயரத்தில் வைப்பது என்ற சந்தேகம் சத்யஜித்ராய்க்கு முதல்நாள் படப்பிடிப்பில் தோன்றியதாக எழுதி இருக்கிறார். திரைப்படத்தைக் கூர்ந்து அணுகுகிற தன் நுட்பங்களை ஆய்வு செய்கிற மாணவனாக எனக்கும் இதுமாதிரியான கேள்விகள் இருந்து கொண்டே இருக்கின்றன.

ஒரு ஷாட்டுக்கு எந்த இடத்தில் கட் சொல்வீர்கள் என்று ஒரு சர்வதேச இயக்குநரிடம் கேட்டேன். ஷாட் முடிந்த உடன்தான் என்று சொல்லிப் புன்னகைத்தார். ஷாட் எந்த இடத்தில் முடிகிறது என்று கேட்டேன். அதை அந்த ஷாட் உங்களிடம் சொல்லும் என்றார். நான் அவரிடம் கேட்ட கேள்வி எவ்வளவு

குழந்தைத்தனமானது என்று நான் படம் இயக்கும்போதுதான் புரிந்து கொண்டேன்.

திரைப்படம் என்பது முழுக்க செய்முறைக் கலை என்பதால் எந்த இடத்தில் என்ன செய்ய வேண்டும்? எப்படிப் படம் பிடிக்க வேண்டும் என்பது பற்றிய குறிப்புகள் எல்லாம் படம் பிடிக்கும்போது மட்டுமே நம்மால் கற்றுக்கொள்ள முடியும். என்றாலும் ஒரு புது இடத்துக்குச் செல்வதற்கு வரைபடம் உதவுவதுபோல திரைப்பட நுட்பங்களை அறிந்துகொள்வதற்கு எது துணையாக இருக்கிறது என்று தேடியபோது எழுத்து ஒரு திரைப்படத்தின் துல்லியமான வரைபடமாக இருப்பது எனக்கு ஆச்சரியமாக இருந்தது.

ஒரு திரைப்படத்தின் அடிப்படை திரைக்கதை. அதையே ஒரு திரைப்படத்தின் வரைபடம் என்று சொல்லலாம். நன்கு எழுதப்பட்ட திரைக்கதை, ஒரு திரைப்படம் எந்தத் திசையில் பயணிக்க வேண்டும் அதன் தன்மை என்ன என்பதைத் துல்லியமாக வரையறுத்து விடுகிறது.

ஆனால் நாம் இப்போது பேசவருகிற எழுத்து என்பது திரைக்கதை குறித்தது அல்ல. சிறுகதை, நாவல் முதலான படைப்பிலக்கியத்தில் திரைப்படத்தின் அடிப்படையான கூறுகள் அனைத்தும் ஒளிந்திருக்கின்றன என்பதுதான். படைப்பிலக்கியத்தைக் கூர்ந்து வாசிக்கும்போது அதனுள் திரைப்படத்தின் தொழில்நுட்பம் சார்ந்த கூறுகள் அனைத்தும் இருக்கின்றன என்பதுதான் இந்த ஆய்வின் நோக்கம்.

குரசோவாவிடம் இளம் திரைப்பட இயக்குநருக்கு நீங்கள் கூறும் அறிவுரை என்ன என்று கேட்கிறார்கள். அவர் நிறைய படிக்க வேண்டும் என்கிறார். குறைந்த பட்சம் ரஷ்ய இலக்கியங்களையாவது படிக்க வேண்டும் என்கிறார். “படிப்பது தான் திரைப்படத்தின் அடிப்படை” என்கிறார் வெர்னர் ஹெர்ஸாக். இவர்கள் தொடர்ந்து படிக்கச் சொல்வதன் காரணம் என்ன? கற்பனை சார்ந்து பல விஷயங்களை, கதைகளை, பல உணர்வுகளின் உன்னதமான தருணங்களை படிப்பு தருகிறது என்றுதான் நான் துவக்கத்தில் நினைத்துக் கொண்டிருந்தேன். ஆனால் அதுமட்டும் அல்லாமல் திரைப்படத்தின் தொழில் நுட்பம் சார்ந்த கூறுகள் அனைத்துமே எழுத்தில் இருக்கிறது என்பதுதான் மிகப்பெரிய ஆச்சரியமாக இருந்தது.

‘பறவையைக் கண்டான் விமானம் படைத்தான்’ என்றொரு பாடல் வரி இருக்கிறது. பறவையைப் பார்த்து அதைப் போல மனிதனும் பறக்க முடியும் என்ற உந்துதலால் விமானத்தைக் கண்டுபிடித்தார்கள் என்பது மேலோட்டமான ஆச்சரியம்தான். ஆனால் தொழில் நுட்பரீதியாகப் பறவையின் சிறகுகள் தரையில் இருந்து கிளம்பும்போதும் தரைக்குத் திரும்பும்போதும் காற்றின் விசையை எப்படிப் பயன்படுத்திக் கொள்கிறது என்று படித்துப் பார்த்தால் பறவையின் செயல்கள்தான் தொழில் நுட்பமாகவும் விமானத்தில் பயன்படுகிறது என்பது பெரிய ஆச்சரியம்தானே.

அதுபோல எழுத்தின் நுட்பத்தில் இருந்து திரைப்படத்தின் நுட்பம் எப்படித் தோன்றி இருக்கிறது என்பதை இன்னும் விளக்கமாகப் பார்க்கலாம். ஆங்கிலத்தில் *Decode* என்று ஒரு வார்த்தை இருக்கிறது. ரகசிய உருக்களை, சங்கேதங்களை ஆய்ந்து அணுகி அதில் பொதிந்த விஷயங்களை வெளிக் கொணர்வது என்பது இதன் அர்த்தம். அதுபோல சிறுகதைகள் உள்ளிட்ட படைப்பிலக்கியங்களை *Decode* செய்தால் அதற்குள் திரைப்படத்தின் நுட்பங்கள் அனைத்தும் தெளிவாக உறைந்திருக்கிறது. உதாரணத்திற்கு ஒரு காட்சியில் எத்தனை உயரத்தில் கேமரா வைக்க வேண்டுமென்கிற சந்தேகம் வந்தால் நிச்சயம் எழுத்திற்குள் அதற்கான விளக்கம் இருக்கும். அதுமட்டுமல்ல திரைப்படத்தின் அடிப்படையான தொழில்நுட்பமான ஒளிப்பதிவின் கூறுகள் அனைத்தும் எழுத்தில் இருக்கிறது.

ஓர் ஆணும் பெண்ணும் ஒருவரை ஒருவர் பார்த்துக்கொள்ளும் காட்சியில் கேமரா எந்த உயரத்தில் இருக்க வேண்டும்? ‘அண்ணலும் நோக்கினார், அவளும் நோக்கினாள்’ என்கிற கம்ப ராமாயண வரியைப் பாருங்கள். அண்ணலை நோக்கும்போது அவளின் உயரம்தான் கேமராவின் உயரம். அவளை நோக்கும்போது அண்ணலின் உயரம்தான் கேமராவின் உயரம். நோக்குதல் என்பது கண் எந்த அளவு பார்க்கிறதோ அந்தப் பார்வைக் கோணத்தில்தான் *(Angle of view)*.

எனவே இதை ஷாட்டாக எடுத்தால் கேமராவின் உயரம் எவ்வளவு இருக்க வேண்டும்? கண் உயரத்தில் தான். ‘வெள்ளத்தனைய மலர் நீட்டம்’ என்கிற குறளையும் துணையாக வைத்துக் கொள்ளலாம். ஒருவரை ஒருவர் குறிப்பாகப் பார்ப்பது என்பது என்ன ஷாட் ஆக இருக்க முடியும். க்ளோசப் தான்.

ஏனெனில் கண்ணின் செயலைப் பிரதிபலிக்கும் விதமாகத்தான் லென்ஸ் கண்டுபிடிக்கப்பட்டது.

இதற்கு என்ன லென்ஸ் பயன்படுத்துவது? அண்ணல் அவளை எவ்வளவு தூரத்தில் இருந்து பார்க்கிறார் என்பதைப் பொறுத்தது அது. கண்ணின் செயல்பாட்டில் க்ளோசப் என்பது இல்லை. நீங்கள் எவ்வளவு அருகாமையில் பார்த்தாலும் காட்சி முழுமையும்தான் பார்க்கிறீர்கள். உதாரணத்திற்கு நீங்கள் உங்கள் உள்ளங்கையை முகத்துக்கு அருகில் வைத்துப் பார்க்கிறீர்கள் என்றால் உள்ளங்கை மட்டும் குவிய தூரத்தில் தெளிவாக இருக்க, கையைச் சுற்றிலும் இருக்கும் பகுதிகள் காட்சியின் புலத்தில் இருக்கின்றன. ஆனால் அவை கலங்கலாக இருக்கின்றன. இந்த அடிப்படையை வைத்துதான் *circle of confusion* என்கிற கோட்பாடு உருவாகிறது.

இப்போது திரும்ப அண்ணலும் நோக்கினான் அவளும் நோக்கினாள் என்ற வரிக்கு வருவோம். இது ஷாட்டாக இருவரும் ஒருவரை ஒருவர் பார்ப்பது என்பது நிச்சயம் அண்மைக் காட்சிதான். இந்த அண்மைக் காட்சி எடுக்க என்ன லென்ஸ் பயன்படுத்தலாம்? அண்ணலுக்கும் அவளுக்கும் இடையில் எவ்வளவு தூரம் இருக்கிறது என்பதைப் பொறுத்தது அது. ஒரு கூட்டத்தில் ஒரு பெண்ணைப் பார்க்கிறீர்கள் என்றால் கூட்டம் தெரியும். ஆனால் உங்கள் கண்ணில் அந்தப் பெண் மட்டுமே தெரிவாள் இல்லையா? கண்ணின் இந்தச் செயல்பாட்டைக் காட்சியில் சொல்கிற அவசியம் வரும்போது அதற்கான தன்மையுடன் லென்ஸ் உருவாக்கப்படுகிறது.

ஒரு காட்சியை நீங்கள் அருகில் இருந்து பார்க்கப் போகிறீர்களா? தொலைவில் இருந்து பார்க்கப்போகிறீர்களா? தொலைவில் இருந்து அருகில் பார்க்கப்போகிறீர்களா? இல்லை அருகில் இருந்து தொலைவில் இருப்பதைப் போலப் பார்க்கப் போகிறீர்களா? என்பதைப் பொறுத்து என்ன லென்ஸ் என்பதை முடிவு செய்யலாம்.

எனவே கூர்ந்து வாசிக்கிற எழுத்துக்குள் ஒரு திரைப்படம் ஒளிந்திருக்கிறது என்பதுதான் உண்மை. இதை ஒரு பெரிய கண்டுபிடிப்பாக நாம் கருத வேண்டியதும் இல்லை. ஏனெனில் மனிதன் ஆதியில் தன் உணர்வுகளை வெளிப்படுத்த சத்தங்களைப் பயன்படுத்தினான். பிறகு குகை ஓவியங்கள்.

இந்தச் சத்தம் இசையாகவும் ஓவியக்குறிப்புகள் சத்தங்களுடன் இணைந்து மொழியாகவும் மாறுகிறது. அதன் அடுத்த நிலையாக இலக்கியங்கள், நவீன ஓவியங்கள், நடனங்கள், இசை என்று வெளிப்பாட்டு முறை நுண்மையாகிக் கொண்டே இருந்து நிழற்படம் வருகிறது. மௌனப்படங்கள் வருகின்றன. மௌனப்படத்துடன் ஒலி சேரப் பார்க்கிறது. பிறகு சேர்கிறது. ஓவியத்தின் வண்ணங்களைச் சேர்க்க நினைக்கிறது. சேர்க்கிறது.

எந்த ஒரு கலையின் அடிப்படையான வெளிப்பாடும் குகை ஓவியம் சொல்ல முயன்றதன் நவீன வடிவம்தான். அந்த வழியில் திரைப்படத்தில் ஒரு க்ளோசப் எங்கு இருக்கிறது லாங் ஷாட் என்கிற தொலைதூரக் காட்சி ஏன் வருகிறது என்பதற்கான நேரடியான குறிப்புகளை ஓவியம் நமக்குத் தருகிறது. ஒளி பற்றிய நேரடியான குறிப்புகள் ஓவியத்தில் இருக்கின்றன.

ஒரு காட்சியின் சட்டகத்தை வடிவமைக்கும்போது ஓவியத்திலிருந்து நாம் மறு உருவாக்கம் செய்து பார்க்கலாம். ஆனால் திரைப்படம் என்பது அசையும் தன்மை கொண்டதாக இருப்பதால் அடுத்தடுத்த ஷாட்கள், அதன் இணைப்புகள், அதன் ஒளி மற்றும் ஒலி, ஷாட்டின் நகர்வுகள், தாவிச்செல்லும் அதன் கதை சொல்லல் முறை முதலான குறிப்புகளை எங்கிருந்து பெறுவது? எழுத்தில் இருந்து பெறமுடியும்.

எனவே ஒரு திரைப்படத்தை அணுகுவதற்கு எழுத்துதான் துவக்க வாயில். ஒரு எழுத்து உருவாகும் முறையை அணுகிப் பார்த்தால் இதன் சூக்குமம் இன்னும் புரியும். எழுத்தாளர் ஒரு கதையை எப்படி எழுதுகிறார். நேரடியாக மனதுக்குள் தோன்றும் வார்த்தைகளை வார்த்தைகளாக எழுதுவதில்லை. கட்டுரை போன்ற புனைவில்லாத வடிவத்திற்கு வேண்டுமானால் அப்படி நிகழலாம்.

புனைவு எழுத்தில் எழுத்தாளர் மனதில் ஒரு காட்சி தோன்றுகிறது. அந்தக் காட்சியை அவர் மொழி என்கிற சங்கேதம் வழியாக கதையாக மாற்றுகிறார். நாம் அதை வாசிக்கும்போது அந்தச் சங்கேதம் நமக்குப் புரிவதால் மொழியின் வழியே திரும்பவும் நம் மனதுக்குள் எழுத்தாளர் கற்பனையில் இருந்த காட்சி அல்லது அதைவிடவும் வேறொரு காட்சி நம் மனதில் தோன்றுகிறது.

இந்தச் சங்கேதம் புரியாமல் போனால் நமக்குள் சித்திரம் எழுவதில்லை. உதாரணத்திற்கு மொழி புரியவில்லை

என்றால் மனதில் காட்சி தோன்றுவதில்லை. மொழியில் உள்ள தொடர்புச் சிக்கலே அதுதான். எழுதுபவரின் மொழி வாசிப்பவருக்குப் புரியவில்லை என்றால் எந்த உணர்வுக் கடத்தலும் பரிவர்த்தனையும் நிகழ்வதில்லை. எனவேதான் மொழியின் தன்மையை எடுத்துக்கொண்டு காட்சி வருகிறது. நூறு வார்த்தைகளுக்கு இணையானதைச் சொல்கிறது.

எனவே ஒரு காட்சியின் மூலக்கூறுகளைப் பிரித்தால் அதற்குள் நூறு வார்த்தை இருக்கிறது. அல்லது நூறு வார்த்தைகளைச் சேர்த்தால் அது காட்சியாகிறது. நூறு பிரெஞ்சு வார்த்தைகள் நமக்குப் புரிவதில்லை. ஆனால் பிரான்ஸில் எடுக்கப்பட்ட ஒரு நிழற்படம் அது எடுக்கப்பட்ட நோக்கத்தைச் சொல்லி விடுகிறது. ஒரு நண்பரைப் பார்த்ததும் அவரது பெயர் தன்னிச்சையாக நம் மனதில் தோன்றுவதைப் போல ஒரு நிழற்படம் அல்லது ஓவியத்தைப் பார்த்ததும் அதில் இருக்கும் வண்ணங்கள் உருவங்கள் வழியாகச் சொற்களே நம் மனதில் நிறைகின்றன. அந்தச் சொற்களின் வழியாகத் தான் நாம் காட்சிகளைப் புரிந்து கொள்கிறோம்.

ஜெயகாந்தனின் ஒரு சிறுகதையை உதாரணமாக எடுத்துக் கொண்டு அதற்குள் இருக்கும் திரைப்பட உத்திகளை, தொழில் நுட்பத்தை விளக்கமாகப் பார்க்கலாம். ஒரு திரைப்படத்திற்கு அதன் துவக்கக் காட்சி முக்கியமானது அல்லது ஒரு திரைப்படத்தை எங்கிருந்து துவங்குகிறோம் என்பது முக்கியமானது. ஒரு சிறுகதையின் முதல் வரி எது என்று கவனித்தால் ஒரு திரைப்படத்தின் முதல் ஷாட் கிடைத்து விடலாம்.

திரைப்படத்தின் எளிய கூறு ஷாட் என்பது உங்களுக்குத் தெரிந்திருக்கலாம். அதுதான் திரைப்படத்தின் மிகச்சிறிய அலகு. கட்டடத்தின் மிகச்சிறிய அலகு செங்கல் என்று வைத்துக் கொண்டால் திரைப்படத்தின் மிகச்சிறிய அலகு ஷாட் என்கிற துண்டுக் காட்சி. ஷாட்களைக்கொண்டு திரைப்படத்தைக் கட்டுவதைப் போல எழுத்தில் வரிவரியாகக் கதை கட்டப்படுகிறது. ஆனால் வரிவரியாக எழுதும்போது நிகழ்வது என்ன? காட்சியின் மொழிபெயர்ப்புதான். வாசிக்கும்போது நிகழ்வது என்ன? காட்சியின் உருவாக்கம்தான்.

தேர்ந்த எழுத்தாளர் தனது கதாபாத்திரம் வாசிப்பவரின் மனதில் தெளிவான சித்திரமாகப் படியவேண்டும் என்பதற்காக அந்தக் கதபாத்திரத்தின் உடல் மொழியை அதன் பின்னணியை நுட்பமாகப் பதிவு செய்வார். திரைப்பட இயக்குநருக்குக் குறிப்புகள் கிடைப்பது இங்கிருந்துதான். உதாரணத்துக்கு தஸ்தாயேவ்ஸ்கியை முழுமையாகப் படிக்கிறவருக்கு ஒரு நடிகரின் உடல் மொழி குறித்த எந்தச் சந்தேகமும் நிகழவாய்ப்பில்லை. 'தனக்குத்தானே தொணதொணப்பாகப் பேசிக்கொள்வது அவனுக்கு ஒரு பழக்கமாகவே ஆகிவிட்டது' என்று ரஸ்கோல் னிக்கோவ் பற்றிய குறிப்பில் குற்றமும் தண்டனையும் நாவலில் குறிப்பிடுகிறார்.

ஒரு காட்சியில் நடிகர்கள் எப்படி நிற்க வேண்டும்? அவர்களுக்கு இடையிலான இடைவெளி என்ன? என்ன கால இடைவெளியில் அவர்கள் பேச வேண்டும்? எப்படி நடக்க அவேண்டும்? அந்தக் காட்சியில் ஒளி எப்படி இருந்தது? இருட்டின் தன்மை என்னவாக இருந்தது என்பது போன்ற ஒளிப்பதிவுக் குறிப்புகள் கதைகளில் நிறைந்து கிடக்கின்றன.

உலகின் சிறந்த பேரிலக்கியங்களில் இருந்து உதாரணம் சொல்ல முடியும் என்றாலும் தமிழில் இருந்து ஓர் எழுத்தாளரை எடுத்துக்கொள்ள வேண்டும் என்பதால் ஜெயகாந்தனின் ஒரு கதையில் இருந்து திரைமொழியின் ரகசியங்கள் அவிழ்வதைப் பார்க்கலாம். கதைக்குள் போகுமுன் திரைப்படத்தின் அலகுகள் குறித்த புரிதலுக்காகச் சில விளக்கங்களைப் பார்க்கலாம்.

1. அண்மைக்காட்சி (close up)
2. மத்திமக் காட்சி (mid shot)
3. தொலைவுக் காட்சி (long shot)

ஒரு மனித உடலை வைத்து இந்த ஷாட்களைப் புரிந்து கொள்ளலாம்.

முகம்வரைக்கும் பார்ப்பது அண்மைக் காட்சி, இடுப்பு வரைக்கும் ஆனது மத்திமக் காட்சி.

மனிதன் முழு உருவத்துடன் நிற்பது தொலைவுக் காட்சி என்று வைத்துக்கொள்ளலாம். காட்சியின் தன்மைக்கு ஏற்ப இதில் திருத்தங்கள் உண்டு என்றாலும் துவக்கத்தில் இப்படி எளிமையாகப் புரிந்துகொள்ளலாம்.

இனி அண்மைக் காட்சியில் இரண்டு பிரிவுகள்.

நெருக்கமான அண்மைக் காட்சி (Tight Close up),

அதீதமான அண்மைக் காட்சி (Extreme close up).

மத்திமக் காட்சியில் இரண்டு பிரிவுகள்.

அண்மையான மத்திமக் காட்சி (mid close)

தொலைவான மத்திமக் காட்சி (Mid long shot)

தொலைவுக் காட்சியில் ஒன்று

நெடுந்தொலைவுக் காட்சி (Extreme long shot).

இந்தப் பெயர்களை மட்டும் தெரிந்துகொள்ளுங்கள். இனி இந்தக் காட்சிகளை எந்தக் கோணத்தில் எடுக்கிறோம் என்பது முக்கியம். கண் அளவில் வைத்துப் பார்க்கிறோமா? கீழே இருந்து உயரத்தில் பார்க்கிறோமா? உயரத்தில் இருந்து கீழே பார்க்கிறோமா? மூன்று நிலைகளில் இருந்து ஒரு காட்சியைப் பார்க்கலாம். சம நிலையில் (Level Angle), கீழே இருந்து (Low Angle), அல்லது மேலே இருந்து (High Angle).

ஒரு சிறுகதைக்குள் இந்தக் கோணங்களும், ஷாட்களும் எப்படி இருக்கின்றன என்பதைப் பார்க்கலாம். ஜெயகாந்தனின் 'ஒருபிடி சோறு' என்னும் சிறுகதை இப்படித் துவங்குகிறது. "அதோ விரலைச் சொடுக்கிக்கொண்டு ஓடி வருகிறதே ஒரு கரிக்கட்டை அதுதான் ராசாத்தியின் மகன் மண்ணாங்கட்டி."

1. விரலைச்சொடுக்கும் உடல் மொழி - ஓடிவருதல் வழியே சிறுவனின் குதூகலம்

2. கரிக்கட்டை - அவனது நிறம்

3. அம்மாவின் பெயர்

4. அவனது பெயர்.

5. அவன் உடல் முழுக்கத் தெரிந்தால்தான் அவன் கை சொடுக்குதல் தெரியும். ஓடிவருவதைக் காட்டவேண்டும் என்றால் கொஞ்சம் தொலைவில் இருந்து அவன் கேமராவை நோக்கி ஓடி வரவேண்டும். நீங்கள் கேமராவை அவன் ஓடிவரும் வேகத்திற்கு ஏற்ப அவனைத் தொடர வேண்டும் அல்லது

தொலைவில் இருந்து அவன் ஓடிவருவதைக் காட்டவேண்டும். எனவே இது என்ன ஷாட்டாக இருக்க வேண்டும் என்ற குறிப்பு இந்த இரண்டு வரிகளில் இருக்கிறது.

அவள் அம்மா ராசாத்தி நிறைமாதக் கர்ப்பிணியாக இருக்கிறாள். மண்ணாங்கட்டி பக்கத்து குடிசையில் சோற்றைத் திருடித் தின்கிறவன் என்கிற குறிப்பும் அவர்கள் ப்ளாட் பாரத்தில் வசிக்கிறவர்கள் என்ற குறிப்பும் பின்னால் வருகிறது.

அவன் பக்கத்து குடிசையில் இருக்கும் மாரியின் வீட்டுக் கஞ்சிக் கலயத்தைத் திருடித் தின்று விட்டான் என்பதால் மாரி மண்ணாங்கட்டியை அடிக்கிறாள். இதனால் ராசாத்திக்கும் மாரிக்கும் வாய்ச் சண்டை வந்து அது அடிபிடி சண்டையாக மாறுகிறது. இருவரின் தெருச் சண்டை என்னவாக இருந்தது எப்படித் துவங்கியது எப்படி வலுப் பெற்றது என்கிற குறிப்புகளை வைத்து ஒரு தெருச்சண்டையை மறு உருவாக்கம் செய்துவிட முடியும்.

‘மாரியின் கைவீச்சு காற்றைத் துழாவியது’ என்று ஒரு வரி வருகிறது. ஒரு சண்டையில் எல்லா வீச்சுக்களும் உடலின் மீது படுவதில்லை. சில நேரங்களில் கை தவறும்போது அது காற்றில் கை துழாவும் ஒரு வெற்று வீச்சாகப் போகிறது. ஒரு ஓவியத்தில் உருவத்தை மீறித் தெறிக்கும் கோடுகள் போல தவறும் செயல்கள் அந்தக் காட்சிக்கு ஒரு நம்பகத் தன்மையத் தருகிறது. நம் திரைப்படச் சண்டைகளில் இது வரை இதுபோல தவறிய கைவீச்சை நீங்கள் பார்த்திருக்க வாய்ப்பில்லை. அனைத்துக் கைவீச்சுக்களும் எதிரியைத் தாக்கும். ஆனால் இலக்கியம் திரைப்படம் போல மிகையைப் புனைவதில்லை. எனவே யதார்த்தமான தெருச்சண்டைக்கு இந்தக் குறிப்பு முக்கியமானது.

“அவ புள்ளத்தாச்சிடி” என்று சொல்லி மாரியின் கணவன் மாணிக்கம் ஓடிவந்து சண்டையை நிறுத்துகிறான். “உனக்கு வச்ச சோத்தை அவன் மகன் தின்னுட்டான். அதனாலதான் சண்டை பூடுறேன்” என்று மாரி தன் கணவனிடம் சொல்கிறாள். நடந்த சண்டையினால் கர்ப்பிணியான ராசாத்தியின் அடிவயிற்றில் வலிக்க அவள் தனது குடிசைக்குத் திரும்புகிறாள். வீட்டில் சோறு இல்லாததால் மாணிக்கம் பசிக்கு என்ன செய்வது என்று தெரியாமல் டீக்கடைக்குப் போகிறான். அவ்வாறு போகும்போது

என்ன செய்கிறான்? “அவன் தன் சட்டைப் பையில் இருக்கும் இரண்டணாவைத் தடவிக்கொண்டே போகிறான்.”

நடிக்கும்போது உங்கள் உடலில் எதைப் பாரமாக உணர்கிறீர்கள் என்று மார்லன் பிராண்டோவிடம் கேட்கிறார்கள். “எனது கைகளை” என்று அவர் சொல்கிறார். “நடிக்கும்போது எனது கைகள் பாரமாகத் தொங்கிக் கொண்டிருப்பதைப் போல உணர்வேன். எனவே கைகளுக்கு எதாவது வேலை தரும்போதுதான் இயல்பினைக் கொண்டு வர முடிகிறது” என்று சொல்கிறார். நமது படங்களில் சிவாஜிகணேசனின் கைகள் நடிக்கும்போது என்ன செய்கின்றன என்பதைக் கவனித்துப் பாருங்கள். சுவாரஸ்யமான விஷயங்கள் கிடைக்கும்.

ஒரு பிடி சோறு கதையை நீங்கள் படமாக எடுக்கிறீர்கள் என்றால் மாணிக்கம் டீக்கடைக்கு நடந்து வரும் காட்சியில் அவன் வெறுமனே கைவீசி நடந்து வருகிற செயல் உங்களுக்குச் செயற்கையாக இருந்தால் அவன் சட்டைப்பையில் இருக்கிற நாணயத்தைத் தடவிக்கொண்டே வரச்சொல்லலாம். வெறுமனே நடந்து வந்தால் அவனது மன உணர்வைச் சொல்லும் காட்சியாக அது இருக்காது.

அவன் வீட்டுக்கு வந்தவன் என்ற குறிப்பின் வழியே அவன் பசியுடன் இருக்கிறான் என்ற குறிப்பும் கதைக்குள் இருக்கிறது. அவனது சோற்றை மண்ணாங்கட்டி தின்று விட்டதால் பசியை ஆற்ற நினைத்து டீக்கடையை நோக்கி நடக்கிறான். அவனிடம் இரண்டணா மட்டுமே இருக்கிறது. அதைத் தடவிக் கொண்டே கடையை நோக்கி நடக்கிறான்.

ஒருமுறை இயக்குநர் பாலுமகேந்திரா ஒரு கிலோ அரிசி என்ன விலை என்று தெரியாது என்றால் உங்களால் நல்ல சினிமாவை எடுக்க முடியாது என்று சொன்னார். அரிசி விலைக்கும் நல்ல சினிமாவுக்கும் என்ன தொடர்பு இருக்கிறது? ஜெயகாந்தன் கதை எழுதிய காலத்தில் ஒரு டீயின் விலை இரண்டணா என்று புரிந்து கொள்ளும்போது அப்போதைய சமூகம், பொருளாதாரம், அரசியல் மற்றும் நடைமுறைகள் சார்ந்த புரிதல் இல்லாமல் ஒரு கதையை எழுத முடியாது என்பதும் தெளிவாகிறது.

ஒரு நல்ல படத்துக்கும் மோசமான படத்துக்கும் இடையே நிறைய வித்தியாசங்கள் இருக்கின்றன். ஒரு வித்தியாசம் மட்டும்

சொல்லுங்கள் என்று சொன்னால் அந்தப் படத்தில் இருக்கும் விவரணைகள் (*detail*) என்று சொல்லலாம்.

மாணிக்கம் பசியுடன் நடந்து வருகிறான். பசி என்றால் வயிற்றைத் தடவிக்கொண்டே நடந்து வந்தான் என்று எழுதி இருக்கலாமே? ஏன் பையில் இருக்கும் காசைத் தடவிக் கொண்டு வருகிறான்? அது ஒரு விவரணைதான். ஆனால் நேரடியான விவரணைகள் ஒரு செய்திக்கான தன்மையைத் தருமே அன்றி அது கலைக்கான அழகியலாக மாறுவதில்லை.

இயக்குநர் நடிகையின் முகபாவனைகளின் வழியே எப்படி வலியைப் பதிவு செய்ய வேண்டும்? வயிற்றில் வலி வந்ததும் ராசாத்தியின் உடல் அசைவுகள் குறித்த விவரணைகளைக் கவனியுங்கள். 'கீழுதடு பற்களுக்கிடையே மடிந்து கொடுத்தது. நெற்றி சுருங்கியது.' கீழ் உதடு பற்களுக்கிடையே மடிந்துகொடுத்தால் அது வலியைக் குறிக்குமா? காமம் சார்ந்த அல்லது கேலியான முக பாவனையைக் குறிக்குமா? ஆனால் நெற்றி சுருங்கியது என்பதன் மூலம் அந்தப் பாவனை அவளது வலியைத் தெளிவாகக் குறிக்கிறது.

'வயிற்றில் பசியா வலியா?' என்று ஒரு வரி எழுதுகிறார். பசியும் வலியும் உடலின் இரண்டு விதமான சமிக்ஞைகள். இரண்டு உணர்வுக்கும் அவளுக்கு வித்தியாசம் தெரியாத நிலை ஏற்படுகிறது. 'இடுப்பை வளைத்து - நெஞ்சை உயர்த்தி - உடலை முறுக்கிக் கொடுத்தாள். பாதங்களைத் தரையில் உரசி உரசி எழுப்பிய ஒலி அவளுக்கு இதமாக இருந்தது. திரும்பவும் கால்களைத் தேய்த்துத் தேய்த்துப் பார்த்துக்கொண்டாள்.'

கதையின் போக்கில் இதுமாதிரியான விவரணைகள் எதற்கு? வாசிப்பவரின் மனதிற்குள் காட்சியை உருவாக்குவதற்குத்தான். எழுத்தாளர் உருவாக்க நினைக்கிற காட்சியைத் திரைப்படத்தின் காட்சியாகப் பார்த்தீர்கள் என்றால் அவள் வலியினைச் சொல்வதற்கு வார்த்தைகள் இல்லை. யாரும் இல்லாத சிறிய குடிசைக்குள் அவள் உடலை நெளிப்பதும் கால்களை உரசுவதும் யதார்த்தமான சித்திரத்தை உருவாக்குகிறது.

அவள் கண்கள் மூலையில் கவிழ்த்தி வைக்கப்பட்டிருந்த மூளிப் பானையை நோக்கின. பக்கத்தில் ஒட்டையான அரிசிப்பானை உருண்டு கிடந்தது. அவள் வலி அல்லது பசிக்கு நடுவே இதுவும் ஒரு துண்டுக் காட்சிதான்.

திரைப்படத்தை ஒவ்வொரு ஷாட்டாக சேர்த்து உருவாக்கும் போது அந்த ஷாட்களை யாருடைய கோணத்தில் இருந்து சொல்கிறோம் என்பதும் முக்கியம். உதாரணத்துக்கு அவள் கால்களைத் தரையில் உரசினாள் என்று சொல்வதன் வழியே எழுத்தாளர் தனது கதாபாத்திரத்தின் செயலைச் சொல்கிறார். இது எழுத்தாளரின் கோணம். அவள் மூலையில் கவிழ்த்தி வைக்கப்பட்டிருக்கும் பானையைப் பார்க்கிறாள். இது கதாபாத்திரத்தின் கோணம்.

கதையின் ஒரு பத்திக்குள் இந்த இரண்டு கோணங்களும் வருகின்றன. எந்த இடத்தில் அது எழுத்தாளரின் கோணம், எந்த இடத்தில் அது கதாபாத்திரத்தின் கோணம் என்பதையும் கவனியுங்கள். ஷாட்கள் குறித்த சுவாரஸ்யமான குறிப்புகள் அதில் மறைந்திருக்கின்றன.

"அவளுக்கு எரிச்சல் எரிச்சலாய் வந்தது. ஒற்றைக் காலில் கிடந்த ஈயக்காப்பு தரதரவெனத் தரையில் தேய்ந்து கரையப் பாதங்களைத் தேய்த்துக் கொண்டாள்." திரைப்படக் காட்சிக்கு அந்தக் காட்சிக்குள் நிகழும் ஒலி முக்கியமானது. இந்த வரியில் இருக்கும் ஒலிக் குறிப்புகளைக் கவனியுங்கள். ராசாத்தி காலில் கிடந்த ஈயக்காப்பு எழுப்பும் ஒலியுடன் அந்தக் காட்சியைக் கற்பனை செய்து பாருங்கள். கர்ப்பிணியாக இருந்தாலும் அன்று முழுக்கப் பசியாக இருக்கிறாள். சற்றுமுன் சண்டை பிடித்த மாரி மனது கேட்காமல் ராசாத்தியைப் பார்க்க வருகிறாள். எளிய மக்களின் அன்புக்கு இதைவிடவும் எளிமையான உதாரணம் இருக்க முடியாது.

ராசாத்தி படும் வேதனையைப் பார்த்து மாரி உதவிக்கு வருகிறாள். "பழம் பானையில் இருந்த அரிசியை ஒரு தகரக் குவளையில் கொட்டி ராசாத்தியிடம் கொடுத்துவிட்டு - மூலைக்கு ஒன்றாய்க் கிடந்த அடுப்புக்கற்களை குடிசைக்கு வெளியே சேர்த்து வைத்து - அடுப்புக்குப் பக்கத்தில் கிடந்த சுள்ளிக் கட்டில் இருந்து ஒருபிடி சுள்ளியை - இழுத்து - எடுத்து ராசாத்தியிடம் கொடுத்தாள்."

இதில் இருக்கும் விவரணைகள் எப்படி காட்சியை உருவாக்குகிறது என்று கவனியுங்கள். பழம்பானை - தகரக்குவளை - மூலைக்கு ஒன்றாய்க் கிடந்த அடுப்புக் கற்கள் - குடிசைக்கு வெளியே - அருகில் இருந்த சுள்ளிக்கட்டு - ஒரு பிடி சுள்ளி. ஒரு சிறிய

குடிசைக்குள் பொருட்களுக்கு இடையே இருக்கும் தூரத்தைக்கூட அனுமானித்து விடக்கூடிய அளவுக்கு மிகத் துல்லியமாக இந்தச் சித்திரம் இருக்கிறது. அடுப்பை மூட்டி வைத்து விட்டு இன்னும் தொடர்ந்து எரிய வேண்டுமெனில் விறகு வேண்டும். அந்த விறகுகளை வாங்க விறக்குக் கடைக்கு மாரி கிளம்பிச் செல்கிறாள். அவள் வீட்டிலும் விறகு இல்லை என்பதன் விளக்கம்தான் இது. அன்றாடங்காய்ச்சிகளின் வாழ்வில் ஒரு சித்திரம் இது.

இந்த இடத்தில் நம் இன்னொரு முக்கியமான விஷயத்தைக் கவனிக்க வேண்டும். திரைப்படக் காட்சியில் எதாவது முக்கியமான விஷயம் நடக்கவேண்டும் எனில் அந்தக் காட்சிக்குள் யார் யார் இருக்கிறார்கள் என்பது முக்கியம். இந்தக் காட்சியில் மாரி விறகு வாங்கும் காரணத்தை வைத்து ராசாத்தியை மட்டும் தனியாக விட்டுச் செல்கிறாள். ராசாத்தி மட்டுமே காட்சிக்குள் இருக்கிறாள். ஏனெனில் கதையில் பின்னால் நடக்கப் போகும் சம்பவங்களுக்கு ராசாத்தி உதவிக்கு ஆள் இல்லாமல் தனியாக இருக்க வேண்டியது அவசியம்.

சோறு சமைக்க தண்ணீர் இல்லை. வயிற்றில் வலி இருந்தாலும் சமைத்து ஒரு வாய் சாப்பிட வேண்டுமே என்பதற்காக வலியைப் பொருட்படுத்தாமல் தண்ணீர்க் குழாய்க்குப் போகிறாள். குழாயடியில் ஒரே கூட்டம். ராசாத்தியினால் நிற்க முடியவில்லை. அவளது ஒரு கால் மட்டும் நடுங்கத் துவங்குகிறது.

அம்மா என்று உட்கார்ந்து விடுகிறாள். “புள்ளத்தாச்சிப் பொம்பள, ஒரு பானை தண்ணி குடுங்கலே” என்கிறாள் கூட்டத்தில் நிற்கும் ஒருத்தி. “ஒரு பானை வேண்டாம் பாதி போதும் என்கிறாள்” ராசாத்தி. “பாவம்.. நீ ஏன் காத்துக் கிடக்கணும்” என்று தன் பானையில் பிடித்திருந்த இருந்த தண்ணீரை இன்னொரு பெண் ஊற்றுகிறாள். அவள் சில நிமிடங்கள் கூடக் காத்திருக்க வேண்டாம் என்று நினைத்து ஊற்றுகிறாள். “பானையைத்தூக்கி இடுப்பில் வைக்கும்போது ராசாத்தியின் நெற்றி சுருங்கிற்று. பற்களைக் கடிக்கும்போது நெரு நெருவென்று சத்தம் கேட்டது. ஒரு கால் மட்டும் வெடுவெடுவென்று நடுங்கியது.”

குழாயடியைக் காட்சியாகக் கற்பனை செய்துகொள்ளுங்கள். வலியுடன் வரும் பெண் - கால் நடுங்குகிறது - உட்கார்கிறாள்

- ஒரு பெண் அவளுக்குத் தண்ணீர் விடச்சொல்கிறாள் - ஒரு பெண் தன் பானையில் இருந்த தண்ணீரை ஊற்றுகிறாள். - ஒரு யதார்த்தக் காட்சிக்கு எத்தனை தரவுகள் இதில் இருக்கின்றன.

எழுத்தாளர் தன் எழுத்தின் வழியே காட்சியைத்தான் எழுதுகிறார் என்பதற்கு இதைவிட என்ன உதாரணம் வேண்டும். நெற்றி சுருங்குகிற பாவனை - பல் நெறிபடும் சத்தம் - கால்களின் நடுக்கம் என ஒரு காட்சிக்குரிய துல்லியமான விவரிப்பு. தூக்கி வரும் பானையை வீடு வரைக்கும் தூக்க முடியவில்லை. ஒரு வழியாகப் பானையைக் கீழே வைத்து உட்கார்கிறாள். தலையை அண்ணாந்து வானத்தை நோக்கி ஒரு பெருமூச்சு. ஈயக்காப்பு தரதரவெனத் தரையில் உரச கால்களைத் தேய்த்துக் கொள்கிறாள். கதை முழுக்க வரப்போகிற இந்த ஈயக் காப்பைக் கவனியுங்கள். கதையைச் சொல்ல கதாசிரியர் நேரடியான சில விஷயங்களைத் தவிர்த்து மறைமுகமான விஷயங்களையும் உருவகமாகப் (Metaphar) பயன்படுத்துகிறார்.

கதை முழுக்க அவளுக்கு வலியா பசியா என்ற குழப்பம் இருந்துகொண்டே இருக்கிறது. வலி என்றால் அதற்கான மருத்துவரையோ அல்லது உதவிக்கு யாரையாவது அவள் தேடி இருக்க முடியும். ஆனால் பசியோ என்று சந்தேகிக்கும் இடத்தில்தான் முழுக்கதையும் நடக்கப் போகிறது. எனவே பசியா வலியா என்ற கேள்வி கதை முழுக்க இருக்கிறது.

வீட்டுக்கு வருகிறாள். அடுப்பு இருக்கிறது. அரிசி இருக்கிறது. சுள்ளி இருக்கிறது. தீப்பெட்டி? குடிசையில் தீப்பெட்டி இருக்கும் இடம் எதுவாக இருக்கும்? "அந்தத் தட்டியில சொருகி வச்சனே". அடுத்து கஞ்சி காய்ச்ச உப்பு வேண்டும். குடிசையில் உப்பு எங்கு வைக்கப்பட்டிருக்கும்? "அரிசிப் பானையில பொட்டணம் போட்டு வச்சது எங்க போயிரும்?" என்று நினைத்துக் கொள்கிறாள். அடுப்பு புகைந்தது. கண்களில் எரிச்சல். குனிந்து ஊதினால் தீ பிடிக்கும். ஆனால் குனிய முடியவில்லை. வயிறு அழுந்தாமல் ஒரு காலை மண்டியிட்டு ஊன்றி ஒரு கையைத் தரையில் தாங்கிக்கொண்டு ஒரு மூச்சு இழுத்து ஊதுகிறாள்.

இனி சோறு சமைப்பது குறித்த குறிப்புகளைக் கவனியுங்கள். தண்ணி ஒரு கொதி வந்திடுச்சி. அரிசியைக் கழுவிக் கொட்டி - உடைந்த சட்டியினால் - பானையை மூடினாள். எரிந்து

வெளித்தள்ளிய நெருப்புத் துண்டுகளை மீண்டும் அடுப்பின் வாய்க்குள் தள்ளி - மேலும் சில சுள்ளிகளையும் - முறித்துச் - செருகினாள். பட்பட்டென்று தீப்பொறிகள் வெடித்துச் சிதறின. - சளபுள வென்று பானைக்குள் இருந்து ஒலித்தன. மூடியிருந்த சோற்றுப் பானையின் - வாயிலிருந்து - பொங்கி வழிந்த - நுரைத்த - கஞ்சி - அடுப்பிற்குள் வடிந்து ஒழுகியது. - சொர் என்ற சத்தம் கெட்டது - அவசரமாகப் பானைமூடியை - முந்தானையால் - பிடித்து எடுத்து வைத்தாள். வெண்ணிற - கஞ்சியில் - சோற்றுப் பருக்கைகள் - சுழன்று - புரண்டு - கொதித்துக் கொண்டிருந்தன.

காட்சியில் கைகளுக்கான வேலைகளையும் கவனியுங்கள்.

கதை சொல்லும்போது தன்னெழுச்சியான சில தருணங்கள் நிகழ்கின்றன. தொடர்ச்சியான அந்த வேகத்திற்குப் பிறகு கதையின் அடுத்த நகர்விற்கு இடையில் வேக மாற்றத்திற்கான ஒரு காட்சி தேவைப்படுகிறது. திரைப்படத்தில் *Time lapse* என்று சொல்லப்படும் ஷாட்தான் அது. பெரிய போர்க் காட்சிக்கு அடுத்து சூரிய உதயம் அல்லது சூரிய அஸ்தமனம்போல காட்சியின் ஒரு அத்தியாயம் முடிந்து அடுத்த இடத்திற்கு நகர்வதற்கு முன்னால் நடிகர்கள் இல்லாத வெற்றுக் காட்சியைப் பயன்படுத்தும் தன்மை திரைப்படத்தில் இருக்கிறது. இதுவரை ராசாத்தி படபடப்பாக இயங்கினாள். இங்கே கதையை அடுத்த நிலைக்கு நகர்த்துவதற்கு ஒரு காலமாற்றக் காட்சி வேண்டும்.

திரைப்படத்தின் முக்கியமான சவால்களில் ஒன்று எப்படி நேரம் கடந்து செல்கிறது என்பதைக் காட்டுவது. சில வேளைகளில் ஆறுமாதங்களுக்குப் பின் என்று டைட்டில் வருகிறது. இப்படிச் சொல்லிவிடுவது நேரடியான ஒருமுறை. எழுத்தில் தொடர்ச்சியாக எழுதிச் செல்லும்போது இந்தக் காலம் கடந்து செல்வதை எப்படிக் காட்சிப்படுத்துகிறார்கள் என்பது கவனிக்க வேண்டிய ஒன்று. ஒரு காட்சி நடந்து கொண்டிருக்கும்போது அந்தக் காட்சியோடு சம்மந்தப்பட்ட அல்லது சம்பந்தப்படாத துண்டுக்காட்சி இடையில் வரும். இந்தக் கதையில் ஜெயகாந்தன் காலமாற்றத்தைக் குறிக்க என்ன எழுதுகிறார்?

“அடுப்பில் இருந்த சுள்ளியெல்லாம் எரிந்து தணிந்தது.”

கஞ்சியை இறக்கி அது சூடு தணியட்டும் என்று ஊதுகிறாள். ஊதும்போது அவள் வாயில் சுரந்த உமிழ்நீர் உதடுகளில் வழிந்தது. பக்கத்திலிருந்து ஊறுகாய்த் துண்டில் கொஞ்சம்

தொட்டு நக்கிக்கொண்டாள். 'த்டா' என்று சப்புக்கொட்டிக் கொண்ட அதேபொழுதில் கீழுதட்டை மடித்துக் - கடித்து - நெற்றியைச் - சுருக்கி - இடுப்பை வளைத்து - நெளிந்தாள்.

பசியா வலியா?

கதையில் ஒரு பிரச்சினை முடிவுக்கு வந்துவிட்டது. கதை முன் நகர வேண்டுமெனில் அடுத்த பிரச்சினை வரவேண்டுமே. கஞ்சி தயாரானதும் மண்ணாங்கட்டி கிழிந்த காற்றாடி காற்றில் அடித்துச் சென்றதுகூடத் தெரியாமல் சோற்றுப் பானையை நோக்கி ஓடி வருகிறான். அவனைப் பார்த்ததும் மத்தியானம் அவனால் நடந்த சண்டை நினைவுக்கு வர, "ஒனக்கு ஒரு பிடி சோறு கூட தரமாட்டேன் ஓழிஞ்சு போ' என்று கத்துகிறாள். "பசிக்குதும்மா.. கஞ்சி குடும்மா' என்று அவன் கத்துகிறான்.

"திருட்டு மூதேவி. எங்கயாவது போய் திருடித்தின்னுக்கோ. ஒனக்கு நான் தரமாட்டேன்' என்று அவள் திட்டி அவன் முதுகில் ஓங்கி அடிக்கிறாள். 'பசிக்குது' என்று தரையில் படுத்து உருள்கிறான் அவன்.

"இப்ப தருவியா தரமாட்டியா?"

தன் மகனின் அதட்டலை எண்ணி உள்ளூர சிரித்துக் கொண்டே கஞ்சிக் கலயத்தில் கைவிட்டுத் துழாவி ஒரு கவளம் சோற்றை வாயருகே கொண்டு போனாள். எனக்கும்மா எனக்கு என்று அவன் கையிலிருந்த கலயத்தைப் பிடுங்க - இந்த மல்லுக்கட்டில் கலயத்திலிருந்த கஞ்சியெல்லாம் கீழே கவிழ்ந்துவிட்டது.

இருவருக்குமான சண்டைக்கு நடுவில் இப்படி நடந்துவிட்டது. அடுத்த ஷாட் என்னவாக இருக்கும்?

"ஒரு கணம் இருவரும் திகைத்தனர்."

அவள் அவனைத் திட்ட அவன் அதையெல்லாம் பொருட்படுத்தாமல் அழுது கொண்டே தரையில் சிந்திய கஞ்சிச் சோற்றைக் கை நிறைய அள்ளிக்கொண்டே எடுத்தான் ஓட்டம். கஞ்சிக்கலயத்தை ஓடிய அவன் திசையை நோக்கி எறிந்தாள். தரையில் மோதிய கஞ்சிக் கலயம் உடைந்து சிதறுகிறது.

கதையின் அடுத்த நிலைக்கு முன்னேறுகிறோம்.

திடீரென்று இடுப்புக்குக் கீழே அலகு கொண்டு குத்தியதுபோல வலி. இடுப்பு வலிதான் என்று ராசாத்தி புரிந்துகொண்டாள். கால்களைத் தரையில் உதைத்து உதைத்துத் தேய்த்துக் கொண்டாள். தேய்க்கும்போது காலில் கிடந்த ஈயக் காப்பு இழுபட்டது. "அடேய் மண்ணாங்கட்டி, நான் செத்துப் போயிருவேண்டா" என்று உரத்த குரலில் ஓவென்று அழுதாள். அந்த ஒரே அலறலில் பின்னிக் கிடந்த அவள் கால்கள் பிய்த்துக் கொண்டு விலகின. அந்த வேகத்தில் ஒற்றைக் காலில் கிடந்த அந்த ஈயக் காப்பு காலைவிட்டுக் கழன்று ஓடி எங்கோ விழுந்தது.

இதைப் பார்த்து மாரி ஓடி வருகிறாள். "எங்கண்ணு.. மண்ணாங்கட்டி.. மண்ணாங்." தலை கொளக்கெனச் சாய்ந்தது.

கதையின் அடுத்த நிலை. இந்த இடத்தில் அடுத்து என்ன நடந்தது என்பதை வரிசையாகச் சொல்வதில் சுவாரஸ்யம் இல்லை. ஒரு தாவல் அவசியப்படுகிறது. இதைத் திரை மொழியில் எப்படிச் சொல்வது?

தலை கொளக்கெனச் சாய்ந்தது. *CUT TO*

ராசாத்தியின் தலைமாட்டில் விளக்கொன்று ஏற்றி வைக்கப் பட்டது.

கதைக்குள் ஒரு விளக்கு வந்துவிட்டது. வெளிச்சம் வந்தால் நிழலும் வரவேண்டுமே? விவரணைகளைக் கவனியுங்கள்.

அவள் மீதும் அவள் உடம்பிலிருந்து பெருக்கெடுத்த உதிர வெள்ளத்தில் குழம்பிக் கிடந்த உயிரற்ற பிண்டத்தின் மீதும் அந்த அகல் விளக்கின் ஒளியும், அங்கே சூழ்ந்திருந்த மனிதர்களின் நிழலும் ஆடிச் சிதைந்து படிந்து படர்ந்தன.

கட்டுரையின் துவக்கத்தில் எனக்கு வந்த சந்தேகத்தை ஓர் இயக்குநரிடம் கேட்டதாகச் சொல்லி இருந்தேன். ஒரு ஷாட்டை எங்கே கட் செய்வது? அந்த அகல் விளக்கின் ஒளியும் - அங்கே சூழ்ந்திருந்த மனிதர்களின் நிழலும் - ஆடிச் - சிதைந்து - படிந்து - படர்ந்தன.

அந்த விளக்கின் ஒளியில் மனிதர்களின் நிழல்கள் ஆடிச் சிதைந்து படிந்து படர்ந்து சென்றதும் நீங்கள் கட் சொல்லலாம்.

"அடி.. எம்பொறவி ராசாத்தீ.. ஈ.. ஈ.. ஈ.." என்ற மாரியின் ஒப்பாரிக் குரல் பயங்கரமாக ஓலமிட்டது. *CUT TO*

அடுத்தப் பகுதி துவங்குகிறது. இனி கதையின் உச்சம் நோக்கி நகர்கிறோம்.

இரவெல்லாம் எங்கோ கிடந்து தூங்கிவிட்டு மண்ணாங்கட்டி வருகிறான். அம்மாவின் உடல் அருகே அமர்ந்து அழுகிறான். அவனைக் கதறவிட்டு அவளை எடுத்து செல்கிறார்கள். *CUT TO*

இன்னொரு கால மாற்றத்தைக் காட்டவேண்டும்.

ராசாத்தியின் அடுப்பு முன்னால் தணிந்ததுபோல இப்போது மாரியின் அடுப்பு. மாரியின் அடுப்பு புகைந்து அடங்கிவிட்டது. *CUT TO*

புருஷனுக்குச் சோறு போட்டாள்.

அவள் மனசில் என்னவோ திக்கென்றது.

"பாவம் இனிமே எங்க போயி அம்மா.. பசிக்குது - சோறு போடுன்னு கேப்பான். மண்ணாங்கட்டியைப் பாத்துக் கூட்டியா மச்சான். அவனைப் பாக்காம என்னால ஒரு பிடி சோறு துன்ன முடியாது" என்று அழுதாள் மாரி.

சோற்றுத்தட்டில் கையை உதறிவிட்டு மாணிக்கம் எழுந்து ஓடினான். *CUT TO*

தெருக்களில் தேடுகிறான். போவோர் வருவோரைப் பார்க்கிறான். கடைசியில் சுடுகாட்டுக்குப் போகும் வழியில் மண்ணாங்கட்டி ஒரு கோயிலில் இருக்கிறான். "மண்ணாங்கட்டி"

ஓடிவந்த மாணிக்கம் அவனை வாரி அணைத்துக் கொள்கிறான். "வாடா போவோம்" என்று அவனை இழுத்தான் மாணிக்கம்.

"அ...ம்...மா...வ்.." என்று உணர்ச்சிகள் வெடித்துச் சிதறிக் குழம்பிய குரலில் அலறியவாறு மாணிக்கத்தை இறுகத் தழுவிக் கொண்டான் மண்ணாங்கட்டி.

"எங்கண்ணில்லே.. அழுவாதடா.." என்று ஆறுதல் கூறிய மாணிக்கத்தின் கண்களில் இருந்து நீர் பெருகியது. *CUT TO*

"சாப்பிடுடா.. எங் கண்ணில்லே.." சட்டியில் சோறைப் பிசைந்துகொண்டே கெஞ்சினாள் மாரி.

அவன் மௌனமாக வானத்தை வெறித்து நோக்கியவாறு அமர்ந்திருந்தான்.

“உம் சாப்பிடும்மா” என்று ஒரு பிடி சோற்றை அவன் வாயருகே கொண்டு போனாள். அவள் முகத்தை உற்றுப் பார்த்தான் - உணர்ச்சியற்ற வெறித்த பார்வை.

அவன் கை அவள் கையிலிருந்த ஒரு பிடி சோற்றை வாங்கியது. விழிகள் அந்தக் கவளச் சோற்றை வெறித்தன. வெறித்த விழிகளில் நீர் சுரந்தது.

கையில் இருந்த சோற்றை அருகில் இருந்த தகரக் குவளையில் போட்டு கந்தல் துணியால் மூடி ஒரு பக்கம் வைத்தான்.

“இன்னாடா இது.. எடுத்து துன்னு.”

“ஊஹூம்.. அது... அது.. எங்கம்மாவுக்கு.”

குறும்புத்தனமும் துடிதுடிப்பும் குடியோடிப்போய், சாந்தமும் ஏக்கமும் நிறைந்த அவன் கண்கள் மீண்டும் வானத்தை வெறித்தன. கண்களில் நீர் பளபளத்தது.

“என்னடா அப்படிப் பாக்கறே..” என்று அவனைப் பிடித்து உலுக்கினாள் மாரி.

“அம்மா.. ஆ... ஆ...” அழுகையில் குரல் கரகரக்க மாரியைப் பிடித்து அணைத்துக் கொண்டு கதறினான்.

“மவனே..” என்று அவனை உச்சி மோந்து இறுகத் தழுவிக் கொண்டு அழுதாள் மாரி.

“அம்மா.. ஆ..”

“மவனே.”

Fade in.

கதை நிறைவடைகிறது.

ஒரு திரைக்கதையை வைத்துக்கொண்டு படப்பிடிப்புக்காக அதில் ஷாட் பிரித்து எழுதும் முறை இருக்கிறது. இந்தக் கதையை வரிவரியாகப் பிரித்து எழுதும்போது அதில் ஷாட்கள் தானாகப் பிரிவதை நீங்கள் கவனிக்கலாம். என்ன கோணம் என்பதும் அதில் தெரிந்து விடுகிறது. அது அண்மைக் காட்சியா? தொலைவுக் காட்சியா என்பதும் தெளிவாகிறது. பிறகு ஒரு

ஷாட் எவ்வளவு நேரம் இருக்கவேண்டும் (duration of the shot) என்பதற்கான குறிப்புகள் இருக்கின்றன.

கதாபாத்திரத்தின் தேவை என்ன? அதற்கு ஏற்படும் தடைகள்தான் கதை. திரைக்கதையின் அடிப்படையும் அதுதான். மையமான கதாபாத்திரத்துக்கு ஒரு தேவை இருக்க வேண்டும். இந்தக் கதையில் கதாபாத்திரத்தின் முக்கிய தேவை என்ன? ஒரு பிடி சோறு. அதை அவள் அடைந்தாளா? இல்லையா? திரைக்கதையின் கூறுகளுடன் இந்தச் சிறுகதை எப்படி முன்னோக்கி வளர்கிறது என்பதையும் கவனியுங்கள்.

சோற்றுக்காகத் தெருச் சண்டையில் துவங்கி ஒவ்வொரு நிலையிலும் பல தடைகளைக் கடந்து வளர்ந்து கடைசியில் உணர்வுப்பூர்வமாக நிறைவடைகிறது.

கதாபாத்திரத்தின் சித்தரிப்புகள், அவர்கள் வசிக்கும் இடம் குறித்த விவரணைகள் கூட ஒரு சித்திரம் போலத் தெளிவாக இருக்கின்றன. கோணி + கந்தல்பாய், மூங்கில் தட்டி, சினிமா போஸ்டர். அவ்வளவுதான் குடிசை. அந்தக் குடிசையில் நிற்க முடியாது. ராசாத்தி உயரம் என்பதால் அல்ல. குடிசையும் ரொம்பத் தாழ்வானதுதான்.

ஒரு பெண்ணின் சராசரி உயரம் ஐந்து அடிகள் என்று வைத்துக்கொண்டால் குடிசையின் உயரம் அதைவிடவும் குறைவாக இருக்கிறது. இவ்வாறு கதையில் இருக்கிற விவரணைகளை நுட்பமாக அணுகிப் பார்த்தால் அந்த இடத்தை ஒரு கலை இயக்குநர் மறு உருவாக்கம் செய்வதற்கான நீள அகலம் கூட தெளிவாக இருப்பதைக் காணமுடியும்.

இந்தக் கவனிப்புடன் இந்த ஒருபிடி சோறு கதையை மட்டுமல்ல தேர்ந்த எழுத்தாளரின் எந்தக் கதையையும் மறு வாசிப்பு செய்தால், அதற்குள் என்ன வகையான ஷாட், என்ன மாதிரியான கோணம், எவ்வளவு உயரத்தில் கேமரா இருக்க வேண்டும்? என்ன லென்ஸ் பயன்படுத்த வேண்டும்? எந்த இடத்தில் ஷாட் முடிகிறது என்பது துவங்கி ஒரு படத்திற்கான தொழில்நுட்ப விவரங்கள் அனைத்தும் அந்தக் கதைக்குள் இருப்பதை உணர முடியும்.

நான்கு முறை வாசித்தால் கதையில் எத்தனை ஷாட்கள் இருக்கின்றன என்பதைக்கூட திட்டமிட்டுவிட முடியும்.

அதுபோல ஷாட்டில் கேமரா நிலையாக இருக்க வேண்டுமா? நகர வேண்டுமா? கதாபாத்திரம் நகரும்போது கேமராவும் உடன் நகரலாம் என்று ஒரு விதி இருக்கிறது. நகரவேண்டுமெனில் எந்த வேகத்தில் நகரவேண்டும்? என்ற அடுத்த கேள்வி வரும். அதற்கும் கதைக்குள் குறிப்புகள் இருக்கின்றன.

மண்ணாங்கட்டி கதையின் துவக்கத்தில் விரலைச் சொடுக்கிக் கொண்டே ஓடிவருகிறான். அவன் ஓடிவரும் வேகம்தான் கேமராவின் வேகமும். ராசாத்தி தண்ணீர் தூக்கி நடந்து வருகிறாள். அப்போது கேமரா என்ன வேகத்தில் நகர வேண்டும்? மாணிக்கம் மண்ணாங்கட்டியைத் தேடி இரவுத் தெருக்களில் ஓடும்போது என்ன வேகத்தில் இயங்கவேண்டும்?

கதாபாத்திரத்தின் வேகம்தான் கேமராவின் வேகம் என்று புரிந்து கொண்டால் இவற்றைப் படமாக்குவது எளிது. மேலும் கதாபாத்திரம் நகர்ந்தால் கேமராவை நகர்த்த வேண்டும் என்கிற விதியை நீங்கள் மீற விரும்பினால் உங்கள் கற்பனைக்குத் தகுந்த மாதிரி கேமராவைப் பயன்படுத்தலாம். விதி என்று ஒன்று தெரிந்திருந்தால் அதை நீங்கள் உடைக்கவோ மீறவோ முடியும். எனவே மாணிக்கம் மண்ணாங் கட்டியைத் தேடி இருட்டில் ஓடும்போது எப்படி ஒளியமைப்பு செய்வது? அந்த நேரத்தில் தெருவில் என்ன வெளிச்சம் இருக்கும். அதுதான் காட்சிக்கான ஒளி. ஒருமுறை உலகப் புகழ்பெற்ற ஒளிப்பதிவாளர் கிறிஸ்டோபர் டாயலிடம் ஒரு காட்சிக்கு ஒளி அமைப்பு செய்வது பற்றிக் கேட்கிறார்கள். அவர் சொன்னார். காட்சி நடக்கும் இடத்தை, காட்சி நடக்கும் நேரத்தில், நேரில் சென்று பாருங்கள். அங்கிருக்கும் ஒளியை உங்கள் காட்சியின் மன நிலைக்கு ஏற்றவாறு குறைத்தோ கூட்டியோ அல்லது அதை அப்படியே கூடப் பயன்படுத்துங்கள் என்றார்.

திரைப்படத்தின் தொழில் நுட்பம் எழுத்தில் இருக்கிறது. அதைக் கூர்ந்து வாசிக்க வாசிக்க உணர்வு சார்ந்த தருணங்களை மட்டுமல்ல, திரைப்படம் சார்ந்த சகல நுட்பங்களையும் கற்றுக்கொள்ள முடியும்.

⓪

கட்டங்களின் மாயம்

சிறுவயதில் சினிமாவுக்குப் போய் வந்தவர்கள் கதை சொல்வதைக் கேட்டிருக்கிறேன். எடுத்தவுடன எழுத்துப் போட்டான்... என்று துவங்கிக் கதை போய்க்கொண்டிருக்கும். கதை ஒரு கட்டத்தில் நிற்கும். சொல்லமறந்துட்டேன் அதுக்கு முன்னாடி ஒரு கட்டம்... என்று சொல்லும் கதையில் கட்டம் இருந்துகொண்டே இருக்கும்.

இந்தக் கட்டம் என்பது எது? சினிமாக் கதையைச் சொல்லும் போது மட்டும் ஏன் இந்தக் கட்டம் வருகிறது. பாட்டி கதை சொல்லும்போது இந்தக் கட்டம் வருவதில்லை ஏன்? சிறுகதைகளில், நாவலில் இந்தக் கட்டம் வருவதில்லை. ஏன்?

இந்தக் கட்டம் என்பதுதான் *Frame* என்ற அர்த்தத்தில் புரிந்து கொள்ளும் போது சினிமாவின் கதைசொல்லல் குறித்த ஒரு புதிர் அவிழ்கிறது.

திரைப்படத்தில் கட்டங்களின் வழியாகவே கதை சொல்ல வேண்டும். இந்தக் கட்டங்களில் தனித்த கட்டங்கள், நகரும் கட்டங்கள் எனக் கதை கட்டங்களுக்குள்தான் நிகழ்கிறது. அதுவும் தனித்தனிக் கட்டங்கள். நுட்பமாகச் சொன்னால் ஒரு நொடிக்கு 24 கட்டங்கள்.

ஓர் ஓவியர் தான் சொல்ல விரும்புவதை ஒரு கட்டத்தில் தான் சொல்கிறார். ஒரு நிழற்படக் கலைஞர் தான் சொல்ல விரும்புவதை ஒரு கட்டத்தில்தான் சொல்கிறார். ஆனால் திரைப்படம் என்பது தொடர் கட்டங்களின் வழியே நிகழ்கிறது. தொடர்ச்சியான கட்டங்கள்

என்றுகூட சொல்லமுடியாது. முன்பின் தொடர்ச்சியில்லாத கட்டங்கள். இந்தத் தொடர்ச்சியின்மையை உரையாடல்கள் இணைக்கின்றன். சில சமயம் இசை இணைக்கிறது. சில சமயம் நம் மனம் இணைக்கிறது. என்ன இணைத்தாலும் கட்டங்கள்தான் தனித் தனிதான்.

புலன்களின் உணர்தலை சொற்களின் வழியே கதையாக எழுதுவதற்கும், அதை ஒரு கட்டத்தில் அடக்கிக் கதை சொல்வதற்கும் வித்தியாசம் இருக்கிறதா? எழுத்தாளருக்கும், திரைக்கதை ஆசிரியருக்கும் உள்ள வித்தியாசம் என்ன? இரண்டு கேள்விகளுக்கும் பதில் ஒன்றுதான்.

ஒரு வேடன் காட்டில் நடந்து செல்கிறான். எதிரில் ஒரு மான் வருகிறது. அந்த மானைப் பார்த்ததும் அவன் அம்பைத் தொடுக்கிறான். அம்பு தைப்பதற்குள் மான் தப்பி விட்டது. ஏமாற்றத்துடன் வேடன் திரும்பிச்செல்கிறான். இது கதை என்றால் இதை எத்தனை கட்டங்களில் சொல்வது?

கட்டம் என்றால் அது வெறும் கட்டம் மட்டுமா? சிறிய கட்டம். பெரிய கட்டம். மிகப் பெரிய கட்டம் எனக் கட்டங்களில் பல வகைகள் இருக்கின்றன. இதில் வினோதம் என்ன என்றால் திரை என்பது ஒரே அளவிலான கட்டம்தான். அதற்குள் மாறிக்கொண்டே இருக்கும் கட்டங்கள்.

ஒரு கட்டத்தில் ஒன்று நடக்கிறது. இன்னொரு கட்டத்தில் இன்னொன்று நடக்கிறது. இதைக் கட்டம் கட்டமாகப் பிரித்துவிட்டால் கட்டங்களுக்கு இடையில் இருக்கும் இடைவெளியில் என்ன நடக்கிறது?

கட்டங்களை விடவும் இந்த இடைவெளிதான் மிக முக்கியமானது. ஏனெனில் கட்டங்களுக்குள் நீங்கள் சொல்லிச்செல்கிற கதை புரியாமல் நழுவிச்செல்வது இந்த இடைவெளி யின் வழியாகத்தான். ஏனெனில் கட்டங்களில் இருப்பதைவிடவும் இடைவெளியில் இருப்பது அதிக அர்த்தம் வாய்ந்தது.

இங்கு நாம் படக்கதை என்றும் காமிக்ஸ் என்றும் சொல்கிற வடிவத்தை உதாரணமாக எடுத்துக் கொள்ளலாம்.

கட்டம்-1. வேடன் காட்டில் நிற்கிறான்.

கட்டம் -2. மான் நிற்கிறது

இந்த இரண்டு கட்டங்களுக்கும் நடுவில் இருக்கும் இடைவெளியில் நாம் புரிந்துகொள்கிற விஷயம் வேடன் மானைப் பார்க்கிறான் என்பதுதான். வேடன் நிற்கிறான் என்பதுதான் கட்டம் சொல்லும் காட்சி. மானைப் பார்க்கிறான் என்பது கட்டத்தில் இல்லை. எனவே கட்டத்திற்கு இடையே நம் புரிதல் உணர்வில்தான் இருக்கிறது.

இது எப்படி நிகழ்கிறது. தொடர்ச்சியாக இதுமாதிரியான கட்டங்களின் வழியாக ஒரு காட்சிப் பழக்கம் இருப்பதால் இது நமக்குப் புரிகிறது. என்றாலும் கட்டங்களுக்கு இடையில் அந்த இடைவெளியில் இருப்பது என்ன?

வேடன் பார்க்கிறான் என்பதற்கு அவன் பார்க்கிற திசையும் அதாவது அவன் கண்கள் பார்க்கிற கோணமும் அடுத்த கட்டத்தில் மான் நிற்கிற கோணமும் ஒரே நேர்கோட்டில் அமைவதன் வழியாக அவன் மானைப் பார்க்கிறான் என்கிற அர்த்ததை நாம் புரிந்துகொள்கிறோம்.

வேடனும் மானும் எதிர் எதிர்த்திசையில் பார்த்துக்கொண்டிருந்தால் பார்க்கிறான் என்ற அர்த்தம் வருமா? ஒரு வேடன் காட்டில் நிற்கிறான். காட்டின் இன்னொரு பக்கம் மான் நிற்கிறது. இதுதான் அர்த்தமாகும்.

இதனை *Eye contact*, என்றும் *looking continuity* என்றும் *Imaginary line* என்றும் பலபெயர்களில் சொன்னாலும் கட்டங்கள் இணைந்து ஒரு கதையாக மாறுவது இங்குதான் நடக்கிறது.

கட்டம் 3- வேடன் அம்பைத் தொடுக்கிறான்.

கட்டம் 4- மான் திரும்பிப் பார்க்கிறது

கட்டம் 5 -அம்பு பாய்கிறது

கட்டம் 6 - மான் ஓடுகிறது.

கட்டம் 7 வேடன் ஏமாற்றத்துடன் பார்க்கிறான்.

இதில்தான் சொல்லவருவது தெளிவாக விளங்குகிறதே இதில் இடைவெளியில் புரிந்துகொள்ள என்ன இருக்கிறது என்று என்று கேட்டால் இந்தக் கட்டங்களின் எண்களை மாற்றிப் பாருங்கள். இடைவெளியின் அருமை புரியும்.

இவ்வாறு வார்த்தையாக இருந்த கதையைக் கட்டங்களுக்குள் அடக்கும்போது முறையான பயிற்சி இல்லையெனில் அந்தக் கதை கட்டங்களுக்குள் அடங்காது.

இன்றும் தமிழில் ஒருவர் படம் எடுக்கப் போகிறார் என்றால் அந்தத் திரைக் கதையை வாய்வழிக் கதையாகச் சொல்லும் பாணி இருக்கிறது. இவை வெறும் வார்த்தைகளால் ஆன கதை.

இவற்றைக் கட்டங்களாகப் பிரிக்கும்போது வலையில் மீன்களைப்பிடிப்பது போலத்தான். வலையை வீசும்போது வலை நிறையக் கடல் இருக்கிறது. வலையை இழுத்ததும் மீன்கள்தான் மிஞ்சுகின்றன. அதுபோலக் கதை சொல்லலில் உபரியான வார்த்தைகள் எல்லாம் எந்தப் பயனும் இல்லாமல் வழிந்து போய் திரையில் காட்சியாக நீங்கள் சொல்ல விரும்புகிற விஷயம் மட்டுமே இருக்கும்.

உதாரணத்திற்கு ஒருவர் கதை சொல்கிறார். அதிகாலை சூரியனின் மஞ்சள் ஒளி பரவி இருக்கிறது. மஞ்சள் ஒளி பொன்னிறத்தில் இருக்கிறது. மரங்கள் காலை ஒளியில் அழகாக இருக்கின்றன. பறவைகள் பாடிக்கொண்டே கடந்து செல்கின்றன. அப்போது ஒரு பெண் நடந்து வருகிறாள். இதுதான் வார்த்தைகளின் வழியாக நீங்கள் வரைய நினைக்கிற கட்டம் என்றால் திரைப்படத்தில் இது ஒரே ஒரு கட்டம்தான். ஒரே ஒரு ஷாட்டில் எல்லாம் வந்துவிடும்.

ஒரு நிழற்படம் நூறு வார்த்தைகளுக்குச் சமம் என்பதுபோல நீங்கள் ஒரு கட்டத்தை மனதில் நிறுவ ஆயிரம் வார்த்தைகளாக உங்கள் வலையை விரிக்கிறீர்கள். ஆனால் பிடிப்பது ஒரு மீன்தான். ஒரு ஷாட் தான்.

இவ்வாறு வார்த்தைகளுக்கும் காட்சிக்கும் உள்ள விகிதத்தை எவ்வாறு புரிந்து கொள்வது? கதை சொல்லும்போது கட்டத்தில் வராத விஷயங்களை விலக்குவதற்கான திறமை எப்படி வரும்? அல்லது கட்டங்களாகக் கதை சொல்வதற்கான பயிற்சியை எப்படி எடுப்பது? *'your narration will not add anything to the story'* என்றொரு மேற்கோள் இருக்கிறது.

நான் சிறுகதைகளில் காட்சிப்படிமம் என்றொரு ஆய்வினைச் செய்தேன். வார்த்தைகள் எப்படிக் காட்சியை மனதுக்குள் ஏற்படுத்துகின்றன. அல்லது மனதுக்குள் ஒரு காட்சியை ஏற்படுத்த எப்படியான வார்த்தைகள் பயன்படுகின்றன என்பதுதான் அந்த ஆய்வு.

அந்த ஆய்வின் முடிவில் நான் புரிந்துகொண்டது, வார்த்தைகள் என்பது காட்சியைப் பிடிப்பதற்கான ஒரு வலைதான்.

எனவே திரைப்பட எடுக்க விரும்புபவர்க்கு வார்த்தைகளின் வழியே காட்சியைப் பிடிக்க வேண்டிய அவசியம் இல்லை. அவர் யோசிப்பதையே காட்சிகளாகத்தான் யோசிக்க வேண்டும்.

காமிக்ஸ் கதைகளில் கட்டமும் அதனுள் இருக்கும் ஓவியமும் சில நேரங்களில் புரியாமல் போக வாய்ப்பிருக்கிறது. எனவே வாசிப்பவரின் கவன ஒருங்கிணைப்பிற்காக கட்டத்திற்கு கீழே அவர்கள் என்ன பேசினார்கள் என்கிற வார்த்தைகள் இருக்கின்றன. இவ்வாறு திரைப் படத்தில் காட்சிக்கு முன்னால் வார்த்தை என்பது ஒரு உதவுகிற சாதனம்தான். மொழி தெரியாத படம் பார்க்கிற போது வார்த்தைகளை *sub title* என்று சொல்வது அதனால்தான். அது *sub*. காட்சிக்கு முன்னால் மொழி என்பது *substitute* தான்.

ஆனால் நம் தமிழ் சினிமாவில் ஒலியின்றிப் படம் பார்த்தால் நம் கட்டங்கள் அர்த்தமிழந்து விடுகின்றன. ஏனெனில் இங்கு நம் பயன்பாட்டில் மொழிதான் முதன்மையாக இருக்கிறது. காட்சி உதவியாக இருக்கிறது.

இந்த முறை நம் வழக்கத்தில் தொடந்து ஒருப்பதால்தான் அவர் கதை சொல்லும்போது நல்லா சொன்னார் ஆனா படமா வரும்பொது நல்ல இல்லை. வார்த்தைகளில் சிக்கிய கதை கட்டங்களில் சிக்கவில்லை என்பதுதான் இதன் அர்த்தம். ஏனெனில் நீங்கள் அழகாக வலைவீசி இருக்கலாம். அழகு இங்கு அவசியமில்லை. மீன்கள் எவ்வளவு சிக்குகிறது என்பதுதான் பிரச்சினை.

இவ்வாறு கட்டங்கள் வழியாகக் கதை சொல்லும் மரபு இங்கு திரைக்கதை சொல்கிற பலருக்கும் இல்லாததால் கேட்கிற கதை நன்றாக இருக்கும். ஏனெனில் கதையைக் கேட்கும்போது நீங்கள் உங்கள் மனதுக்குள் கட்டங்களை வரைவீர்கள். நீங்கள் மனதில் வரைகிற கட்டமும், படம் எடுக்கும்போது அவர் வரையப்போகிற கட்டமும் வேறு. எனவே கேட்கும்போது நல்ல கதையாக இருந்தது பல நேரங்களில் படமாகப் பார்க்கும்போது நல்ல கதையாக இருக்காது. வலை அழகாக இருப்பதற்காக மீன் சிக்காது.

எப்போதும் கதையை அழகாகச் சொல்பவர்களால் அழகான திரைப்படத்தை எடுக்க முடியாது. கதையை எப்படி எடுக்கவேண்டும் என்று எழுதுபவர்களால் ஓரளவுக்குத் தாங்கள்

நினைத்தமாதிரி படத்தை எடுக்கமுடியும். ஆனால் கதையை கட்டங்களாக வரைந்து பார்க்கிறவர்களால் மட்டுமே தாங்கள் மனதில் நினைத்த படத்தை முழுமையாக எடுக்க முடியும். இது ஒருவிதமான மொழிபெயர்ப்புதான். வார்த்தைகளின் வழியே கட்டங்களுக்கு மொழிபெயர்ப்பது.

நம் தமிழ்சினிமா மரபில் வார்த்தைகளால் கதை சொல்பர்கள் இயக்குனராக முயற்சி செய்கிறார்கள். கட்டங்களால் கதை சொல்ல விரும்புவர்கள் ஒளிப்பதிவாளராக முயற்சி செய்கிரார்கள். ஆனால் பிற நாடுகளில் திரைப்பட இயக்குனரும் கட்டங்களின் சூக்குமத்தை அறிந்திருக்கிறார். ஒளிப்பதிவாளரும் வார்த்தைகளின் ரகசியத்தை அறிந்திருக்கிறார். எனவே கட்டங்களை இருவரும் வார்த்தைகளின் வழியாகப் புரிந்து கொள்கிறார்கள். இந்தப் புரிதல் இருப்பதால் வெறும் காட்சிகளை மட்டும் அவர்கள் கட்டமைக்கிறார்கள்.

உதாரணத்திற்கு ஒரு மீன் தொட்டியை எடுத்துக்கொள்ளால்ம். மீன்தொட்டி என்கிற கட்டத்தில் வெறும் தண்ணீர் மட்டுமே இருந்தால் அதில் காட்சி அனுபவம் இல்லை. அது வெறும் வார்த்தைகள் நிரம்பிய தொட்டி அவ்வளவுதான். ஆனால் அதில் சில மீன்கள் நீந்தும்போது அது காட்சி அனுபவமாகிறது. வார்த்தைகளுக்கும் காட்சிக்கும் உள்ள உறவை இப்படி வேண்டுமானால் புரிந்துகொள்ளலாம்.

இந்தக் கட்டங்களின் வகைகளையும் நுட்பங்களையும் அறிந்துகொள்ளும்போதுதான் சினிமா என்கிற தொழில் நுட்பத்தை மிக அருகில் இருந்து தொட்டுப்பார்க்க முடிகிறது. ஏனெனில் சினிமா என்பது ஒளியின் சாதனம். திரையில் ஒளியும் நிழலும் மட்டுமே கட்டங்களாகக் கதை சொல்கிறது. வார்த்தைகளின் வழியே நீங்கள் ஒளியை ஆயிரம் விதமாக வர்ணிக்கலாம். ஆனாலும் ஒளி என்பது ஒளிதான். அதை எத்தனை வார்த்தைகளாலும் விவரிக்கமுடியாது.

வற்றிய குளத்தில் சேறும் கொஞ்சம் நீரும் இருக்கும். அப்போது விரால் மீன் பிடிக்கப் போவோம். கையில் ஒரு பாத்திரத்தை வைத்துக் கொண்டு மீன் மேல் கவிழ்த்த வேண்டும். கவிழ்த்துகிற ஒரு நொடியில் மீன் தப்பிவிடும். சில நேரம் சிக்கும். சட்டிக்குக் கீழே கையை விட்டு லாகவமாகப் பிடிக்கவேண்டும். அந்த இடைவெளியில் மீன் தப்பிவிடும்.

குளம் முழுக்க மீன்கள். பார்ப்பதெல்லாம் காட்சிகள். உங்கள் கையில் இருக்கும் சதுரத்தை நீங்கள் வேகமாகக் கவிழ்த்தினால் மீன் சிக்கலாம். சிக்காமலும் போகலாம்.

ஒரு நிழற்படக் கலைஞர் தனது கேமராவின் கட்டத்தை உலகத்தின் மீது கவிழ்த்துகிறார். சரியான காட்சி சிக்கலாம். நழுவியும் போகலாம். இதைத்தான் ஹென்றி கார்தியே பிரஸ்ஸான் Decisive Moment என்கிறார். ஒரு நிழற்படக்கலைஞர் முதலில் எடுக்கிற 10000 படங்களும் வீண். அதற்குப் பிறகு எடுக்கிற கட்டங்களில்தான் அவர் விரும்பிய காட்சி விரும்பிய மாதிரி சிக்கும். அதுதான் காட்சிகளின் மாயம்.

மீன்களைப் போல கண்முன்னால் தெரியும். அதைப்பிடிக்கலாம் என உங்கள் கட்டங்களை விரித்தால் அது தப்பிவிடும்.

இந்தக் கட்டங்களின் பெருமையை உணரும்போது ஒளிப்பதிவின் மகிமை புரியும். என்னதான் நாம் ஒத்திகை பார்த்து நம் கட்டங்களை அடுக்கினாலும் கதையின் அடிப்படையான உணர்வு அதில் வரவேண்டும். சிக்கவேண்டும். அதுதான் ஒளிப்பதிவின் லாகவம்.

ஒரு கதையைப் பத்து ஒளிப்பதிவாளர்கள் ஒளிப்பதிவு செய்தால் பத்தும் பத்து விதமாகத்தான் இருக்கும். ஒரே சமையல் குறிப்பை வைத்துப் பத்துப் பேர் சமைப்பது போலத்தான் அது. ஒளிப்பதிவு என்பது வெறுமனே ஒளியூட்டி கேமராவை வைத்துக் கட்டங்களைப் பதிவு செய்கிற வேலை இல்லை. அதில் உணர்வு இருக்கிறது. அழகுணர்ச்சி இருக்கிறது. அந்த ஒளிப்பதிவுக் கருவிக்குப்பின் இருக்கிறவரின் இதயம் இருக்கிறது.

எனவேதான் திரைப்படத்தில் ஒளிப்பதிவு என்பது மிக முக்கியமான கலை. வார்த்தைகளைக் கட்டங்களாக மாற்றும் கலை. வார்த்தைகளை நொடிக்கு 24 கட்டங்களாக மாற்றி அந்தக் கட்டங்களை வாழ்க்கையாக மாற்றித்தரும் கலை.

⓪